திரைக்கதைகள் நூல் வரிசை—7

(மொத்தமாய் 67 திரைக்கதைகள் 7 நூல்களில்)

சுப்ரபாரதிமணியன்

விற்பனை

புதிய இலக்கு புதிய தடம்

நிவேதிதா பதிப்பகம்
4, ஸ்டெப் ஸ்டோன்ஸ், முல்லை அபார்ட்மெண்ட்ஸ்,
G1, வேலாயுதம் காலனி மெயின் ரோடு,
சாலிகிராமம், சென்னை 600 093,
89393 87296/89393 87295
email: nivethithapathippgam1999@gmail.com

நூல் குறிப்பு

நூற்பெயர் : திரைக்கதைகள் நூல் வரிசை 7
ஆசிரியர் : சுப்ரபாரதிமணியன்

உரிமை : © ஆசிரியருக்கு

முதல் பதிப்பு : 2024
பக்கங்கள் 280
விலை : 280/-
வெளியீடு : கனவு, திருப்பூர்
அட்டை அழகு : தூரிகை
கணினியாக்கம் : முகவரி, கோவை

9 789362 743787

Language: Tamil
Thiraikkathaigal Nool varisai-7
(Screen play)
Author : Subrabharathimaniyan

Copyright : Author

Wrapper Design: Thoorigai
First Edition : 2024
No. of Pages : 280

சமர்ப்பணம்

ஆதித்யா ராஜேந்திரன் அவர்களுக்கு..

சுப்ரபாரதிமணியன்

சிறுகதைகள், நாவல்கள் எழுதிக்கொண்டிருந்த போது வேறு வடிவத்தில் ஏதாவது எழுதலாம் என்று தேர்வு செய்ததே இந்தத் திரைக்கதைகள் வடிவம்.

விரிவானதாக இல்லாமல் சுருக்கமாக முதல் நிலைகளாக இவை அமைந்தன.

"எழுத்து என்பது தன்னையே விளையாட்டாக அடையாளப்படுத்திக் கொள்வதோடு அது தனக்கான மைதானத்தின் விதிகளை தானே கட்டமைத்துக் கொள்கிறது."

–மிஷல் பூக்கோ

(அப்படி விளையாட்டாய் சில மையங்களை எடுத்து பயிற்சி செய்த திரைக்கதைகள் இவை) என் முந்தைய என் திரைக்கதை நூல்களை நிவேதிதா பதிப்பகத்தில் பெறலாம்

சுப்ரபாரதிமணியன்
திருப்பூர்
94861 01003
subrabharathi@gmail.com

உள்ளடக்கம்

1	போட்டோ	06
2	வேங்கைபுரம்	23
3	ஒரு கை உணவில்	40
4	ரூபங்கள்	53
5	சாமியே சரணம்	77
6	நிஜமான நிழல்கள்	100
7	கரையைத் தேடும் அலைகள்	119
8	இரும்புக்குதிரைகள்	143
9	பிரிவு என்பதும்	163
10	தடுப்பு சுவர்	184
11	சாபமோ சாபம்	207
12	மூன்று பெண்கள்	228
13	காதலின் பொன் வீதியில்	250

திரைக்கதை 1

போட்டோ

முதலமைச்சர் தியாகிகள் படத்திறப்பில் ஒரு தியாகி படம் இல்லாததை கண்டு கோபப்படுகிறார். ஒரு மொழிப்போர் தியாகியினுடைய படம் அங்கு இல்லாமல் இருக்கிறது என்பதை அவர் வருத்தத்துடன் குறிப்பிடுகிறார். அவர் முக்கியமான தியாகி. முதலமைச்சரை திருப்திப்படுத்த அவருடைய படத்தை தேடிக் கட்சிக்காரர்கள் அலைகிறார்கள். கடைசியில் அவருடைய குடும்பத்தையும், வாரிசுகளையும் தேடுகிறார்கள். அவர்கள் கண்டுபிடிக்கும் படத்தில் ரத்தம் கலந்து இருக்கிறது. தியாகம் கலந்திருக்கிறது. அந்த வரலாறு தான் என்ன.. அதன் பின் என்ன நடக்கிறது.

காட்சி : 01 காலை
பொது சாலை வெளியே

1938 ஆம் வருடம் தமிழ்நாட்டில் கட்டாய இந்தி என்ற முழக்கம் அன்றைய ஆட்சியாளர் அறிவித்தனர். அதற்கு தமிழகத்தில் பல தலைவர்கள் தலைமையில் போராட்டம் நடைபெறுகிறது...

காட்சி : 02 பகல்
தண்டவாளம்   வெளியே

ரயில்களை மறித்து தண்டவாளங்களில் கட்சி தலைவர்களும் தொண்டர்களும் படுத்து இந்தி எதிர்ப்பு போராட்டத்தை நடத்துவது.

காட்சி : 03 காலை
தண்டவாளம்   உள்ளே/வெளியே

போராட்டம் தீவிரம் அடைவது ரயில்கள் மறிக்கப்படுவது. போராட்டக்காரர்களை கட்டுப்படுத்த... போலீஸ் துப்பாக்கி சூடு நடத்துவது. அதில் ரயில் பயணிகள் சிலர் உயிர் இழப்பது. போராட்டக்காரர்கள் போலீஸால் தாக்கப்படுவது. ரத்த காயங்களுடன் அவர்கள் கைது செய்யப்படுவது.

காட்சி : 04 காலை
சட்டப்பேரவை   உள்ளே/வெளியே

துப்பாக்கி சூட்டை கண்டித்து எதிர்கட்சியில் ஒருமித்த குரலில் குரல் எழுப்புவது. கடுமையான கண்டனத்தை தெரிவிப்பது. போலீஸ் துறை அமைச்சர் விளக்கம் தருவது. எதிர் கட்சியினர் வெளி நடப்பு செய்வது. கட்டாய இந்தி கொள்கை நிறுத்தி வைப்பது.

காட்சி : 05   மாலை
பொதுவெளி   வெளியே

காலங்கள் கடக்கிறது. பல மேடைகளும் புதிய கட்சிகளும் தோன்றுகிறது. பல ஆட்சிகளும் மாறி மாறி

வருகிறது. அடுத்த தேர்தலுக்கான அந்த மேடையில் கழக பேச்சாளர்கள் மாற்று கட்சி தலைவர்களையும் அவர்கள் கொள்கைகளையும் சரமாரியாக தாக்கி பேசுவது தலையாட்டும் மந்தைகளாக மக்கள் கூட்டம் கைதட்டி ஆரவாரம் செய்வது.

காட்சி : 06 காலை
வாக்குசாவடி   உள்ளே/வெளியே

வாக்களிக்க வாக்காளர்கள் வரிசையாக நிற்பது. வீதிகளில் திக்.. திக்.. இதயத்துடன் அந்தந்த கட்சி தொண்டர்கள் நிற்பது.

வாக்காளர்கள் தங்களுக்கு பிடித்தமான கட்சிக்கு வாக்களித்து விட்டு ஏதோ சாதனையை செய்து விட்ட சந்தோஷயத்துடன் பாதைகளில் நடந்து வருவது.

காட்சி : 07 மாலை
பொது இடம்   உள்ளே/வெளியே

தேர்தல் முடிவுகள் அறிவித்து கொண்டிருப்பது ஆண்ட கட்சி வீழ புதிய கட்சி ஆட்சி கட்டிலை பிடிக்கிறது. அந்த கட்சி தொண்டர்கள் ஆரவாரத்துடன் பட்டாசு கொளுத்தி கொண்டாடுவது.

காட்சி : 08 காலை
சட்டபேரவை   உள்ளே/வெளியே

ஆளுநர் உரையுடன் புதிய சட்டசபை புதிய முதல்வருடன் தொடங்குகிறது.

காட்சி : 09 காலை
சட்டசபை   உள்ளே/வெளியே

    1967 'மெட்ராஸ் ஸ்டேட்' என்ற பெயர் 'தமிழ்நாடு' என மாற்றும் தீர்மானம் கொண்டு வரப்படுவது. அனைத்து கட்சி உறுப்பினர்களும் ஆதரவு தெரிவிப்பது. 'தமிழ்நாடு' 'தமிழ்நாடு' 'தமிழ்நாடு' என முதலமைச்சர் மூன்று முறை சொல்ல, அனைவரும் உற்சாக மிகுதியால் 'தமிழ்நாடு' என உரக்க சொல்வது.

காட்சி : 10 மாலை
பொதுகூட்டமேடை   உள்ளே/வெளியே

    ஆண்டுகள் கழிகின்றன
கட்சிக்காகவும், கட்சி நடத்திய போராட்டங்களிலும் கலந்து கொண்டு சிறை சென்ற கட்சியின் மூத்த தொண்டர்களின் நினைவாக அவர்களது திரு உருவப் படங்களை திறந்து வைக்கும் நிகழ்ச்சி நடை பெறுவது. மேடையில் கட்சி பிரமுகர்கள் பேச்சாளர்கள் உரை நிகழ்த்துவது.
உருவ படங்களை திறந்து வைக்க முதல்வர் வர இருப்பதால் அந்த இடத்தில் பாதுகாப்பு பலப்படுத்தப்பட்டிருப்பது. முதல்வர் வருகைக்காக மேடையில் உள்ளவர்களும், அவரது பேச்சை கேட்க, ஆவலாக காத்திருக்கும் தொண்டர்கள் கூடி இருப்பது.

காட்சி : 11   மாலை
பிரதான சாலை   வெளியே

    சாலை நெடுக்கிலும், காவல்துறை அதிகாரிகள் பாதுகாப்பு பணியில் ஈடுபட்டிருப்பது. விழா மேடை தொடங்கி பிரதான சாலை வரையிலும் வாகனங்கள்

செல்லத் தடை செய்யப்பட்டு சாலை காலியாக இருப்பது. போலீஸ்காரர்களும் போலீஸ் வாகனங்களும் மட்டுமே சாலையில் சென்றும், வந்தும் கொண்டிருப்பது. விழா மேடையில், இந்தி எதிர்ப்பு போராட்ட வெற்றி மற்றும் தங்கள் கட்சி மக்களுக்கு ஆற்றிய பணிகள் இனி செய்ய இருக்கும் சீர்திருத்தங்கள் குறித்து, ஒரு பேச்சாளர் உச்சஸ்தாபியில் பேசிக் கொண்டிருப்பது.

காட்சி : 12 மாலை
பிரதான சாலை வெளியே

பிரதான சாலையில் உயர் போலீஸ் அதிகாரியின் வாகனங்கள் சைரன் ஒலி எழுப்பியபடி வருவது. அதனை தொடர்ந்து ஆம்புலன்ஸ் வருவது. தீயணைப்பு வாகனங்களும் வந்து கொண்டிருப்பது. அவற்றிற்கு பிறகு முதல்வரின் பாதுகாப்பு வாகனம் வருவது. வழி நெடுகிலும் போலீஸ்காரர்களும் தொண்டர்களும் நிற்க முதல்வர் வாகனம் வருவது. அதனை தொடர்ந்து பாதுகாப்பு வாகனங்களும் போலீஸ் வாகனங்களும் வருவது. கட்சித் தொண்டர்களின் “முதல்வர் வாழ்க” கோஷம் விண்ணை பிளக்கிறது.
மேடை அருகே போலீஸ் பாதுகாப்பில் உள்ள இடத்தில் வாகனங்கள் வரிசையாக வந்து நிற்பது. முதல்வரின் வாகனமும் வந்து நிற்பது. முதல்வர் பாதுகாப்பாக விழா மேடைக்கு அழைத்து வருவது.

காட்சி : 13 இரவு
விழா மேடை உள்ளே/வெளியே

முதல்வர் மேடை ஏறுவது அனைவரும் எழுந்து வணக்கம் தெரிவிப்பது. முதல்வரும் பதில் வணக்கம் தெரிவிப்பது. மேடையின் மேலும் கீழும் உள்ள

தொண்டர்கள் "முதல்வர் வாழ்க", "தங்க தலைவர் வாழ்க"... என்றபடி அடை மொழிகளை அடுக்கியபடி வாழ்க கோஷம் போடுவது.

காட்சி : 14 இரவு
மேடை   உள்ளே/வெளியே

சிறப்பு பேச்சாளர்கள் பேசுவது. அவர்களை தொடர்ந்து முதல்வர் காலஞ் சென்ற கட்சி தொண்டர்களின் படங்களை திறப்பது.

அப்படி திறக்கும் அவர் அதிர்ச்சி அடைவது. காரணம் ஒரு முக்கியமான தொண்டரின படம் அங்கே இடம் பெறவில்லை. இருந்தும் முதல்வர் அதை காட்டிக் கொள்ளாமல் அங்கே திறக்கப்பட்ட தொண்டர்களின் தியாகம் மற்றும் கட்சிகாக அவர்கள் செய்த பணி போன்றவற்றை நினைவு கூர்ந்து பேசுவது. அனைத்து மாநிலங்களுக்கும் முன்னோடி... தமிழ்நாடு என்றும், தமிழ்நாட்டின வளர்ச்சியே இந்தியாவின் வளர்ச்சி என்றும் உரையாற்றுவது. அதற்கு உதாரணமாக பாரதியின் கவிதையை முதல்வர் மேற்கோள் காட்டுவது.

"செந்தமிழ் நாடென்னும்
போதினிலே! - இன்பத் தேன் வந்து
பாயுது காதினிலே! - எங்கள்
தந்தையர், நாடென்னும்
போதினிலே - புது சக்தி பிறக்குது
மூச்சினிலே"...

என்று கூறி தமிழக மக்களுக்கு வாழ்த்து கூறி தனது தரமான உரையை முடித்துக் கொள்கிறார் முதல்வர் அவர்கள்.

சுப்ரபாரதிமணியன்

காட்சி : 15 இரவு
விழா மேடை வெளியே

கூட்டம் கலைய தொடங்குவது. விழா மேடையை விட்டு முதல்வர் இறங்குவது. பத்திரிகையாளர்கள் கூடுவது போலீஸ் தடுப்பது. முதல்வர் பயணியர் விடுதியில், பத்திரிகையாளருக்கு பேட்டி தருவதாக சொல்லி, தனது வாகனத்தில் ஏறி பயணியர் விடுதி செல்வது. பாதுகாப்பு வாகனங்கள் தொடர்வது பத்திரிகையாளர்கள் வாகனங்களும் தொடர்வது பயணியர் விடுதி முழுவதுமாக காவல் துறை கட்டுப்பாட்டிற்குள் கொண்டு வருவது.

காட்சி : 16 இரவு
பயணியர் விடுதி உள்ளே/வெளியே

பாதுகாப்பு வாகனங்களை தொடர்ந்து முதல்வர் வாகனம் பயணியர் விடுதியில் நுழைவது. முதல்வர் வாழ்க கோஷம் வானைப் பிளப்பது.
முதல்வர் இறங்கி விடுதி உள்ளே செல்வது. பத்திரிகையாளர்கள் அங்கே கூடுவது. கட்சி செய்தி தொடர்பாளர் முதல்வர் சிறிது நேரத்தில் பத்திரிகையாளர்களை சந்திப்பார் அதுவரை சற்று பொறுமையாக இருக்க சொல்வது.

காட்சி : 17 இரவு
முதல்வர் ஓய்வு அறை உள்ளே/வெளியே

முதல்வர் ஓய்வறையில் அமர்ந்திருப்பது. மாவட்ட தலைவர் விழா ஏற்பாட்டாளர், கட்சியின் முதன்மை உறுப்பினர்களை உள்ளே அழைத்து வர சொல்வது. அனைவரும் அழைக்கபடுவது. உள்ளே வருவது முதல்வருக்கு வணக்கம் சொல்வது.

முதல்வர் எடுத்த எடுப்பிலே விழா மேடையில் மறைந்த அந்த தலைவரின் படம் ஏன இடம் பெறவில்லை என கேட்டு அனைவரையும் சத்தம் போடுவது. ஒவ்வொருவரும் ஏதேதோ காரணம் சொல்வது. முதல்வர் அதை ஏற்காமல் விழா ஏற்பாட்டாளரை கடுமையாக திட்டுவது. கடைசியில் அனைவரும் வெளியேறுவது.
முதல்வர் பத்திரிகையாளர் சந்திப்பிற்கு தயார் ஆவது.
வெளியேவரும் கட்சி தொண்டர்கள் மாவட்ட பொருப்பாளர் போன்றோரை மாவட்ட தலைவர் கோபமாக திட்டுவது.

காட்சி : 18 இரவு
பயணியர் விடுதி வெளியே

பத்திரிகையாளர்கள் கேள்வி கணைகளை தயார் செய்துக் கொண்டு, முதல்வரின் வருகைக்காக காத்திருப்பது. முதல்வர் வருவது. பத்திரிகையாளர்கள் வணக்கம் சொல்வது முதல்வர் பதில் வணக்கம் சொல்வது முதல்வர் என்ற முறையில் அனைவரையும் நலம் விசாரிப்பது. பத்திரிகையாளர்கள் தங்கள் கேள்வி கணைகளை முதல்வரை நோக்கி செலுத்துவது. கட்சி, ஆட்சி, இந்தி எதிர்ப்பு நிலை, எதிர் கட்சிகளின் குற்றசாட்டிற்கான பதில்... என பலதரப்பட்ட கேள்விகளுக்கு முதல்வர் சளைக்காமல் பதில் சொல்வது.

கடைசியாக விழாமேடையில் அந்த தொண்டனின் படம் ஏன் வைக்கவில்லை. என்ற கேள்வியை பத்திரிகையாளர்கள் கேட்க, முதல்வர் மாவட்ட பொறுப்பாளர்களையும், விழா ஏற்பாட்டாளர்களையும் குற்றம் சாட்டி, பதில் சொல்வது. அதைத் தொடர்ந்து கேள்விகளுக்கு முதல்வர் பதில் அளிப்பது. கடைசியாக அந்த தொண்டரின் குடும்பத்தாருக்கு பத்திரிகையாளர் மூலம் தனது வருத்தத்தையும், ஆதரவையும் முதல்வர் தெரிவித்தபடி பேட்டியை முடித்துக் கொள்வது.

காட்சி : 19 காலை
கட்சி அலுவலகம் உள்ளே/வெளியே

காலை செய்தி தாளை மாவட்ட தலைவர் படிப்பது. அனைத்து பத்திரிகையிலும் முதல் பக்க செய்தியாக முதல்வர் பேட்டி இருப்பது.

செய்தியை மாவட்ட தலைவர் படித்துக் கொண்டிருப்பது. கட்சி பிரமுகர்கள் ஒவ்வொருவராக வருவது. மாவட்ட தலைவர் செய்தியை சுட்டிக்காட்டி அனைவரிடமும் கோபம் கொள்வது.

இது போன்ற தவறுகள் இனி நடக்காது என அவர்கள் உறுதி அளிப்பது.

காட்சி : 20 காலை
தொண்டர் வீடு உள்ளே/வெளியே

முதல்வரின் அறிவுறுத்தலின் படி, அந்த கட்சி தொண்டரின் சொந்த மாவட்டத்தில் உள்ள கட்சியின் மாவட்ட தலைவர் மற்றும் பிரமுகர்கள் கட்சி தொண்டனின் வீட்டுக்கு செல்வது.

அவரின் குடும்பத்தாரை சந்தித்து முதல்வர் சொன்னதா சில விசயங்களை சொல்வது. அவரது புகைபடம் வைக்க தவறியதற்கு முதல்வர் மிகவும் வருந்தியதாக சொல்வது நிகழ் காலங்களில் இதுபோன்ற தவறுகள் நடைபெறாது என கூறுவது.

காட்சி : 21 காலை
தென் மாவட்டத்தில் ஓரிடம் உள்ளே/வெளியே

கோவில் திருவிழா நடைபெறுவது. அங்கு இரு தரப்பு சமூகத்தினரிடையே மோதல் ஏற்பட கூடாது என்பதற்காக மிகுந்த போலீஸ் பாதுகாப்பு போட்டப்பட்டிருப்பது.

காட்சி : 22 இரவு
வீதி உள்ளே/வெளியே

சாமி வீதி உலா வருவது குறிப்பிட்ட சமூகத்தினர் முதலில் சாமி தரிசனம் செய்ய அனுமதிக்க வேண்டும் என கோரிக்கை வைப்பது.

மற்றொரு சமூகத்தினர், வீதி உலாவிலும் சாதியா என சாடுவது பேச்சு வலுக்கிறது.

கை கலப்பில் முடிகிறது. போலீஸ் கூடுவது சாமி வீதி உலா நிறுத்தப்படுகிறது.

காட்சி : 23 காலை
கோவில் வளாகம் உள்ளே/வெளியே

கோவில் வளாகத்தை சுற்றி போலீஸ் பாதுகாப்பு போடப்பட்டிருப்பது. தெருக்களிலும் போலீஸ் பாதுகாப்பு போடப்பட்டிருப்பது. மக்கள் பாதுகாப்பை அரசு உறுதி செய்ய வேண்டும் என எதிர்கட்சிகள் கூக்குரல் இருவதாக வானொலி செய்திகள் வருவது.

காட்சி : 24 இரவு
தலைவர் வீடு உள்ளே/வெளியே

ஒரு பிரிவின் தலைவர் வீட்டில் சிலர் கூடி பேசுவது.

“அந்த..... சாதி பயலுக சாமி வீதி உலாவை நிறுத்திவிட்டானுங்க இப்படியே விட்டால், நாளைக்கு நம்ம சாதிகார பயலுங்க, அவனுங்களுக்கு ‘சலாம்’ போடுற நிலம வந்துரும். போலீஸ் பாதுகாப்பா.... நாம பாக்காத போலீஸா அந்த.... சாதி பயலுகளிலே ஒருத்தனையாவது போடணும்... அப்ப தான் நாம யாருன்னு இவனுங்களுக்கு தெரியும்”

என இளைஞர்களுக்கு சூடேற்றும் விதமாக பேசுவது, "பாத்துக்கலாம் தலைவரே" என சொன்னபடி அங்கிருந்து கலைந்து செல்வது.

காட்சி : 25 இரவு
பிரதான சாலை வெளியே

தலைவர் வீட்டில் இருந்து வரும் இளைஞர்கள் இருட்டில் நடந்து வருவது. அதே வேளையில் ஒரு போலீஸ்காரரர் அவர்களை வழிமறித்து விசாரிப்பது. இளைஞர்கள் தெனாவட்டாக பதில் சொல்ல போலீஸ்காரர் ஒருவனை அடிப்பது. அந்த போலீஸ்காரர் மாற்று சாதியை சேர்ந்தவன் என்பதை தெரிந்து கொண்டு.... அவன் சாதியை சொல்லி திட்டி அவனை தாக்குவது. இளைஞர்களின் தாக்குதலில் காயம் அடையும் போலீஸ்காரர் ரத்த வெள்ளத்தில் சுயநினைவின்றி கிடப்பது.
அப்போது போலீஸ் வேன் வருவது. அனைவரும் ஓட இருவர் பிடிபடுவது. அடிப்பட்ட போலீசை மருத்துவமனைக்கு எடுத்து செல்லும் வழியில் உயிர் விடுகிறார்.

காட்சி : 26 காலை
காவல் நிலையம் உள்ளே/வெளியே

போலீஸ்காரர் கொலையில் சிக்கிய இரண்டு இளைஞர்கள் மற்றவர்களை காட்டிக் கொடுக்க மறுப்பது. தாங்கள் தான் தாக்கியதாக குற்றத்தை ஒப்புக் கொள்வது. தலைவர் போலீஸ் நிலையம் வருவது. போலீசாரிடம் பேசுவது. போலீஸ்காரர் தலைவரிடம் கோபமாக பேசுவது.

இறந்தவரை ஒரு சாதிகாரனா நீங்க பாக்குறீங்க.... ஆனா எங்கலெ பொறுத்தமட்டில் ஒரு போலீஸ்காரர் அவர்" என கூறுவது.

காட்சி : 27 மதியம்
சட்டப்பேரவை உள்ளே/வெளியே

சட்டப்பேரவையில் தென் மாவட்ட கலவரத்தை பற்றி பேசி.... எதிர்க்கட்சிகள் வெளிநடப்பு செய்வது. பிறகு உணவு இடைவேளைக்குப் பிறகு சட்டசபை கூடுவது. மீண்டும் அதே விசயத்தை விவாதிப்பது.
போலீஸ் துறை அமைச்சர் பதில் சொல்வது.
இறந்த போலீஸ்காரரின் சாதியை சேர்ந்த எதிர்க்கட்சி எம்.எல்.ஏக்கள் கூச்சலிடுவது.

காட்சி : 28 இரவு
முதல்வர் அறை உள்ளே/வெளியே

முதலமைச்சர் மற்றும் ஆளுங்கட்சித் துறை அமைச்சர்கள், தென் மாவட்ட ஆளும் கட்சி எம்.எல்.ஏக்கள் என அனைவரும் முதல்வர் அறையில் இருப்பது. முதல்வர் தென் மாவட்ட பிரச்சனையை தீர்க்க ஒரு முடிவு எடுப்பது. அதாவது கொலை செய்யப்பட்ட போலீஸ்காரர் குடும்பத்தை முதல்வர் நேரில் சந்திப்பது. தமது கட்சிக்காக உயிர் தியாகம் செய்த அனைத்து மாவட்ட பிரபலங்களின் உருவப்படம் திறப்பு விழா, குறிப்பாக தென் மாவட்டத்தில் உள்ள தியாகிகளை கண்டறிந்து அவர்களுக்கு சிறப்பு சலுகைகள் அளிப்பது போன்ற நலத்திட்டங்களை செய்வது. இதைப் பற்றி யோசனையை முதல்வர் மற்றவர்களிடம் கேட்பது. அனைவரும் ஒரு மனதார இதை ஏற்பது. நாளைய சட்டசபையில் இதை அறிவிப்பதாக முதல்வர் தெரிவிப்பது. அனைவரும் அறையை விட்டு வெளியே செல்வது.

காட்சி : 29 இரவு
எதிர்க்கட்சிகள் அறை   உள்ளே/வெளியே

எதிர்க்கட்சி எம்.எல்.ஏகள் அனைவரும் ஒரு கூட்டம் போட்டு நாளைய சட்டசபையை நடக்க விடாமல் செய்வது பற்றி கலந்தாலோசிப்பது. தென் மாவட்ட பிரச்சனையை பெரிது படுத்தி போலீஸ் மந்திரியை ராஜினாமா செய்ய வைக்க வேண்டும் என கூறுவது.

காட்சி : 30 காலை
சட்டப்பேரவை   உள்ளே/வெளியே

சட்டப்பேரவை கூட்டம் சபாநாயகர் தொடங்கி வைப்பது. எதிர்க்கட்சிகள் தங்கள்ஆட்டத்தை தொடங்குவது. முதல்வர் பதில் சொல்ல வேண்டும் என கூச்சல் இடுவது. முதல்வர் பதில் சொல்ல எழுவது. தனது முடிவை அறிவிப்பது. இருந்தும் இது கண்துடைப்பு நாடகம் என எதிர்கட்சிகள் கூச்சலிடுவது.
சபாநாயகர் மறு தேதி குறிப்பிடாமல் சட்டசபையை முடித்து வைப்பது.

காட்சி : 31 காலை
சாலையோர டீ கடை   வெளியே

டீ கடையில் ஆண்கள் வழக்கம் போல டீ குடிப்பது. தினசரி பத்திரிக்கை வாங்கி படிப்பது. முதல்வர் அறிக்கையை படிப்பது. அவரவர் கருத்துக்களை சொல்வது.

காட்சி : 32 காலை
கலவரம் நடந்த ஊர்   வெளியே
முதல்வரின் அறிவிப்பை ஆளும் கட்சியினர் ஆனந்தத்துடன் வரவேற்பது. அதற்கான ஏற்பாடுகளை செய்ய புறப்படுவது.

காட்சி : 33 பகல்
மாவட்ட ஆட்சியர் அலுவலகம்   உள்ளே / வெளியே

    மாவட்ட ஆட்சியர் அலுவலகத்தில் முதல்வரின் அறிவிப்பை பற்றி மாவட்ட போலீஸ் அதிகாரி, வருவாய் துறை அதிகாரி ஆகியோரிடம் மாவட்ட ஆட்சியர் கலந்து பேசுவது. முதல்வர் வரும்போது எந்த விதமான அசம்பாவிதமும் நடைபெறாமல் தடுக்க வேண்டிய வழிமுறைகளை பற்றி உரையாடுவது. போலீஸ் உயர் அதிகாரிகள் தங்கள் கருத்துக்களை சொல்வது. கூட்டம் முடிவு பெறுவது.

காட்சி : 34 காலை
ஆளும் கட்சி தலைமை அலுவலகம்   உள்ளே/ வெளியே

முதல்வர் பத்திரிக்கையாளர் சந்திப்பு நடத்துவது. தென் மாவட்ட சுற்றுப்பயண தேதி அறிவிப்பது. சுற்றுப்பயணத்தின் நோக்கத்தை தெரிவிப்பது. பத்திரிக்கையாளர் கேள்விகளுக்கு பதில் அளிப்பது.

காட்சி : 35   மாலை
கட்சி அலுவலகம் தென் மாவட்டம்   உள்ளே/ வெளியே

    ஆளும் கட்சி அலுவலகத்தில் முதல்வரின் சுற்றுப்பயண நிகழ்ச்சி நிரல்களை பற்றி உரையாடுவது. தொண்டர்களின் படத்திறப்பில் சென்ற முறை வடமாவட்டத்தில் ஏற்பட்ட குழப்பம் இம்முறை வந்து விடக்கூடாது என மாவட்ட தலைவர் சொல்வது. யார் யாருடைய புகைப்படத்தை வைப்பது என்ற பட்டியலை முதலில் சரிபார்க்க வேண்டும்

என சொல்வது. அவற்றிற்கான ஏற்பாட்டை செய்ய கூட்டம் முடிவு எடுப்பது.

காட்சி : 36 காலை
கொலை செய்யப்பட்ட போலீஸ்காரர் வீடு
உள்ளே/வெளியே

போலீஸ்காரர் வீட்டிற்கு போலீஸ் வாகனம் வருவது. டிஎஸ்பி இறங்கி வீட்டினுள் செல்ல குடும்பம் வரவேற்பது. இறந்த போலீஸ்காரரின் உருவப் படத்திற்கு மாலை அணிவிப்பது. அவரது குடும்பத்தாரிடம் முதல்வர் வீட்டிற்கு வரும் நாளையும் நேரத்தையும் சொல்வது. பாதுகாப்பு பற்றி சொல்லிவிட்டு டிஎஸ்பி புறப்படுவது, அவருடன் ஏரியா இன்ஸ்பெக்டர் மற்றும் சில போலீஸ்காரர்களும் செல்வது.

காட்சி : 37 பகல்
நீதிமன்றம் உள்ளே/வெளியே

போலீஸ்காரர் கொலை வழக்கில் குற்றம் சாட்டப்பட்ட இருவருக்கும் ஜாமின் கேட்பது. முதல்வர் வரும் நேரம் என்பதால் இப்பொழுது ஜாமின் தர முடியாது என நீதிமன்றம் மறுப்பது.

காட்சி : 38   மாலை
விழா மேடை   வெளியே

நாளை நடைபெற இருக்கும் படத்திறப்பு விழாவிற்கான ஏற்பாடுகளை கட்சி தொண்டர்களும், பிரமுகர்களும் செய்வது. மறைந்த பிரபல தொண்டர்களின் படங்கள் எல்லாம் வைக்கப்படுவது.

கடந்த முறை வட மாவட்டத்தில் வைக்க மறந்த

அந்த தியாகத்தலைவரின் புகைப்படத்தை முகிலன் கொண்டு வந்து வைப்பது. அவன் வைத்துவிட்டு நகர சிலர் தோரணம் மேடையில் கட்ட நாற்காலிகளை நகர்த்துவது. அப்போது முகிலன் மேசை மீது வைத்திருந்த அந்த தலைவரின் படம் தவறி கீழே விழ, புகைப்படத்தின் கண்ணாடி சுக்கு நூறாய் உடைந்து விடுகிறது. புகைப்படம் உடையும் சத்தம் கேட்டவுடன் முகிலன் ஓடி வந்து பார்ப்பது. அந்த தலைவரின் புகைப்படத்தின் கண்ணாடி உடைந்து இருப்பதை காண்பது. மேடையை அலங்காரம் செய்பவர்களை திட்டி விட்டு புகைப்படத்தின் கண்ணாடியை மாற்ற முகிலன் எடுத்துச் செல்வது.

காட்சி : 39 மாலை
புகைப்படம் பிரேம் செய்யும் கடை   உள்ளே/வெளியே

அந்த தலைவரின் புகைப்படத்தை கொடுத்து உடைந்த கண்ணாடியை மாற்றி புது பிரேம் போட்டு முகிலன் வாங்கிக்கொண்டு தனது டூவீலரில் வேகமாக வருவது.

காட்சி : 40   மாலை
சாலை   வெளியே

முகிலன் டூவீலர் ஒரு திருப்பத்தில் திரும்ப எதிரே வரும் ஒரு அம்பாசிடர் காரில் மோத முகிலன் தூக்கி வீசப்படுகிறான். கீழே தரையில் அவன் விழ ரத்தம் சிதறுகிறது. அந்த தலைவரின் புகைப்படத்தில் முகிலனின் ரத்தம் கொத்தாக தெறித்து விழ பாதி புகைப்படத்தில் ரத்தம் வழிகிறது. பிடித்த கார் நிற்காமல் செல்கிறது.

காட்சி : 41 காலை
பொது இடம்   உள்ளே/வெளியே

மாவட்டத்துணைத்தலைவர் முகிலன் எதிர்க்கட்சிகளின் தூண்டுதலின் காரணமாக வாகனம் ஏற்றி கொலை என்ற செய்தி... வானொலி மற்றும் செய்தித்தாள்களில் வருவது.

காட்சி : 42   காலை
செய்தித்தாள்   வெளியே

செய்தித்தாளின் முதல் பக்கத்தில் முகிலன் பிணமாக கிடப்பது, அவனது ரத்தம் சிதறி அந்த தலைவரின் புகைப்படம் பாதி மறைந்திருப்பதும் இந்த புகைப்படம் இடம்பெறுவது....

திரைக்கதை 2

வேங்கைபுரம்

வனம் சார்ந்த ஊர். ஆடு மாடுகள் மேய்த்தல், தேன் சேகரிப்பு, மரத்தை பாதுகாத்தல் என்ற மக்கள் வாழ்கிறார்கள். அதில் ஆடு மாடு மேய்க்கும் கதாநாயகி. இளம் யானை பாகன் ஒருவன் அந்தப் பகுதியில் வந்து பழக்கமானது. காதல் ஏற்படுகிறது அவளின் தந்தை சாகிறார். யானை பாகன் அங்கு அடைக்கலமாக ஊர் எதிர்ப்பு தெரிவிக்கிறது. சாதி எதிர்ப்பு தெரிவிக்கிறது. தேர்தல் வருகிறது கட்சி கொடுத்த பணம் மற்றவர்களுக்கு கொடுக்கிறார்கள். ஆனால் தோல்வி பயம் வந்துவிட்டது. ஒரு கட்சிக்காரனுக்கு காட்டில் புதைத்து வைத்த பணம் இருக்கிறது. இந்த யானைப் பாகனும் கதாநாயகியும் காதலர்களாக இருப்பார்கள். இந்த சமயத்தில் ஊரை விட்டு ஓட வேண்டிய கட்டாயம் ஏற்படுகிறது. ஓடுகிறார்கள். காதலர்கள் அதைக் காட்டுப் பகுதியில் அரசியல்வாதி புதைத்து வைத்திருக்கிற பணத்தை தோண்டி எடுத்துவிட்டு பயன்படுத்த எண்ணுகிறார்கள். இப்போது ஊரை விட்டு தூரம் ஓடிப் போக வேண்டிய கட்டாயம். யானை அவர்களுக்கு உதவுகிறது. வனத்துறையினர் அவர்களை துரத்துகிறார்கள். காதலர்கள் அகப்பட்டார்களா... சொத்து அகப்பட்டதா... புதைத்து வைத்த பணம் கை வசப்பட்டதா...

சுப்ரபாரதிமணியன்

காட்சி : 01 அதிகாலை
வேங்கைபுரம் கிராமம் உள்ளே/வெளியே

பனிதுளிகள் புல் வெளியில் வெண்படலமா படிந்து இருக்க போர்வையை மெதுவாக விலக்கி கடிகாரத்தை பார்க்கிறாள் புவனா. கடிகாரம் 5.00 யை காட்ட வேகமாக எழுந்து சோம்பலை முறித்தபடி தண்ணீர் நிரம்பிய பிளாஸ்டிக் பக்கெட்டையும், துடப்பதையும் எடுத்துக்கொண்டு கதவை திறக்க, சில்லென்ற குளிர் காற்று அவளது உடைகளை தாண்டில் உடலில் ஊசிபோல குத்துகிறது. இருந்தாலும் அவள் வெளியே வந்து நீர் தெளித்து முற்றத்தில் கோலம் இடுகிறாள்.

காட்சி : 02 காலை
சமையல் அறை உள்ளே

காபி இடுகிறாள். அதை ஒரு டம்ளரில் ஊற்றி தனது தந்தை தருமனை எழுப்பி கொடுப்பது.

தருமன் காட்டில் மரம் வெட்டும் வேலை செய்கிறான். தருமன் எழுந்து குளித்துவிட்டு, காலை கஞ்சியை குடித்து விட்டு, கோடாரியை எடுத்து தோளில் போட்டுக் கொண்டு, விறகு வெட்ட காட்டுக்கு போகிறான். புவனா தாங்கள் வளர்க்கும் ஆட்டுக்கும் கோழிகளுக்கும் தண்ணீர் வைப்பது. ஆட்டுக்கு தளைகளையும், கோழிக்கு தீவனங்களையும் வைப்பது. அடுத்த வீட்டு அலமேலு புவனாவை அழைப்பது. புவனா அவளின் வீட்டிற்குள் செல்வது.

காட்சி : 03 மாலை
சோமன் வீடு உள்ளே/வெளியே

சோமன் ஒரு லெட்டர் பேட் கட்சியின் தலைவன். சம்மந்தம் இல்லாமல் உளறுவதில் முதல் ஆள். தன்னை

நம்பும் தம்பிகளை ஏதாவது சொல்லி உசுப்பேற்றி அவர்களின் பணத்தை நெம்பி எடுத்து விடுவதில் சோமன் வல்லவன். சோமன் தனது கட்சியில் உள்ள ஜால்லராகளை அழைத்து வருவது. உள்ளாட்சி தேர்தலை பற்றி கலந்தாலோசிப்பது. அவரவர் கருத்தை சொல்லுவது. அனைவருக்கும் காபி வருவது. தம்பிகள் ஆசையாக காபி வாங்கி அருந்துவது.

காட்சி : 04 காலை
சலங்கைபுரம் கிராமம் உள்ளே/வெளியே

சலங்கைபுர கிராமம் ஊர் திருவிழா நடைபெறுவது. சாமி ஊர்வலம் நடத்த யானைகள் கொண்டு வரப்படுகிறது. அவற்றில் ஒன்று பரமுவின் பார்கவன் என்ற யானை. தந்தங்கள் கூர்மையாகவும் அழகாவும் வளைந்திருக்கும். சில நேரம் பரமுவின் கட்டில் அந்த தந்தங்கள் தான். யானைகளை பார்க்கும் கிராம சிறுவர்கள் கூட்டம் கூட, பெருசுகள் அவர்களை விரட்டுவது யானைகள் கோவில் வாசலுக்கு வருவது. அவற்றை ஊர்வலம் செல்ல அலங்காரப்படுத்துவது.

காட்சி : 05   இரவு
தெரு   வெளியே

திருவிழாவில் சாமி ஊர்வலம் யானைகளின் மீது சாமி படங்களை வைத்து ஊர் சுற்றி வருவது. யானைகளில் பரமுவின் யானை மிக சிறப்பாக அனைவராலும் ரசிக்கப்படுகிறது.

காட்சி : 06   காலை
வேங்கைபுரம் கிராமம்   வெளியே

ஆட்டு குட்டிகளை புவனா செல்லமாக தடவிக் கொண்டிருப்பது. அப்பா தருமன் விறகுகளை கட்டிக்

கொண்டு வருவது. புவனா ஆட்டுக்குட்டிகளுக்கு தழைகளை போடுவது. அப்பா மகள் உரையாடல். தருமன் கோழிகளுக்கு தீவனம் இடுவது. கிணற்றில் தண்ணீர் இறைப்பது.

காட்சி : 07 பகல்
சாலை வெளியே

சாலையோரமாக உள்ள புல்வெளிகளில் புவனா ஆட்டை மேயவிட்டு, கொண்டிருப்பது. அப்பொழுது பரமு தனது பார்கவன் யானையுடன் வருவது.

புவனாவிடம் யானை குளிக்க நீர்நிலை உள்ளதா என கேட்பது. அவளும் சொல்வது.

பிறகு தான் குடிக்க சிறிது தண்ணீர் கேட்பது. புவனா தண்ணீர் இல்லை... ஆனால் மோர் உள்ளது என கூறி மோரை கொடுப்பது. அப்படியே புவனாவை ஓர கண்ணால் பரமு ரசிப்பது. அதை புவனா கவனிப்பது.

“பார்வை மோசமா இருக்கே?”

”அழகு ரசிப்பதற்கே” என பரமு சொல்ல,

“நான் அவ்வளவு அழகா?”

”எனக்கு அப்படிதான் தெரிகிறது.” என்று பரமு சொல்ல புவனா மனசுக்குள் சிரிப்பது.

பரமு மோர் பானையை கொடுத்துவிட்டு, யானையை கொடுத்து விட்டு, யானையை நீர் நிலை நோக்கி கூட்டி செல்வது.

காட்சி : 08 மாலை
சோமன் வீடு   உள்ளே/வெளியே

சோமனின் வீட்டின் முன்னுள்ள தோட்டத்தில் போடபட்டுள்ள சேரில் சோமன் கம்பீரமாக அமர்ந்திருக்க.... அள்ளக்கை தம்பிகள் சுற்றி நிற்க....

சோமன், "உள்ளாட்சி தேர்தல் அறிவிச்சாச்சு. வர்ற புதன் கிழமை வேட்பு மனு தாக்கல். அதனால் நம்ம கட்சி சார்பாக அதிக படியான பெண் வேட்பாளர்களை போட்டியிட வைக்கலாம் என நினைக்கிறே... நீங்க என்ன சொல்றீங்க?"

"தலைவர் சொன்னா சரி" என்று அன்னைகள் எல்லாம் ஜால்ரா தட்ட, சோமன் சிரிப்பது.

"சரி நீங்க போய் பெண் வேட்பாளர்களை தேர்வு செய்து நேர்காணலுக்கு அனுப்புங்க, என சொல்லி கும்பிடு போட அனைவரும் கலைந்து செல்வது. உருப்படாத கட்சி தலைவர் சோமன் வீட்டினுள் செல்வது.

காட்சி : 09   இரவு
திறந்தவெளி   வெளியே

ஒரு திறந்த வெளியில் பரமு தனது யானை பார்கவனை கட்டி போட்டு விட்டு தான் ஒரு கூடாரம் போட்டு அதனுள் தூங்குவது. குளிர் அவனை வாட்ட மெதுவாக வெளியே வருகிறான். சற்று தொலைவில் ஊர் தெரிகிறது. விடிந்தவுடன் ஊருக்குள் சென்று தனக்கு தேவையானவற்றை வாங்க வேண்டும் என நினைத்தபடி மீண்டும் உள்ளே வந்து படுப்பது.

காட்சி : 10 அதிகாலை
புவனா வீடு வெளியே

புவனா வழக்கம் போல் வாசலில் தண்ணீர் தெளித்து கோலம் இட்டுக் கொண்டு இருப்பது. திடீரென அவளின் பின் புறத்தில் "என்னங்க...' என சத்தம் கேட்க, திரும்பி பார்க்கிறாள் புவனா அவளின் பின்னல் பரமு பாவமாக நிற்பது.

"குடிக்க தண்ணீ வேணுமா?"
"இல்லைங்க"

"மோர் எல்லாம் கிடையாது" "

"அது இல்லைங்க, இங்கே டீ கடை எங்கெ இருக்குதுங்க ராத்திரி கூட எதுவும் சாப்பிடல" என சொல்ல அவனை பார்த்து பரிதாபப்படும் புவனா, இங்கே உட்காருங்க நான் டீ போட்டு தர்றேன். கடை திறக்க இன்னும் நேரமாகும் என சொல்லி டீ போட உள்ளே செல்வது. பரமு வெளியில் திண்ணையில் அமர்ந்திருப்பது.

காட்சி : 11 காலை
புவனா வீடு உள்ளே/வெளியே

புவனா சமையல் அறையில் டீ போட்டு கொண்டு அதை இரண்டு டம்ளரில் ஊற்றி வருவது ஒன்றை தந்தையிடம் தருவது மற்றொன்றை வெளியில் கொண்டு வருவது. அதை காணும் தருமன் "யாருக்கம்மா?" என கேட்க, வந்து சொல்றேன் என்றபடி காபியை கொண்டு போய் பரமுவிடம் கொடுப்பது. பரமு அதை ஆவலுடன் வாங்கி குடிப்பது. அதே நேரம் தர்மன் வெளியே வருவது.

பரமு தன்னை பற்றி அறிமுகப்படுத்துவது. யானைக்கு தென்ன மடல் மற்றும் தலைகள் கிடைக்குமா என கேட்க தர்மன் தான் கொண்டு வந்து தருவதாக சொல்வது, பரமு விடைபெற்று செல்வது.

காட்சி : 12 காலை
கட்சி அலுவலகம்   உள்ளே/வெளியே

சோமன் செய்தியாளர் சந்திப்பு. செய்தியாளர்கள் கேள்வி கேட்பது. சோமன் பதில் சொல்வது கூட்டணியை பற்றி கேள்வி கேட்பது. சோமன் தன் வேட்பாளர்கள் அதிகபடியாக பெண்களை நிறுத்துவதாக சொல்வது. நாளை மறுநாள் வேட்பாளர்களை அறிவிப்பதாக சொல்வது. செய்தியாளர்கள் விடைபெற்று செல்வது.

காட்சி : 13   மாலை
ஆற்றங்கரை   வெளியே

பரமு தனது யானையை தண்ணீர் குடிக்க அழைத்து செல்வது. யானை தண்ணீர் குடித்துக் கொண்டு இருப்பது புவனா வருவது.

பரமு புவனா உரையாடுவது. இருவருக்குள்ளும் காதல் வருவது. புவனா குடத்தில் தண்ணீர் எடுத்துக் கொண்டு செல்வது. பரமு யானையை அழைத்துக் கொண்டு அவள் பின்னே செல்வது.

காட்சி : 14   இரவு
புவனா வீடு   உள்ளே

புவனாவும் அவள் அப்பா தர்மனும் உரையாடுவது.

தர்மன் யானைக்காக தென்னை மடல்கள் மற்றும் காட்டு மர கிளைகளை கொண்டு வந்து கொடுத்ததை பற்றி சொல்வது. பரமு அதற்காக பணம் தந்ததை பற்றி சொல்வது.
புவனா பரமு நல்லவன் என அவனை பற்றி பெருமையாக பேசுவது.

காட்சி : 15   காலை
தெரு   வெளியே

புவனா அலமேலு பேசுவது...

"ஏன்டி புவனா... அந்த யானைக்காரன் என்ன சாதியோ நீயும், உன் அப்பனும் ரொம்ப உறவாடுறீங்க" என கேட்க,

"பாவம், ஏதோ வெளியூரு போல, தலைவர்கிட்ட கேட்டு, இடம் வாங்கிட்டார். எங்க அப்பாவிடம் யானைக்கு தென்னை மடல் கேட்டார் அவரும் கொண்டு வந்து கொடுத்தார். அதுக்கு பணமும் கொடுத்துட்டார். இதுல என்ன சாதி இருக்கு?" என சொல்ல அலமு சலித்தபடி, "நான் சொல்றத சொல்லீட்டேன். அப்புறம் உன் இஷ்டம்" என கூறி வீட்டினுள் நுழைவது.

காட்சி : 16   பகல்
பரமு குடிசை   உள்ளே

வெளியில் யானையை கட்டி வைத்துவிட்டு பரமு உள்ளே சிறிது ஓய்வெடுப்பது. அப்படியே தூங்குவது. திடீரென யானை பிளிரும் சத்தம் கேட்டு, கண் விழிப்பது. கடிகாரத்தை பார்ப்பது மணி மாலை 5 ஆகியிருப்பது. எழுந்து வெளியில் சென்று பார்க்க சிறுவர்கள் சிறு சிறு கற்களை எடுத்து யானை மீது வீசி விளையாடிக் கொண்டு

இருப்பது. பரமு அவர்களை துரத்துவது தூரத்தில் புவனா வருவது.

பரமு வேகவேகமாக முகம் கழுவி தன்னை அழகு படுத்துவது. புவனா வருவது குடிசையில் அமர்ந்து இருவரும் உரையாடுவது. திடீரென புவனா எதிர் பார்க்காமல், பரமு அவளது உதட்டில் முத்தம் இடுவது. "புவனா" என்ன இப்படி பண்ணீட்டீங்க?"

"தப்பா?"

"தப்பில்ல... இருந்தாலும்..."

"சரி... இப்ப ஒன்னு தரட்டுமா?"

சீ... போங்க என புவனா ஓட, அவள் தாவணியை பரமு பிடிக்க, அது அவிழ்ந்து அவன் கையோடு வர, புவனா தனது கைகளை மார்புக்கு கொடுத்து நிற்பது. பரமு எழுந்து அவளை அப்படியே அணைத்து கட்டிலில் சாய்ப்பது.

காட்சி : 17   மாலை
குடிசை   வெளியே

புவனா தனது ஆடையை சரி செய்தபடி குடிசையில் இருந்து வெளியே வருவது. வேகமாக வீட்டை நோக்கி வருவது. பரமு எழுந்து குளிக்க ஆற்றுக்கு செல்வது.

காட்சி : 18   இரவு
புவனா வீடு   உள்ளே

புவனா குளித்துவிட்டு வேறு உடை மாற்றிவிட்டு, சாமி விளக்கு கொளுத்துவது. தர்மன் உள்ளே வருவது.

புவனாவை பார்த்து "என்னம்மா?" இன்னைக்கு எல்லாம் புதுசா தெரியுது என கேட்க,

"புழுக்கமா இருந்திச்சு அதுதான்..." என சொல்ல சரி என்றபடி தர்மன் கைகால் அலம்ப செல்வது.

காட்சி : 19 காலை
கோவில் உள்ளே/வெளியே

பரமு யானையுடன் கோவில் வாசலில் நிற்பது. புவனா சாமி கும்பிட்டு விட்டு கோவிலில் இருந்து வெளியே வருவது.
பரமு புவனாவை பார்த்து சிரிக்க புவனா பரமுவிற்கு விபூதி கொடுப்பது. தேங்காயை பார்க்கவனுக்கு கொடுப்பது.
பார்கவன் தனது தும்பிக்கையால் புவனாவை ஆசீர்வாதம் செய்வது.
மூவரும் நடந்து வருவது. பரமு புவனா உரையாடல்.

காட்சி : 20 பகல்
சோமன் வீடு உள்ளே

சோமனுக்கு பிரபல கட்சி தலைவரிடம் இருந்து போன் வருவது. டீல் பேசப்படுவது. சற்று நேரத்தில் ஒரு மாருதி - 800 வருவது பெட்டிகள் உள்ளே கொண்டு வருவது. பிரபல கட்சி தலைவரிடம் சோமன் சிரித்தபடி பேசுவது.

காட்சி : 21 காலை
சோமன் அலுவலகம் வெளியே

சோமன் பத்திரிகையாளர் சந்திப்பு நடத்துவது. தனது கட்சி உள்ளாட்சி தேர்தலில் போட்டி இல்லை என்றும்

தங்கள் கட்சி, அந்த பிரபல கட்சிக்கு ஆதரவு தரும் என்றும் அறிவிப்பது.

ஏன் என்று பத்திரிகையாளர் கேட்க "ஓட்டுகள் சிதறினால் தேவையற்றவர்கள் ஜெயித்து விடுவார்கள். எனவே, நாங்கள் அதை விரும்பவில்லை என் தமிழ்! என் மக்கள்! " என்றபடி பேட்டியை முடித்துக் கொள்வது.

காட்சி : 22 காலை
புவனா வீடு   உள்ளே/வெளியே

புவனா கோழிகளுக்கு தீவனம் கொடுப்பது. அப்போது சிலர் ஓடிவருவது தர்மன் மரத்தில் இருந்து கீழே விழுந்து விட்டதாகவும் மருத்துவனைக்கு கொண்டு செல்லப்பட்டதாகவும் சொல்வது.

புவனா கதறியபடி ஓடிவது... அதை காணும் பரமு என்னவென்று விசாரித்து விட்டு அவனும் வேகமாக மருத்துவமனையை நோக்கி சொல்வது.

காட்சி : 23 பகல்
மருத்துவனை   உள்ளே/வெளியே

புவனா கதறியபடி உள்ளே சென்று விசாரிக்க, தர்மன் இறந்து விட்டதாகவும் பிணத்தை மார்ச்சுவரியில் வைத்திருப்பதாகவும் சொல்வது.
புவனா அப்படியே மயங்கி விழுவது. பரமு அதே சமயம் உள்ளே வருவது.

புவனாவை மயக்கம் தெளிய வைத்து அழைத்து செல்வது.

காட்சி : 24 காலை
புவனா வீடு   உள்ளே/வெளியே

தர்மனின் புகைப்படத்திற்கு மாலையிட்டு, விளக்கேற்றி வைத்து புவனா அழுதுக்கொண்டு இருப்பது. உறவினர்கள் ஆறுதல் கூறுவது.
அதே நேரம், பரமு உள்ளே வருவது சில உறவினர்கள் முகம் சுளிப்பது. சிலர் யாரென விசாரிப்பது.
புவனா எதுக்கும் பதில் சொல்லாமல் இருப்பது. உறவினர்கள் ஒவ்வொருவராக வெளியேறுவது. சிறிது நேரத்திற்கு பிறகு அலமேலு மற்றும் பரமு இருவர் மட்டும் இருப்பது. அலமேலுவும் வெளியேறுவது. உடனே புவனா பீறிட்டு அழுது பரமுவின் மடியில் முகம் புதைத்தபடி தேம்பி, தேம்பி அழுவது. அவன் அவளுக்கு ஆறுதல் சொல்வது.

காட்சி : 25   மாலை
புவனா வீடு   உள்ளே

நான்கு மாதங்களுக்கு பிறகு புவனாவை பார்க்க பரமு வருவது. புவனா அவனை உள்ளே அழைப்பது. அதே நேரம் தெருவில் இருப்பவர்கள் அதை எதிர்ப்பது.
இந்த தெருவின் புனிதம் கெட நாங்கள் சம்மதிக்க மாட்டோம் என சொல்வது. பிரச்சினை செய்வது. புவனா உங்களால் முடிந்ததைச் பாருங்கள் என சொல்லி கதவை தாளிடுவது.

காட்சி : 26   மாலை
சோமன் வீடு   உள்ளே

தேர்தல் முடிவுகள் அறிவிக்கபட்டுவிட்டது. சோமன் பணம் வாங்கிய அந்த பிரபல கட்சி பெரிய அளவில் உள்ளாட்சி தேர்தலில் ஜெயிக்கவில்லை. காரணம் சோமன்

கட்சி ஓட்டுகள் அதிகம் உள்ளதாக சொல்லப்பட்ட இடங்களில் அந்த பிரபல கட்சிக்கு சுமாரான வாக்குகளே விழுந்தன. காரணம் சோமன் பணத்தை மொத்தமாக மறைத்து விட்டதை அறியும் தம்பிகள், ஓட்டு வேறு சின்னத்திற்கு போட்டு கம்பியை நீட்டி விட்டார்கள்.

காட்சி : 27 காலை
சோமன் அலுவலகம் உள்ளே/வெளியே

சோமன் தனது தம்பிகளை லெப்ட், ரைட் வாங்குவது. அவர்களில் சிலர் கட்சி தலைமை தங்களுக்கு எதுவும் செய்வதில்லை என்றும் அதனால் கட்சியை விட்டு விலகுவதாகவும் சொல்ல, அங்கே நாற்காலிகள் பறக்க தொடங்குகிறது. கண்ணாடி ஜன்னல்கள் தூளாகிறது.
சட்டைகள் கிழிக்கப்படுகிறது. வேட்டிகள் உருவபடுகிறது. மொத்தத்தில் கலவர பூமியாக மாறுகிறது. சோமனின் கட்சி அலுவலகம்.

காட்சி : 28 காலை
புவனா வீடு உள்ளே/வெளியே

புவனா குடியிருக்கும் வீட்டின் உரிமையாளர் அம்மா கல்யாணி வருவது. புவனா வரவேற்பது. கல்யாணி அம்மாள் இவளுடன் பரமு பழகுவதை நிறுத்த சொல்வது. சாதியை பற்றி பேசுவது. இல்லையென்றால் வீட்டை காலி செய்ய சொல்வது.

புவனா இரண்டு மாத தவணை கேட்பது. கல்யாணி சரி என சொல்லி செல்வது.

காட்சி : 29 மாலை
சோமன் வீடு உள்ளே

சோமனின் கைபேசி ஒலிப்பது. சோமன் ஆன் செய்து பேசுவது. சோமனின் வீடு, அலுவலகம் மற்றும் உறவினர்கள் வீடு அனைத்தும் ஒரே நேரத்தில் ரெய்டு செய்வதாக தகவல் என ஒரு உயர் அதிகாரி சொல்வது. சோமன் வியர்ப்பது. போன் கட் செய்துவிட்டு, தனது நம்பிக்கையான சில ஆட்களை அழைப்பது.

காட்சி : 30 காலை
தெரு வெளியே

பரமு தனது யானை பார்கவனுடன் தெருவிற்குள் சென்றுக் கொண்டிருப்பது. ஒரு டீ கடை முன்னால் யானையை நிறுத்திவிட்டு பரமு டீ குடிப்பது.
சில சிறுவர்கள் பட்டாசை கொளுத்தி யானை மீது வீச... யானை மதங்கொண்டு திமிரி ஓட ஆரம்பிப்பது. அதை காணும் பரமு யானையை பிடிக்க ஓடுவது. யானை ஊருக்குள் புகுந்து குடிநீர் தொட்டி, காய்கறி தோட்டம் என அனைத்தையும் துவம்சம் செய்வது. கடைசியில் ஒரு வழியாக பரமு பார்கவனை அடக்கி விடுவது.

காட்சி : 31 மாலை
ஊர்பஞ்சாயத்து வெளியே

பரமு, புவனா, யானை எல்லாம் ஊரைவிட்டு போய் விட வேண்டும். இல்லை என்றால் கொளுத்தி விடுவோம் என கூறுவது பஞ்சாயத்து கலைவது.

காட்சி : 32   இரவு
பரமு குடிசைஉள்ளே/வெளியே

பரமு, புவனா இருவரும் பரமு குடிசையில் படுத்திருப்பது. திடீரென காட்டுப் பகுதியில் லாரிகள் வரும் சத்தம் கேட்பது.
புவனாவிடம் படுத்துக் கொள்ள சொல்லிவிட்டு, பரமு மட்டும் தனியாக வெளியே வருவது. அப்போது லாரியில் இருந்து ஏதோ பெட்டிகள் இறக்கப்படுவதும் அவை புதைக்கப்படுவதும், பரமு ஒளிந்திருந்து காண்பது.

காட்சி : 33   காலை
சோமன் வீடு   உள்ளே

சோமன் தன் அள்ள கைகளிடம் பேசுவது அவர்கள் இரவு பணபெட்டிகளை புதைத்ததையும் அவற்றை போட்டோ எடுத்து வந்ததையும் காட்டுவது.
அதே நேரத்தில் சோமனுக்கு சொந்தமான இடங்களில் ரெய்டு நடப்பது.

காட்சி : 34   பகல்
பரமு குடிசை

வனத்துறை அதிகாரிகள் வருவது. பரமுவை இடத்தை காலி செய்யச் சொல்வது. யானையை வனத்துறையினர் அழைத்து செல்வது.

பார்கவன் கண்ணீர் சிந்தி அழுதபடி லாரியில் ஏற்றிக் கொண்டு செல்வது. ஊரே கூடி வேடிக்கை பார்ப்பது. பரமு கண்கள் கலங்குவது, ஊரார் புவனாவை மிகவும் கேவலமாக பேசுவது. புவனா அழுவது...

காட்சி : 35 மாலை
பரமு குடிசை உள்ளே

பரமு புவனாவிடம் இன்று இரவு நாம் இந்த ஊரை விட்டு செல்கிறோம் என சொல்ல புவனா, பணம்? என கேட்க, பரமு இரவு கண்டவற்றை சொல்வது புவனா ஆச்சரியபடுவது இரவு எப்பொழுது ஆகும் என காத்திருப்பது.

காட்சி : 36 இரவு
சோமன் வீடு உள்ளே

ரெய்டு முடிந்து எதுவும் கிடைக்காமல் அதிகாரிகள் சென்றதை கொண்டாடும் விதமாக அள்ள கைகளுடன் சோமன் சோமபானம் அருந்துவது அவர்களிடம் உரையாடுவது.
“நாளை இரவு பணத்தை நாம் எடுத்துக் கொள்ளலாம்” என சோமன் சொல்ல, அள்ள கைகள் ஆமோதிப்பது. அனைவரும் புல்லாக தண்ணீ அடிப்பது.

காட்சி : 37 இரவு
காடு வெளியே

பரமு தான் கொண்டு வந்த மண்வெட்டி கடப்பாரை உதவியுடன் ஒரு குழியை தொண்டி அதில் உள்ள பெட்டியை எடுத்து திறந்து பார்க்கிறான். அதில் பண கட்டுகளும் ஏராளமான நகைகளும் இருப்பது. அதை மட்டும் எடுத்துக் கொண்டு செல்வது. போகும் போது பல காகிதத்தில் காட்டில் புதையல் என எழுதி வீதியில் எரிந்து விட்டு செல்கிறான்.

காட்சி : 38   அதிகாலை
தெரு   வெளியே

வாசல் கூட்டி தண்ணீர் தெளிக்க வரும் பெண்மணி அந்த காகிதத்தை படிக்கிறாள். தனது கணவனை எழுப்பி விசயம் சொல்ல அவன் செல்கிறான். சிறிது நேரத்தில் பணத்துடன் வருவது.. ஊர் முழுவதும் செய்தி பரவ கடப்பாரைகள் காட்டைக் குழி தோண்டி கொண்டிருந்தன. செய்தி சோமன் காதுகளை எட்ட பதறி போகிறான் தேள் கடித்த திருடனை போல செய்வதறியாமல் நிற்கிறான்.

காட்சி : 39 காலை
பரமு குடிசை   உள்ளே/வெளியே

பரமு குடிசையின் உள் சென்று ஊர் மக்கள் பார்ப்பது. குடிசை காலியாக இருப்பது. இரவோடு இரவாக அவர்கள் பயந்து சென்று விட்டார்கள் என எண்ணி ஊர் மக்கள் சந்தோஷம் கொள்வது.

காட்சி : 40 மாலை
ரயில்   உள்ளே

ரயிலின் உள்ளே அமர்ந்தபடி மேற்கே சூரியன் மறையும் அழகை ரசித்தபடி ஜன்னல் இருக்கையில் அமர்ந்து மும்பையை நோக்கி பயணித்து கொண்டிருந்தனர் பரமுவும், புவனாவும், பெரும் செல்வத்துடன்.... ஆனால் யானையை நினைத்தபடி கண்ணீர் ஊறுகிறது.

திரைக்கதை 3

ஒரு கை உணவில்

யோகா மையத்திற்கு அவர்கள் பயிற்சிக்காக செல்கிறார்கள். அங்கே டெலிபோன் எக்சேஞ்ச் வேலை செய்யும் ஒருவன் இருக்கிறான் யோகா பயிற்சிக்கு போகிறான். அவனின் அனுபவங்கள்,, அப்புறம் காதலர்கள் இரண்டு ஜோடிகள். ஐட்டி வேலையாட்கள் கொரோனா காலத்தில் பாதிப்பானவர்கள் இவர்கள் செல்கிறார்கள். இவர்கள் அனைவரும் ஒரு மேனேஜரின் பிடியில் இருக்கிறார்கள். மேனஜர் அந்த பயிற்சிக்கு வருபவர்களை கண்காணிக்கிறார். அந்த மேனஜர் ஒரு பெண்ணை பாலியல் ரீதியாக பயன்படுத்துகிறார். அந்தப் பெண் அவரிடம் இருந்து தப்பிக்க நினைக்கிறார். அந்த பெண் தப்பித்தாளா அந்த மேலாளர் அயோக்கியன் ஆக வெளிக்காட்டப்பட்டானா...

காட்சி : 01 பகல்
வீடு உள்ளே

மதன் தன் கணினியில் தோன்றும் கற்பகம் என்னும் பொம்மையுடன் உரையாடுவது. அந்த பொம்மைக்கு கற்பகம் என்று பெயர் வைக்கிறான் மதன்.

காட்சி : 02 பகல்
வீடு   உள்ளே

மதன் கற்பகவள்ளி என்பவளை பற்றியும் அவள் பஞ்சாயத்து யூனியனில் வேலை செய்தது பற்றியும் கற்பக பொம்மையுடன் பேசுவது.

காட்சி : 03 காலை
யூனியன் ஆபீஸ் உள்ளே/வெளியே

யூனியன் ஆபீஸில் டெலிபோன் இணைப்பு தர மதன் செல்வது. அங்கே கற்பகவள்ளியை சந்திப்பது மதன் கற்பகவள்ளி உரையாடல்.

காட்சி : 04 பகல்
தொலைபேசி நிலையம்   உள்ளே/வெளியே

மதன் தொலைபேசி பில்லை கட்ட தொலைபேசி நிலையம் வருவது. கற்பகவள்ளி மற்றும் கிராமவாசிகள் தரும் பணத்தை மதன் கொண்டு வந்து கட்டி பில்லை பெற்று கொண்டு செல்வது.

காட்சி : 05 மாலை
பஞ்சாயத்து அலுவலகம்   உள்ளே/வெளியே

மதன் தனது டூவீலரில் வருவது கற்பகவள்ளியிடன் பில்லை கொடுப்பது இருவரும் உரையாடுவது.

காட்சி : 06 காலை
வீடு   உள்ளே

மதன் கற்பகம் பொம்மையிடம் கற்பகவள்ளியை பற்றி பேசி முடித்ததும் கணினியில் ஓடிய கற்பகம்

பொம்மை திரைப்படத்தை ஆஃப் செய்கிறான். அவனது கற்பகம் மறைந்து விடுவது.

காட்சி : 07 காலை
வீடு உள்ளே/வெளியே

மதன் கணினியை நிறுத்திவிட்டு மெதுவாக நாற்காலியில் சாய்ந்து கண்களை மூடுகிறான். அவனுக்கு எட்டாம் வகுப்பில் படிக்கும் போது வேலைக்கு போன ஞாபகம் வருகிறது.

அப்பாவின் ஆசைக்காக வேலைக்கு போனதும், பனியன் கம்பெனி மேஸ்திரி அடிப்பதும் பிறகு அப்பாவிற்கு விபத்து நடப்பது. பின் அம்மாவின் உதவியால் மீண்டும் பள்ளிக்கு சென்றதும் நினைவு வருகிறது. மெதுவாக கண்களை திறப்பவன் நாற்காலியில் இருந்து எழுந்து வாசலுக்கு வருவது மரங்கள் அடர்ந்த சுவற்றின் ஓரத்தில் ஏதோ ஒரு மரத்தின் வேர் ஊடுருவி சுவர் விரிசல் ஆகி இருப்பதை அதன் காண்கிறான்.

காட்சி : 08 காலை
பிறந்தநாள் வீடு உள்ளே/வெளியே

பிறந்தநாள் கொண்டாட்டத்திற்காக அலங்கரிக்கப்பட்ட வீட்டின் முற்றத்தில் சிறுவர்கள் விளையாடி கொண்டிருப்பது. ஒருவர் மாஸ்க் போட்டபடி வாகனத்தில் வருவது. சிறுவர்கள் குறுக்கே வருவது. வாகன ஓட்டி அறிவுரை சொல்வது. மாஸ்க் போட வற்புறுத்தி சொல்வது.

காட்சி : 09 காலை
பிறந்தநாள் வீடு உள்ளே

அந்த மூன்று வயது குழந்தைக்கு பிறந்தநாள் கொண்டாடுவது அனைவரும் ஹாப்பி 'பர்த்டே' பாடுவது

சிறுவர்களுக்கு கேக் துண்டுகள் கொடுப்பது. சிறுவர்கள் மாஸ்க் போடுவதைப் பற்றி சொல்வது.

காட்சி : 10 காலை
சாலை வெளியே

பெட்ரோல் விலை உயர்வின் காரணமாக மதன் தனது டூவீலரை வீட்டில் நிறுத்திவிட்டு நடந்து வருவது. டெலிபோன் நிலையத்தில் இவனைப் போன்ற தற்காலிக ஊழியர்களுக்கு எட்டு மாதம் சம்பளம் லேட்டாக தருவது. கொரோனா காலம் என்பதால் அவன் தக்க பாதுகாப்பான மாஸ்க் அணிந்திருந்தான்.

காட்சி : 11 காலை
அறிவு திருக்கோவில் உள்ளே/வெளியே

அறிவு திருக்கோவிலில் உடற்பயிற்சி மற்றும் யோகா கலையை கற்க அதன் அங்கே செல்வது. அங்குள்ள ஊழியரிடம் உரையாடுவது.

காட்சி : 12 பகல்
பேருந்து நிலையம் உள்ளே

பேருந்து நிலையத்தில் தாடியுடன் ஒருவன் பாடிக் கொண்டிருப்பது பிறகு உரையாடுவது.
பேருந்து நிலைய பெஞ்சில் அமர்ந்திருக்கும் சங்கர் அந்த தாடிக்கார பாடகனிடம் ஒன்ஸ்மோர் கேட்க இந்த ரசிகனுக்காக அந்த பாடல்கள் மீண்டும் படுகிறான். பாடலைக் கேட்கும் சங்கர் பாடகனை பாராட்டி பேசுவது. போலீஸ் வாகனம் வருவது போலீஸ் பாடகனை விசாரிப்பது.

காட்சி : 13 மாலை
மாந்தோப்பு உள்ளே/வெளியே

மலரும் கவிநேசமும் அந்த மாந்தோப்பில் பேசிக்கொண்டு இருப்பது. மலர் " நம்ம காதலை இந்த ஊர் ஏத்துகுமா? நீங்க பொழம்புற சாதி.... ஆனா நான்...."
கவிநேசன் " காதலிக்கிற நமக்கே சாதி வேண்டாங்குறோம்..." ஆனா வீணா போன இந்த ஊர் காரனுங்களுக்கு மட்டும் ஏன் தான் இந்த சாதி பைத்தியம் முத்தி கிடக்குது. எதையும் தாண்டி ஜெயிக்கிறது தான் வெற்றி.
நம் காதலும் அப்படியே ஜெயிக்கும் என சொல்லியபடி மலரை அணைத்து உதட்டில் முத்தம் இடுவது. அதே வேளையில் தூரத்தில் சிலர் வருவதை காணும் மலர், "கவி யாரோ வராங்க நம்மள பார்த்தா அவ்ளோ தான்" என்றபடி இருவரும் மறைந்து கொள்வது.
மாந்தோப்பில் வரும் ஆட்கள் மாங்காய் விளைச்சலையும் விலை வீழ்ச்சியையும் பற்றி பேசிக்கொண்டு நடந்து இவர்களை காணாமல் கடந்து செல்வது.
பிறகு இருவரும் மாந்தோப்பை விட்டு வெளியே வந்து தனித்தனியே பிரிந்து அவரவர் பாதையில் நடப்பது.

காட்சி : 14 காலை
சாலை வெளியே

யோகா மாஸ்டர் நடந்து வருவது மதன் எதிரே வருவது இருவரும் உரையாடுவது.
அதே நேரம் வெள்ளை நைட் கவுனில் இளமை ததும்ப கிருஷ்டி நடந்து வருவது. மதன் கிருஷ்டி உரையாடுவது.
இருவரும் பேசியபடி நடந்து செல்வது. வாட்ஸ் ஆப் குரூப்பில் இணைய சொல்வது.

காட்சி : 15 காலை
மலர் ஊர்   உள்ளே/வெளியே

மலர் குடத்தில் தண்ணீர் கொண்டு வருவது. அப்போது தூரத்தில் இருந்து கவுண்டர் அம்மா அழைப்பது ஏய்.... உன் அப்பன வர சொல்லு 'சரிங்க அம்மா' என சொல்லியபடி மலர் செல்வது.
தண்ணீர் குடத்தை வீட்டில் இறக்கி வைத்து விட்டு அப்பனிடம் கவுண்டர் அம்மா கூப்பிட்டதாக சொல்வது. அவரும் கவுண்டர் அம்மா வீட்டிற்கு செல்வது.

காட்சி : 16 மாலை
அறிவு திருக்கோவில்   உள்ளே

சோமசுந்தரம் மூலிகை சூப் தயாரித்து அனைவருக்கும் கொடுப்பது.
சோமசுந்தரம் பற்றி மதன் விசாரிப்பது சோமசுந்தரம் தன்னை பற்றி சொல்வது.
யோகா முடிந்த பிறகு ஒவ்வொருவரும் தங்கள் உணவு பழக்கங்களை பற்றி கூறுவது.

காட்சி : 17 காலை
பிரதான சாலை   வெளியே

சோபா, மதன், கிருஷ்டி சந்தித்து பேசுவது வடநாட்டு இளைஞனின் குழந்தையை காணாமல் அந்த இளைஞனும் மனைவியும் தேடுவது போலீஸ் வண்டி ரோந்து வருவது. சுவிட்சர்லாந்து பின்லாண்டை துறை நிதிவனம் பற்றிய செய்தியை கிருஷ்டிக்கு மதன் கொடுப்பது.

காட்சி : 18 காலை
கவுண்டர் தோட்டம் வெளியே

மலரின் அப்பா முனுசாமி கவுண்டர் தோட்டத்தில் வேலை செய்து கொண்டிருப்பது. கவுண்டர் அம்மா வருவது. முனுசாமி அழைப்பது.

"டேய் முனுசாமி"

"ஏனுங்க தாயி"

"வீட்ல பாத்ரூம் தண்ணி சரியா வெளியே போகல பைப்புல ஏதாவது அடைப்பு இருக்குதான்னு பாக்கணும் வாடா" என அழைக்க முனியன் மண்வெட்டியுடன் கவுண்டர் அம்மாவை பின் தொடர்வது.

காட்சி : 19 மாலை
மலர் வீடு உள்ளே

மலர் வீட்டில் இருந்து கவிநேசனுக்கு போன் செய்வது நாளை காலை இருவரும் தாராபுரம் அகஸ்தீஸ்வரர் கோவிலில் சந்திக்கலாம் என்ற செய்தியை அலைபேசி மூலமாக அவனுக்கு தெரிவிப்பது.
கவிநேசன் வீடு காங்கயம். செகந்தாழி கிராமம், திருப்பூர். இருவரும் ஒன்றாக ஐடி கம்பெனியில் வேலை பார்க்கிறார்கள்.

காட்சி : 20 இரவு
பேருந்து வெளியே

மதன் பேருந்தில் போய் கொண்டிருப்பது. தூரத்தில் வானத்தில் ரம்மியமான காட்சியாக நட்சத்திரம் நீலவானில் பின்னணியில் மின்னி கொண்டிருப்பது காணும்

அவனுக்கு பழைய நினைவுகள் வருவது. நம்பியூர் பாதை தொலைத்தொடர்பு கேபிள் வேலைகளை மதன் பார்த்த அந்த நாட்கள் அவன் கண் முன்னே கடந்து செல்கிறது. திருப்பூர் என நடத்தினர் சத்தமிட கனவு கலைந்தவனாக மதன் திருப்பூர் புதிய பேருந்து நிலையத்தில் இறங்குவது.

காட்சி : 21 மாலை
அகத்தீஸ்வரர் கோவில் தாராபுரம் வெளியே

மலரும் கவினேசனும் கோவிலில் சாமி தரிசனம் செய்துவிட்டு ஆற்றங்கரை படித்துறையில் அமர்ந்து பேசிக் கொண்டிருப்பது.

கொரோனா நம்ம இப்படி பிரித்து விட்டதே என இருவரும் கவலைப்படுவது. கொரோனா உச்சம் தொட்டதால் ஐடி கம்பெனி ஊழியர்கள் அவரவர் வீட்டில் இருந்து பணி செய்ய நிர்வாகம் சொல்லிவிட்டதால் இருவரும் பிரிந்து வேலை செய்யும் நிலை ஏற்பட்டது.

“இந்த கொரோனா நம்மை நிரந்தரமாக பிரித்து விடுமோ என்ற பயமாக இருக்கு கவி எனக்கு” என சோகமாக மலர் சொல்ல, “நம்ம காதல கொரோனா மட்டும் இல்ல எந்த கொம்பனாலும் பிரிக்க முடியாது” என்ன கவிநேசன் சொல்ல, மலர் அவன் தோள்களில் ஆறுதலாக சாய்கிறாள் அவனும் அவளின் தலையை மெதுவாக வருடுகிறான் அமராவதி ஆற்றின் அழகை ரசித்தபடி.

காட்சி : 22 மாலை
நிஜாமுதீன் வீடு உள்ளே/வெளியே

சங்கரும் மதனும் நிஜாமுதீன் வீட்டிற்கு செல்வது நிஜாமுதீன் தொழுது கொண்டிருப்பது தொழுகை முடித்து

விட்டு இருவரிடமும் பேசுவது நிஜாமுதீன் தனது சங்கடங்களை சொல்வது இருவரும் ஆறுதல் சொல்லுவது பிறகு அங்கிருந்து புறப்படுவது.

காட்சி : 23   காலை
திருக்கோவில்   உள்ளே
பயிற்சி வகுப்பு நடப்பது.

உடலா? உயிரா? மானமா? ஜீவசாந்தமா? என இதே கேள்வியை கேட்பது. அதற்கான விளக்கங்களை தருவது. காலையில் மதன் கண்ணில் பட்ட விளம்பர பேப்பரில் பழையவைகள் வாங்கப்படும் என இருந்தது. அதனால் தன்னிடம் இருந்த பொருட்களை விற்று பணம் ஆக்குவது.

காட்சி : 24   இரவு
மதன் வீடு   உள்ளே

மதன் மீன் குழம்புடன் உணவு சாப்பிட்டு விட்டு நன்றாக தூங்கலாம் என படுக்கையில் போய் அமர்வது. அதே நேரம் அவனுக்கு போன் வருவது. அண்ணி பேசுவது இருவரும் பேசிவிட்டு போனை கட் செய்ய அவனது கண்களில் தூக்கம் தள்ளாட அப்படியே படுக்கையில் சாய்கிறான் கண்களை மூடுகிறான்.

காட்சி : 25   காலை
மதன் வீடு   உள்ளே

மதன் குளித்து முடித்துவிட்டு தனது கைபேசியை எடுத்து வாட்ஸ் அப் செய்திகளை பார்க்கிறான். காலை மாலை வணக்கங்களுடன் குரூப் சேரில் ஒரு வடநாட்டு இளைஞனின் மனைவி விற்கப்படும் செய்தியை பார்த்து

மதன் அதிர்ச்சி அடைவது. கொரோனாவின் கொடுமையை இந்த விளம்பரம் உலகிற்கு அறிவிப்பது போல மதன் மனதுக்கு தோன்றியது.

காட்சி : 26 பகல்
மலர் வீடு உள்ளே

மலரின் தந்தை முனுசாமி மலரிடம் அவரது தூரத்து உறவுக்கார பையன் ஒருவனை உனக்கு திருமணம் செய்து வைக்கலாம் என இருக்கிறேன் என சொல்வது. மலர் கொரோனா முடியட்டும் அப்புறம் கல்யாணத்தைப் பற்றி பேசலாம் என சொல்வது.
அப்பா, மலர், அம்மா உரையாடல்.

காட்சி : 27 இரவு
கவிநேசன் வீடு உள்ளே

கவி தனது படுக்கை அறையில் படுத்திருப்பது. அவனது அலைபேசி ஒலிப்பது. கவி அதை எடுத்து பார்ப்பது. 'மலர்' என டிஸ்ப்ளே காட்ட, ஆர்வமாய் போனை ஆன் செய்து, பேசுவது.

எதிர் முனையில் மலர் "ஏன் காலையில் இருந்து போனை எடுக்கல? என கேட்க, கவி பதில் சொல்வது. காலையில் மலரின் வீட்டில் நடந்தவற்றை கவியிடம் கூறுவது. கவி நாளை சந்தித்து நேரில் பேசுவதாக கூறுவது.

காட்சி : 28 காலை
செவந்தம் பாளையம் பிரதான சாலை வெளியே

உடல் ஊனமுற்றோர்கள், தங்களுக்கான நிவாரண தொகை வேண்டி ஆர்ப்பாட்டம் செய்வது. போலீஸ் தடிஅடி

நடத்துவது. மூன்றாவது நாளாக தொடர்வது. அங்கே பதற்றமான சூழ்நிலை நிலவுவது. போலீஸ் லத்தியால் அடித்து அனைவரையும் துரத்துவது...

காட்சி : 29   பகல்
தேனீர்கடை   உள்ளே

மலர், கவிநேசன் இருவரும் காபி ஆர்டர் பண்ணி குடித்தபடி தங்கள் பிரச்சனைகளை பேசுவது. திடீரென திருமணம் செய்தால் பிரச்சனை வரும் என மலர் சொல்வது.

"காதல்லனாலே பிரச்சனை தான். அதுக்காக பயப்பட கூடாது" என கவி சொல்வது.
இருவரும் ஒரு முடிவுடன் புறப்படுவது.

காட்சி : 30 காலை
பழனி முருகன் கோவில்   உள்ளே/வெளியே

மலரும், கவியும் இருவரும் திருமணம் செய்துக் கொள்வது. அதன் பிறகு இருவரும் திருப்பூரை நோக்கி வருவது.

காட்சி : 31   காலை
மலர் வீடு   வெளியே

மலரின் அப்பா முனுசாமி மலரின் அறையில் இருக்கும் கடிதத்தை படிப்பது. மலர் தான் கவியை காதலிப்பதையும், அவரை திருமணம் செய்துக் கொள்வதையும் பற்றி தெளிவாக எழுதி இருப்பது.

காட்சி : 32 காலை
கவிநேசன் வீடு   உள்ளே/வெளியே

கவிநேசனின் அப்பா சாதி விசயத்தில் கறார். மகன் செத்தாலும் பரவாயில்லை. மானம் தான் பெருசு என நினைக்கும் வெறியர் என்று கூட சொல்லலாம். விசாரித்ததில் மலரின் வீட்டு முகவரி கிடைக்க... வண்டி மலரின் வீட்டை நோக்கி கிளம்புகிறது.

காட்சி : 33 காலை
தேனீர் விடுதி   உள்ளே/வெளியே

மதன் டீ ஆர்டர் செய்துவிட்டு தனது கைபேசியை எடுத்து அன்று வாட்ஸ் அப் குரூப்பில் வந்த செய்தியை படிப்பது. அவனுக்கு எதிரே உள்ள மேஜையில் மலரும் கவிநேசனும் உரையாடுவது...
"நாம தனியாக போலீஸ் ஸ்டேஷன் போன சரிவருமா" என மலர் கேட்க, "இங்கே நமக்கு உதவ யார் வருவார்" என கவி சொல்வது.
இவர்களின் உரையாடலை கேட்கும் மதன், அவர்கள் அருகே சென்று விவாரிப்பது. கவி மலர் இருவரும் இணைந்த தங்களின் கதையை சொல்வது. மதன் தான உதவுவதாக சொல்வது தான் போனை எடுத்து அலோசி கிருஷ்டி மற்றும் சமூக சேவகி மேரி ஆகியோரை அழைப்பது.
விசயத்தை சொல்வது. அவர்கள் உரையாடுவது. பிறகு மதன் இருவரையும் அழைத்து விட்டு, வெளியே வருவது.

காட்சி : 34 காலை
மலரின் வீடு   உள்ளே/வெளியே

கவியின் அப்பா மற்றும் சிலர் தகராரில் ஈடுபடுவது. ஊரார் பிள்ளைகள் தவறுக்கு பெற்றவர்களின் நிலை இப்படிதான் மானங்கெடும் என யோக்கிய வசனம் பேசுவது. அதே நேரம், கவி அப்பா, மலர் அப்பா இருவருக்கும் தொலைபேசி அழைப்பு திருப்பூர் காவல் நிலையத்தில் இருந்து வருவது.

சுப்ரபாரதிமணியன்

உடனே வரும்படி. அனைவரும் கலைந்து செல்வது.

காட்சி : 35 பகல்
காவல் நிலையம் உள்ளே/வெளியே

வக்கீல் ஒருவருடன் மதன் க்ரூப்ஸ் உள்ளே கவி, மலர் இருவருக்காக, போலீசிடம் பேசிக் கொண்டிருப்பது. இருவரின் பெற்றோரும் உள்ளே வருவது.

மகளிர் ஆய்வாளர் சாந்தினி இருவருடைய பெற்றோரிடமும் பேசுவது. அவர்கள் உரையாடுவது. கடைசியாக் கவியின் அப்பா இவன் என் மகன் இல்லை. அந்த சாதியில் சேர்ந்த இவன் இனி என் பெயரை சொல்ல கூடாது என ஆவேசமா பேச...

மதன் "ஐயா... ஒரு கை உணவில்... எத்தனை பேர் உழைப்பு எத்தனை சாதிகாரர்களின் வியர்வை இருக்குன்னு நமக்கு தெரியாது. ஆனா நாம வாழ அந்த உணவை சாப்புடுறோம். சாதி பார்த்தா சாப்புடாம நாமதான் சாவனும். சாதிங்கிறது அடையாளம் இல்லைங்க அது ஒரு அடைமொழி அவ்வளவு தான். எல்லோரையும் நேசிப்போம்! நல்லத மட்டும் யோசிப்போம்! அவங்கள வாழ விடுங்க" என மதன் பேசி முடிக்க, அனைவரும் கை தட்டுவது. கவி மலர் இருவரின் கண்களும் ஈரமாடுவது...

(சுப்ரபாரதிமணியனின் " ஒரு கை உணவில் ...நாவலை அடிப்படையாகக் கொண்ட திரைக்கதை - நாவல் டிஸ்கவரி புக் பேல்ஸ் , சென்னை வெளியீடு)

திரைக்கதை 4

ரூபங்கள்

சாமியார் பல லீலைகள் செய்து கொண்டிருக்கிறார். அவருடைய லீலைகளை கிண்டல் செய்கிறார்கள் இளைஞர்கள். இளைஞர்களை தன் மாய சக்தியால், மந்திரத்தால் பிராணிகளாக விலங்குகளாக மாறி விடுகிறார்கள். சில கொலைகள் நடக்கின்றன அந்த சாமியார் இல்லாமல் போகிறார். சாமியினுடைய மகன் திரும்ப வருகிறார் வந்து கிண்டல் செய்த இளைஞர்கள் நாய்களாகவும், யானைகளாகவும் இருப்பதை பார்க்கிறார் அவர்களை மனிதர்களாக்க முயற்சி எடுக்கிறார். அப்பா சாமியார் கீப்பாக வைத்திருந்த ஒரு பெண்ணிடம் அந்த விலங்குகளை மறுபடியும் மனிதர்களாக மாற்றும் மந்திரம் இருக்கிறது. அவரை தேடி போகிறார்கள். அவர்கள் மறுபடியும் விலங்குகளிலிருந்து உருவம் மாறி மனித ரூபங்களில் வந்தார்களா... இளைஞர்கள் காதலிகளோடு சேர்ந்தார்களா...

சுப்ரபாரதிமணியன்

காட்சி : 01 காலை
ஆற்றங்கரை கோவில் உள்ளே/வெளியே

மேனகா பயபக்தியுடன் சிவபெருமான் சன்னதியில் சாமி கும்பிடுவது. பூசாரியுடன் உரையாடுவது. " மேனகா நீ தினம் தவறாமல் காலையில் கோவிலுக்கு வருவது காணும் போது எனக்கு ரொம்ப சந்தோசமா இருக்கு" என பூசாரி சொல்வது.

"நம்மள சந்தோசமா வச்சுகிற கடவுள நாம சந்தோஷப்படுத்த வேணும் தானே... கடவுளோட சந்தோஷத்துக்காக நான் தினமும் சிவனை பார்க்க வரேன் சாமி" என மேனகா சொல்ல, "உங்கிட்ட விஷ்வாமித்ராரே தோத்துடுவார்" என பூசாரி சிரிக்க.... "அப்ப நீங்க என்ன அந்த மேனகான்னு சொல்றிங்களா?"

"பேஸா, புரிஞ்சிகிட்டயே...." என கூறியபடி பூசாரி அர்ச்சனை ஆரம்பிப்பது.

காட்சி : 02 காலை
சாலை வெளியே

மேனகா பூஜை கூடையுடன் ரோட்டில் நடந்து வருவது. அவள் எதிரே பைக்கில் வருகிறான் விமல்.
அவளை தடுத்து, தன்னை காதலிக்க சொல்லுவது. அவள் மறுப்பது.

"என்னை விட அழகான ஆளு, உனக்கு எவன் கிடைப்பான்னு பாக்குறேன்" என விமல் சொல்ல, கிடைக்காட்டி பரவாயில்லை...

ஆனா, நீ வேண்டாம்" என்றபடி அவள் வேகமாக நடக்க, "போடி" உனக்கு எவனாவது கெழட்டு பயதான் கிடைப்பான்" என கூறி எரிச்சலுடன் பைக்கை ஸ்டார்ட் செய்து செல்வது.

காட்சி : 03 காலை
மேனகா வீடு   உள்ளே/வெளியே

மேனகா உணவு உண்டு கொண்டு இருப்பது. அவளது அம்மா ருக்குமணி வந்து பேசுவது. இருவரும் உரையாடுவது.

கவுண்டர் தோட்டத்திற்கு ருக்குமணி வேலைக்கு போவது.
மேனகா புறப்பட்டு ஒரு கம்ப்யூட்டர் செண்டருக்கு வேலைக்கு செல்வது.

காட்சி : 04
நவீன தேனீர் விடுதி

திலக், மஹதி இருவரும் காபி அருந்தி விட்டு பேசிக்கொண்டு இருப்பது. அப்போது ராமுவும், சகனாவும் வருவது.

திலக் அவர்களை வரவேற்பது ராம் அமர்வது, சகனா அவன் அருகே அமர்வது. நால்வரும் உரையாடுவது. மீண்டும் இரண்டு காபி வருவது. சகனா ராம் இருவரும் அருந்திவிட்டு, நால்வரும் வெளியே வருவது.

காட்சி : 05   மாலை
பனியன் கம்பெனி   வெளியே

சுப்ரபாரதிமணியன்

மாலை பனியன் கம்பெனி சிப்ட் முடிந்து தொழிலாளர்கள் வெளியே வருவது. சிலர் சொந்த வாகனத்தில் செல்வது. சிலர் கம்பெனி பேருந்தில் ஏறிக் கொள்வது.
கஸ்தூரி நடந்து வந்து கொண்டிருப்பது. அவளது வீடு சிறிது தூரத்தில் இருப்பது. அவளுக்கு பின்னால் பொன்ராஜ் தனது டூவீலரில் வருவது. கஸ்தூரி அருகில் நிறுத்தி கொள்ள சொல்வது. அவள் "சிறிது தூரம் தானே" என சொல்வது. பொன்ராஜ் கட்டாயப்படுத்த, கஸ்தூரி வண்டியில் ஏறி அமர்வது. வண்டி செல்வது.

காட்சி : 06 மாலை
ஊர் பொது மைதானம் வெளியே

சில பெருசுகள் ஊர்வம்பை பேசிக் கொண்டு பொது மைதான ஆலமரத்தடியில் அமர்ந்திருப்பது.
குறிப்பாக இளவட்டங்களின் காதல் தான் அவர்களின் பிரதான பேச்சாக இருந்தது.

அதில் ஒருவர், "இங்கபாரு குமரவேலு, பல்லு இருக்குறவன் முருக்கு சாப்பிடுறான். முடியாத நாம கம்முன்னு பாத்துட்டு இருக்க வேண்டியதுதான்" என சொல்ல, குமரவேலு, "அதில்லையா காதல்னு சொல்றாங்க, ஆனா மொத்த கசமுசாவும் முடிச்சிடுறானுங்க" அப்புறம் பார்த்த ஜோடி மாறி, வேற வேற ஆளுங்க கூட திரியுதுங்க, அததான் சொன்னேன்" என்பது. அப்பொது பொன்ராஜ் தன் பைக்கில் கஸ்தூரியை கொண்டு வந்து இறக்கி விடுவது. இதை பார்க்கும் பெருசு, "இதுல இதுவேற..." என சொல்ல, அதை காதில் வாங்கும் கஸ்தூரி முறைக்க, பெருசுகள் கப்சிப்.

கஸ்தூரி வீட்டை நோக்கி நடப்பது. பொன்ராஜ் தன் வண்டியில் போவது.

காட்சி : 07   காலை
மேனகா வீடு   உள்ளே

மேனகா குளித்துக் கொண்டு இருப்பது. குளித்து முடித்து சுடிதார் மாற்றிக் கொண்டு வெளியே வருவது. ருக்மணி சமையல் அறையில் சமையல் செய்து கொண்டிருப்பது. மேனகா தன்னை அலங்கார படுத்திக் கொண்டு, பூஜை கூடையுடன் சிவன் கோவிலுக்கு போவது.

காட்சி : 08 காலை
சிவன் கோவில்   உள்ளே/வெளியே

இன்று சிவன் கோவில் வழக்கத்துக்கு மாறாக கூட்டம் நிரம்பி இருப்பது. மேனகா என்னவென்று விசாரிப்பது. அங்கே 'மலர்வண்ணன்' என்ற சாமியார வந்திருப்பதாக சொல்வது.

அவர் போகாத ஊர் இல்லை. பார்க்காத கோவில் இல்லை... என சொல்வதாக சொல்கிறார்கள். இவர் மந்திர தந்திரம் தெரிந்தவர் என்றும் சொல்வது. மேனகாவிற்கு சாமியாரை உடனே கண்டு தரிசனம் பெற வேண்டும் என ஆசை தோன்றுவது.

காட்சி : 09 காலை
சிவர் கோவில்   உள்ளே/வெளியே

மேனகா ஒரு வழியாக கூட்டம் குறைவது வரை பொறுமையாக நின்று சாமியாரை தரிசனம் செய்ய செல்வது. சாமியார் மேனகா ஏற இறங்க பார்ப்பது. மேனகாவின் சிவந்த மேனியும், உருண்டு, திரண்ட மார்பும், சாமியாரை இம்சிப்பது அவரது பார்வையால் தெரிகிறது.

மேனகா "சாமி ஏன் எதுவும் பேசாமல இருக்குறீங்க?" "உன் பேர் என்ன" என சாமியார் கேட்பது.

"மேனகா..." என சொல்ல,

"மேனகா... அந்த விஸ்வாமித்ரரையே சாய்த்த மங்கை அல்லவா" என ஜொள்ளு படிய பேசுவது... மேனகாவை மிக அருகில் அழைப்பது. அவளும் அருகில் செல்வது. அவளது மேனி வாசத்தை சாமியார் முகர்ந்தபடி "மங்களம் உண்டாகட்டும் போய் நாளை மறக்காமல் வா. இறை அருள் உன்னை அணைக்க காத்திருக்கிறது" என்றபடி அவளின் தலையில் கை வைத்து ஏதோ மாந்திரம் சொல்வது. மேனகாவின் கண்களில் ஏதோ ஒருவித மயக்கம். அவள் சாமியார் மலர்வண்ணனை பார்த்து புன்னகைத்தபடி கோவிலை விட்டு வெளியேறுவது.

காட்சி : 10 மாலை
தெரு உள்ளே/வெளியே

ஊர் முழுவதும் சாமியாரை பற்றி பேச்சுகள் கிளம்ப ஆரம்பிப்பது. சாமியார் சில பெண்களிடம் சிறு சிறு சில்மிஷங்களை செய்ததாக செய்திகளும் பரவுகிறது. சாமியாருக்கு கோவில் பூசாரி மலைசாமி உதவியுடன் ஊரின் எல்லைக்கும் சிவன் கோவிலுக்கு இடையில் ஒரு பழைய வீட்டை ஏற்பாடு செய்து கொடுக்கிறார். இளம் பெண்கள் மாலையிலும், முதியவர்கள் காலையிலும், கல்யாணமான பெண்கள் மதிய வேலையிலும், சாமியாரை பார்க்க வரலாம் என விளம்பரம் தரபடுகிறது. இதையும் ஊர் மக்கள் தெருக்களில் பேசுவது.

காட்சி : 11 இரவு
சாமியார் குடில்   உள்ளே/வெளியே

    சாமியார் மலர் வண்ணன் படுக்கையில் அவனுடன் மேனகா உடல் உறவில் ஈடுபடுவது. மலர்வண்ணன் மேனகா உரையாடல். தனது சாமியர் சொர்க்கத்தை காட்டி விட்டதாக மேனகா சொல்வது. "அந்த விஸ்வாமித்ரரை மயக்கினாள் அன்று ஒரு மேனகா. இந்த மலர்வண்ணனை மயக்கினாள் இன்று ஒரு மேனகா" சாமியார் மேனகாவை புகழ்வது. சாமியாரின் அணைப்பு மேனகாவிற்கு தேவைபடுகிறது என்பது அவளின் செயல்கள் மூலம் தெரிகிறது.

காட்சி : 12   இரவு
சாலை   வெளியே

    இரவில் மேனகா சாலையில் தனியாக நடந்து வருவதை, வண்டியில் செல்லும் திலக் பார்ப்பது. அவள் சாமியார் வீட்டில் இருந்து வருவது அவனுக்கு சில குறிப்புகள் மூலம் தெரிகிறது... திலக் மெதுவாக... "எல்லாம் முடிஞ்சதா?" என கேட்க, மேனகா முறைத்தபடி, நடையின் வேகத்தை கூட்டுவது. திலக் பைக்கில் எதிர் திசையில் செல்வது.

காட்சி : 13   இரவு
வீடு   உள்ளே

    மேனகா குளித்து உரை மாற்றி வருவது. அம்மா அவளிடம் எங்கு போய் வருகிறாய் என கேட்பது. இவள் மழுப்பல் பதில் சொல்வது. அம்மா நீ அந்த் சாமியாரை பார்க்க அடிக்கடி போவதாக சொல்வது. மேனகா தாயை மிரட்டுவது. பிறகு உறங்க செல்வது.

சுப்ரபாரதிமணியன்

காட்சி : 14 காலை
திலக் வீடு உள்ளே/வெளியே

திலக் டிபன் சாப்பிட்டபடி மஹதிக்கு போன் செய்வது. மஹதியை வழக்கமாக சந்திக்கும் தேனீர் விடுதிக்கு வர சொல்வது. பிறகு ராமுக்கு போன் செய்து வர சொல்வது. திலக்கின் அம்மா பர்வதம் மகனிடம் பேசுவது. திலக் கை கழுவி விட்டு தனது பைக்கில் குறிப்பிட்ட அந்த தேனீர் விடுதிக்கு செல்வது.

காட்சி : 15 காலை
பிரதான சாலை வெளியே

மஹதி தனது ஸ்கூட்டியில் வந்துக் கொண்டிருப்பது. அப்போது கஸ்தூரி ரோட்டில் நடந்து வருவது. மஹதி அவளை கண்டவுடன் வண்டியை நிறுத்தி பேசுவது. இருவரும் ஒன்றாக படித்தவர்கள். பிறகு கஸ்தூரியை ஸ்கூட்டியில் அழைத்துக் கொண்டு தேனீர் விடுதிக்கு செல்வது.

காட்சி : 16 காலை
நவீன தேனீர் விடுதி

திலக் தனது இரு சக்கர வாகனத்தை கடையில் நிறுத்துவது. கீழே இறங்கி மஹதிக்காக காத்திருப்பது. ராம், சகனா வருவது. மூவரும் கடைக்கு உள்ளே செல்வது. உரையாடுவது. அப்போது மஹதி, கஸ்தூரி உள்ளே வருவது. கஸ்தூரியை தனது தோழி என மஹதி அறிமுகப்படுத்துவது. திலக் "இவங்க... எங்க பக்கத்து தெருதான் பார்த்து இருக்கேன். ஆனா பேசுனது இல்ல" என கூறுவது. காபி ஆர்டர் தருவது.

ராம் "என்ன விசயம் காலையிலையே எல்லோரையும் கூப்பிட்டு பார்ட்டி வைக்குற. பிரேக்கப் ஏதாவது பண்ண போறீயா?" என கிண்டலாக கேட்க, மஹதி "அப்ப எங்க பிரேக்கப் உனக்கு சந்தோஷம் அப்படிதானே?" என கேட்க, "பாயம்மாவ லவ் பண்ணிற நீயே பயப்படாம இருக்குற... நாங்க எதுக்கு பிரேக்கப் பண்ணனும்?" என்ற படி நான் கூப்பிட்டது... நம்ம எரியாவுல புதுசா வந்திருக்குற சாமியாரை பற்றி சொல்லதான் என்றபடி மேனகா மேட்டரை பேசுவது. சாமியாரை பற்றி பேசுவது. பிறகு அனைவரும் கலைந்து செல்வது.

காட்சி : 17 மாலை
கோவில் வளாகம் வெளியே

சாமியார் மலர்வண்ணனை காணவும், ஆசீர்வாதம் வாங்கவும் பெண்கள் கூட்டம் நிரம்பி இருப்பது.
சாமியார் ஆசீர்வாதம் வழங்குவது.

பூசாரி, மேனகா கோவில் பின்புறம் பேசிக் கொண்டிருப்பது. "சாமியாரிடம் இருந்து மாய மந்திரங்களை கற்றுக் கொண்டு விட்டால் உன் எதிர்காலம் நலமாக இருக்கும்" என பூசாரி சொல்வது. மேனகா 'சரி' என சொல்வது.

காட்சி : 18 இரவு
சாமியார் வீடு உள்ளே

சாமியார் மேனகா மடியில் படுத்திருப்பது. இருவரும் உரையாடுவது. மந்திரங்களை பற்றி இருவரும் உரையாடுவது. சாமி, "மந்திரங்கள் படிக்க வேண்டும் என்றால் நீ தினமும் அதிகாலை நீராடி, ஈர துணியுடன் வந்து தீபமேற்றி, பிறகு

என்முன் மண்டியிட்டு அமர்ந்து நான் செய்கிறபடி முதலில் செய்ய வேண்டும். பிறகு மற்றவைகளை நான் உனக்கு கற்று தருவேன்" என்கிறார்.

மேனகா "நான் ரெடி" 'நானும் ரெடி என சாமியார் அவளை அணைக்கிறார். அவள் விளக்கை அணைக்கிறாள். சாமியார் அவளை ஒரு பாயில் அமர வைத்து, அவளுக்கு சில உபதேசங்களை சொல்லி கொடுப்பது. பிறகு சில சாசனங்களை செய்வது. ஒரு கட்டத்தில் அவள் அப்படியே மயங்குவது. சாமியார் அவளை அப்படியே தூக்கி கொண்டு போய் படுக்கையில் இடுவது.

காட்சி : 19   அதிகாலை
கோவில் குளம்   வெளியே

ஒரு மெல்லிய வெள்ளை புடவையை அணிந்தபடி, குளத்தில் மேனகா குளித்துக் கொண்டிருப்பது. குளித்து முடித்துவிட்டு ஈர துணியுடன் எழுந்து நடந்து வருகிறாள் சாமியாரின் குடிசைக்கு...

காட்சி : 20   அதிகாலை
சாமியார் குடிசை   உள்ளே

சாமியார் பூஜைக்கு வேண்டிய ஏற்பாடுகளை செய்து கொண்டிருப்பது. அப்போது மேனகா சிலை போல உள்ளே வருவது.

காட்சி : 21 பகல்
சாமியாரின் சொந்த ஊர்   உள்ளே/வெளியே

சாமியார் மலர் வண்ணனின் மனைவி பத்மாவதி,

மகன் விஜயனிடம் அப்பாவை பற்றி கூறுவது.

சாமியாரின் பெண் பித்து பற்றி மகனுக்கும் நன்கு தெரியும் அவர் இப்போது எங்கு உள்ளார் என்பதை விசாரிக்க சொல்வது. அவனும் எதற்கு இந்த வீண் முயற்சி. வரும்போது வரட்டும் உயிரோடு இருந்தால் என சொல்வது... பிறகு வீட்டில் இருந்து வெளியே செல்வது.

காட்சி : 22 மாலை
சாலை வெளியே

சாமியார் நடந்து வருவது. ராம், திலக் போன்றோர் சாமியாரை 'பொம்பள பொறுக்கி' என கிண்டல் அடிப்பது. அதே போல் ஊர் திண்ணையில் அமர்ந்திருக்கும் பெருசுகளும் கிண்டல் அடிப்பது சாமியார் கடுங்கோபத்துடன் செல்வது.

காட்சி : 23 காலை
மேனகா வீடு உள்ளே

மேனகா வீட்டில் சாமியார் இருப்பது அவளது அம்மா சாமியாரை உபசரிப்பது. மேனகா சாமியாரின் பாதத்தை தட்டில் வைத்து கழுவி, பூ போட்டுக் கொண்டிருப்பது. அதே நேரம் விமல் வீட்டினுள் நுழைவது. சாமியாரை எட்டி உதைப்பது. சாமியார் தெறித்து போய் விழுவது.

மேனகா விமல் வாக்குவாதம் செய்வது.

விமல் அவளை நாலு அறை அறைந்து விட்டு, சாமியாரை நையப்புடைப்பது.

சண்டை வீதியில் வர, திலக், ராம், பொன்ராஜ்

மற்றும் சில ஊர் பெருசுகளும் சாமியாரை வசைப்பாட, அடிவாங்கும் சாமியாரின் கண்கள் நெருப்பு குளமாக மாற அங்கிருந்து சென்று விடுகிறான்.

மேனகாவின் வீட்டை கொளுத்தி விடுவோம் என அவர்கள் கத்துவது.

காட்சி : 24 காலை
பூசாரி வீடு உள்ளே/வெளியே

மேனகா பூசாரி வீட்டிற்கு போவது. பூசாரியிடம் நடந்தவற்றை சொல்வது. பூசாரி மேனகாவிடம் சாமியார் மிகவும் பொல்லாதவன்.

அவனிடம் நீயும் ஜாக்கிரதையாக இருக்க வேண்டும் அவனிடம் நீ அனைத்து தந்திரங்களையும் தெரிந்துக் கொள். அப்புறம் இப்போது நான் சொல்லும் விசயத்தை மனதில் வைத்துக் கொள். சாமியாரிடம் கேட்காதே என்றபடி ஒரு ரகசியத்தை பூசாரி மேனகாவிடம் சொல்வது. (அது சஸ்பென்ஸ்)

காட்சி : 25 காலை
சாமியார் குடில் உள்ளே/வெளியே

சாமியார் மலர் வண்ணன் கண்கள் சிவக்க. ஏதோ மாய வித்தைகளை செய்துக் கொண்டிருப்பது.
மேனகா உள்ளே செல்வது. சாமியார் கண் சாடையில் அமர சொல்வது. மேனகா அமர்வது.

சிறிது நேரத்திற்கு பின் ஏதோ மந்திரம் சொன்னபடி, விபூதி அள்ளி, பூஜை பொருட்கள் மீது வீசி விட்டு,

மீதமுள்ளவற்றை ஒரு சிறு சுருக்கு பையில் நிரப்பி வைத்துக் கொள்கிறார். பிறகு மேனகாவிடம் உரையாடுவது.

"என்னை தொட்டவனை என்ன செய்கிறேன் என பார்" என்று ஆவேசமாக, மேனகாவிடம் கூறுவது.
மேனகா "என்ன செய்ய போகீறீர்கள்" என கேட்க, பொறுத்திருந்து பார்" என கூறுகிறார்.

மேனகா சாமியாரின் மேனியை தழுவ, சாமியார் 'ஆ'வென வலியால் துடிப்பது. மேனகா அவனின் ஆடையை கழற்றி பார்க்க, உடம்பெல்லாம் காயம்.

பதறிய மேனகா சாமியாரை படுக்க வைத்து, பச்சிலை வைத்தியம் செய்வது. அப்படியே அவனுக்கு முத்தம் கொடுத்து, உணர்ச்சியை தூண்ட சாமியார் அவளை அணைத்து தன் மீது படுக்க வைக்கிறார்.

காட்சி : 26 மாலை
கோவில் மைதானம் வெளியே

சாமியாரை அடித்த, கும்பல் அங்கே அமர்ந்து இருப்பது. திலக், ராம், பொன்ராஜ் மற்றும் பெருசுகள்.
சாமியார் நடண்ட்து வர, "இன்னும் இவன் ஊரை காலி செய்யலையா?" என அவர்கள் பேச சாமியார் "அதற்கு முன்னால் உங்களை காலி செய்கிறேன்" என்றபடி சுருக்கு பையில் இருந்த விபூதியை எடுத்து ஏதோ, மந்திரம் சொல்லி அவர்கள் மீது அள்ளி வீசுகிறார். அந்த இடமே புகை மூட்டமாக மாறி விடுகிறது.

காட்சி : 27 மாலை
தெரு வெளியே

தெருவே அல்லோல படுகிறது. சாமியார் மந்திரத்தால் அனைவரையும் உருவம் மாற்றிவிட்டார் என்று, ஊரே கோவில் மைதானத்திற்கு ஓடுகிறது.

காட்சி : 28 மாலை
கோவில் மைதானம் வெளியே உ ள் ே ள / வெளியே

மைதானத்தை சுற்றி கூட்டம் அவர்களை விலக்கியபடி ஊர் மக்கள் பார்க்க இளைஞர்கள் மூவரும் நாய் ஆகவும், பெருசுகளை கரடி, முள்ளம் பன்றி, ஓநாய், நரிகளாக உருமாற்றி விட்டிருந்தான் சாமியார் மலர்வண்ணன்
நாய்களை கட்டி பிடித்தப்படி காதலிகள் கதறுவது. வனத்துறை தகவல் அறிந்து வருவது.

காட்சி : 29 இரவு
சாமியார் வீடு வெளியே

சாமியாரின் வீட்டை கொளுத்த தீ பந்தத்துடன் சிலர் வருவது. இதை கோவிலில் யாருடனோ பேசிக் கொண்டிருக்கும் பூசாரி பார்ப்பது.

பார்த்து, கூட இருப்பவரிடம், ‘இனி என்னை பார்த்தாலும் சாமியாருக்கு உதவி செய்தவன் என்று கொன்று விடுவார்கள் அதற்குமுன் நான் இந்த ஊரை காலி செய்கிறேன்’ என ஓடி ஒளிந்துக் கொள்வது கூட இருப்பவரும் ஒளிந்துக் கொள்வது.

காட்சி : 30 இரவு
சாமியார் வீடு உள்ளே/வெளியே

தீ பந்தத்துடன் வருபவர்கள் சத்தமில்லாமல் வந்து சாமியார் வீட்டு கதவை மெதுவாக தாளிடுவது.
உள்ளே சாமியாரும் ஒரு பெண்ணும் கொஞ்சி குலாவும் சத்தம் கேட்பது.

தீப்பந்தம் வைத்திருப்பவனில் ஒருவன், "உள்ளே அந்தா மேனகாவும் இருக்குறா... அவளையும் சேர்த்து கொள்ளுத்துவோம்" என்றபடி பெட்ரோலை ஊற்றி குடிசையை கொளுத்துவது.

குடிசை கொளுந்துவிட்டு எரிவது. இதை கோவில் இருந்து பார்க்கும் பூசாரி பயத்தில் மூத்திரம் அடிப்பது. குடிசை சாம்பலாக விழுவது தீ வைத்தவர்கள், அங்கிருந்து நழுவது.

காட்சி : 31   காலை
சாம்பல் ஆன சாமியார் வீடு   வெளியே

போலீஸ் நிற்பது ஆம்புலன்ஸ் நிற்பது. சாமியார் வீடு சாம்பலில் இரண்டு உடல்கள் கருகி சடலமாக கிடப்பது. தனது மகள் மேனகா இப்படி ஆயிட்டாளே என ருக்குமணி கதறுவது. மேனகாவின் வளையல் மற்றும் கம்பல்கள் தீயில் கருகி அங்கே கிடப்பது.

சாமியார் கதவை திறக்க முயற்சி செய்து கதவருகே கருகி கிடப்பது. மேனகா தண்ணீர் எடுத்து ஊற்றிக் கொள்ள முயற்சி செய்து குடம் அருகே உருகி கிடப்பது. அவள்மீது உருகிய பிளாஸ்டிக் ஒட்டி இருப்பது.

ஃபாரன்சிக் ஆட்கள் பிணத்தை எடுத்து ஆம்புலன்ஸில் ஏற்றுவது, ஆம்புலன்ஸ் போலீஸ் வண்டி புறப்படுவது.

உருமாறிய மூன்று நாய்களும் குரைப்பது.

முள்ளம் பன்றி, கரடி, ஓநாய் மூன்றும் கோவில் மைதானத்தில் கூண்டில் அடைக்கப்பட்டு வனதுறை காவல் நிற்பது.

காட்சி : 32 காலை
கோவில் மைதானம் வெளியே

காதலிகள் தங்கள் காதலன் எந்த நாய் என அறியாமல் திகைத்தபடி நிற்பது. திலக், ராம், பொன்ராஜ் பெற்றோர்கள் கதறுவது.

யாரோ எப்படியோ போகட்டும் உங்களுக்கு எதுக்கு இந்த வேலை. இப்ப நீங்க நாயா மாறிட்டீங்க அவங்க செத்து பேயா மாறிட்டாங்க இப்ப உங்கள யாரால காப்பாத்த முடியும்" என கூட்டத்தில் ஒரு பெருசு சொல்ல, நாய்கள் குரைப்பது.

"சரிப்பா... சரிப்பா... நான் பேசல" என பெருசு வாய முடிக் கொள்வது.

காட்சி : 33 காலை
போலீஸ் ஸ்டேஷன் உள்ளே/வெளியே

இன்ஸ்பெக்டர் மற்றும் போலீஸ்காரர்கள் பேசுவது.

"என்னய்யா இது புது கேஸா இருக்கு?"

"ஆமா சார் சாபம் விட்ட, சாமியார் செத்துட்டார். இவனுங்க மிருகமா அலையுறாங்க மாற்று வழி தெரியல.

அதுல பாருங்க சாமியார ரகசியம் தெரிஞ்ச பூசாரியை எவனோ கருவறையில வச்சு சாமி சிலை மேல மோதவிட்டு இப்ப கோமாவுல கெடக்குறாரு இதுல நம்ம தலதான் உருளுது" என எஸ்.ஐ. பேச... "சாமியார்ன்னு சொல்லிட்டு எவனாவது வந்தா போதும். போய்றாளுங்க... தண்ணியை தூக்கிட்டு... கால கழுவ, அப்புறம் இவளுக வயித்த கழுவுற மாதிரி அவனுங்க செஞ்சிருறானுங்க கடைசில இப்படி பல கத முடியுது" என கான்ஸ்டெபிள் சொல்ல.

"இப்ப சாமியார்ன்னால சந்தேகப்பட வேண்டியிருக்கு... இதுல எந்த மதமும் விதிவிலக்கில்ல..." என கான்ஸ்டேபிள் டேவிட் சொல்ல.

"அதவிடுங்க... முதல்ல பூசாரியை அடிச்சது யாருன்னு கண்டுபிடிச்சா நாம இந்த கேஸ மூவ் பண்ணலாம்" என இன்ஸ்பெக்டர் சொல்வது. அனைவரும் சுறுசுறுப்பாவது.

காட்சி : 34 பகல்
போலீஸ் சைபர் க்ரைம் அலுவலகம் உள்ளே/ வெளியே

சாமியாரின் புகைபடத்தை ஆதார் கார்டு புகைப்படத்துடன் ஒப்பிட்டு. அவரது உரையும், விலாசத்தையும் போலீஸ் கண்டு பிடிப்பது.

மலர் வண்ணன்,
13/8 இத்தலார் P.O,
இத்தலார்,
ஊட்டி,
நீலகிரி மாவட்டம்

காட்சி : 35 காலை
மலர்வண்ணன் வீடு உள்ளே/வெளியே

போலீஸ் மலர்வண்ணன் வீட்டிற்கு செல்வது. அவருடைய மகன் வரவேற்பது. போலீஸ் விசயங்களை சொல்வது. மலர்வண்ணன் மனைவி சகுந்தலா கதறுவது.
மகன் தென்றல் தாசன் அம்மாவிற்கு ஆறுதல் சொல்வது. தனது தந்தை ஒரு பெண் பித்தன் என்றும்... இதுபோன்ற சாவுதான் அவருக்கு கிடைக்கும் என்பது தங்களுக்கு தெரியும் என்றும் 'தென்றல்' என்னும் 'தென்றல் தாசன் அசால்ட்டாக போலீசிடம் கூறுவது.
போலீஸ் சாமியார் பிணத்தை பெற்றுக் கொள்ள தென்றலிடம் சொல்லுவது தென்றலும் சரி என சொல்வது.

காட்சி : 36 காலை
கிருஷ்ணகிரி போலீஸ் ஸ்டேஷன் உ ள் ே ள / வெளியே

இன்ஸ்பெக்டர் தென்றலிடம் அனைத்து பேப்பர்களும் கையெழுத்து வாக்கும். பிறகு மிருகங்கள் ஆன மனிதர்களை எப்படி மாற்றுவது என தென்றலிடம் கேட்பது.
தென்றல் 'தன் அப்பா பலா ஊரில் திரிந்துள்ளார். ஆனால் இதுபோல எங்கும் செய்ததில்லை. அவருக்கு ஊருக்கு ஒரு கீப் நிச்சயமா... இருக்கும் அதுல யாருக்காவது இந்த மாற்று மந்திரம் தெரிஞ்சிருக்கலாம்' என சொல்ல, இன்ஸ்பெட்கர் "இது என்ன ஏழு கடலுக்கு அப்புறமுன்னு சொல்ற மாதிரி இருக்கு. இதை எப்படி கண்டுபிடிக்கிறது. நீங்க தான் உதவனும்... உங்களுக்கு எங்க போலீஸ் உதவும் என சொல்வது.

காட்சி : 37   மாலை
அரசு மருத்துவமனை கிருஷ்ணகிரி   உள்ளே

பூசாரி கோமாவில் கிடப்பது அருகில் மனைவி இருப்பது. போலீஸ் இன்ஸ்பெக்டர், தென்றல் செல்வது. பூசாரி மனைவியிடம் இன்ஸ்பெக்டர் மேனகாவை பற்றி விசாரிப்பது. பூசாரி மனைவி தனக்கு கணவன் சொன்ன சில தகவல்களை சொல்வது போலீஸ், தென்றல புறப்படுவது.

காட்சி : 38   இரவு
மேனகா வீடு   உள்ளே

இன்ஸ்பெக்டர், தென்றல் அமர்ந்திருப்பது. மேனகாவை பற்றி விசாரிப்பது. ருக்மணி அழுவது.

தென்றல் மேனகா படித்த பள்ளி விசாலம் பற்றி கேட்பது அவள் அம்மா அவள் 8ஆம் வகுப்பு வரைதான் படித்தாள் என்றும், பிறகு அவள் ஒருமுறை ஸ்கூலில் விளையாடும் போது கீழே விழுந்ததால் வலது கை ஆள்காட்டி ஒடிந்ததால், அவளால் சரியாக எழுத முடியததால் பள்ளி செல்லவில்லை என கூறுவது. சரி என்று கூறியபடி இருவரும் வெளியே வருவது.

காட்சி : 39   இரவு
ஓட்டல் அறை   உள்ளே

தென்றல் ஓட்டல் அறையில் படுத்தபடி யோசித்து கொண்டிருப்பது. திடீரென அவனுக்கு ஏதோ தோன இன்ஸ்பெக்டருக்கு போன் செய்து...,

காட்சி : 40 இரவு
கோவில் மைதானம் வெளியே

நாயாக மாறியா மூவரும் விடாமல் குரைப்பது நாய்கள் தங்கள் கடந்த காலத்தை நினைப்பது.

திலக், பொன்ராஜ், ராம் இவர்கள் தங்கள் காதலிகளுடன் இருக்கும் தருணங்கள்.

காட்சி : 41 காலை
போலீஸ் ஸ்டேஷன் உள்ளே/வெளியே

மேனகாவின் அம்மா... ருக்மணியை மீண்டும் இன்ஸ்பெக்டர் ராகேஸ் விசாரிப்பது.

“உங்க பொண்ணு விரல் உடைந்தவுடன், நீங்க என்ன பண்ணுனீங்க...”

ருக்மணி சின்னதா ஒரு ஆப்ரேஷன் பண்ணினோம். அதிலிருந்து அவ விரல் நேராக இருக்காது கொஞ்சம் வளஞ்சு இருக்கும் என சொல்ல, சரி நீங்க போகலாம் என சொல்ல, ருக்மணி எழுந்து வெளியே வருவது.
இன்ஸ்பெக்டர் மேனகாவிடன் ரிப்போர்ட்டை எடுத்து பார்த்துவிட்டு போனில் கிருஷ்ணகிரி அரசு மருத்துவமனை டாக்டரிடம் பேசுவது. போன் கட் செய்வது.

எதிரில் இருக்கும் தென்றலிடம் ‘தென்றல் உங்க யூகம் சரியாதான் இருக்கு போல...”

”அப்படின்னா...?”

"போஸ்ட் மார்டம் பண்ணுன டாக்டர் கன்பார்ம் பண்ணி சொல்லீட்டார். பெண் உடம்பில் எந்த உறுப்பிலும் டேமேஜ் இல்லைன்னு... சோ செத்தது மேனகா இல்லை. அப்ப மேனகா எங்கே?" அவளை கடத்துனது யாரு? இந்த விடை கிடைச்சா எல்லாம் தெரிஞ்சிரும்.

போலீஸ் இன்ஸ்பெட்க்டருக்கு "போன் வருவது பூசாரி கண் விழித்து பேசியதாக..." போனை கட் செய்து விட்டு, தென்றலை அழைத்துக் கொண்டு இன்ஸ்பெக்டர் ஜீப்பில் புறப்படுவது.

காட்சி : 42 பகல்
மருத்துவமனை உள்ளே/வெளியே

ஜீப் மருத்துவமனை வளாகத்தில் வந்து நிற்பது. இருவரும் உள்ளே நுழைவது. பூசாரி ரூமுக்கு செல்வது. பூசாரி கண் மூடிகிடப்பது. டாக்டர் இருப்பது அவரிடம் பேசுவது.

"டாக்டர் என்ன் நடந்தது?"

"திடீர்ன்னு மேனகா... குன்னூர்... மேனகா... குன்னூர் என சொல்லி உளறினார் கண்ணை மூடிட்டார்" என்று டாக்டர் சொல்ல, டாக்டர் இன்ஸ்பெக்டர் தென்றல் உரையாடல்.

காட்சி : 43 காலை
போலீஸ் ஸ்டேஷன் குன்னூர்உள்ளே/வெளியே

இன்ஸ்பெக்டர் ராகேஷ் மற்றும் தென்றல் குன்னூர் போலீஸ் நிலையத்தில் அமர்ந்து இருப்பது.

காணாத போனவர்கள் பற்றி விசாரிப்பது. அப்போது வசந்தி என்ற பெண் காணாத போன தகவல் கிடைக்கிறது. வசந்தி விலாசத்தை வாங்கிக் கொண்டு குன்னூர் இன்ஸ்பெக்டர் உடன் மூவரும் வசந்தி வீட்டிற்கு செல்வது.

காட்சி : 44   காலை
வசந்தி வீடு

வசந்தி வீட்டு கதவை போலீஸ் தட்டுவது... கதவு திறப்பது... கதவை திறந்தது... மேனகா. போலீஸை கண்ட அவள் மிரள்வது. தென்றல் வீட்டினுள் புகுந்து மேனகாவை பிடிப்பது.

காட்சி : 45   மாலை
போலீஸ் ஸ்டேஷன் கிருஷ்ணகிரி உள்ளே

தனி அறையில் பெண் போலீஸ் உதவியுடன் மேனகாவை ராகேஷ் விசாரிப்பது. மேனகா நடந்ததை சொல்வது.

காட்சி : 46
(Ref Sc.No : 30) (Flash Back Open)

சாமியாரின் குடிசை தீப்பற்றி எரிவது. பூசாரி பயத்தில் மூத்திரம் அடிப்பது. இதை காணும் மேனகா பூசாரி பேசுவது. பூசாரி ப்ளான்படி வசந்தியை சாமியார் குடிசைக்கு அனுப்பி வைப்பது. அப்போது வீடு கொளுத்தபடுவது.

பூசாரி மேனகாவிடம், "வசந்தியை பார்த்து, செத்தது நீதான் என்று எல்லோரும் நினைத்து விடுவார்கள் இனி நீயும் இந்த ஊரில் இருக்க முடியாது. நானும் இருக்க

முடியாது. அதனால் நாம் ரெண்டு பேரும் எங்கையாவது ஓடிப் போய் சேர்ந்து வாழலாம்'' என சொல்ல, கோபடும் மேனகா, "உங்க வயசு என்ன எம் வயசு என்ன?''

''வயசு முக்கியமில்ல...'' என பூசாரி நக்கலாக சிரித்தபடி, மீண்டும், "நான் நெனச்சா எல்லாத்தையும் செஞ்சது நீதான்... உன்னை உள்ளே தள்ளீருவேன்'' என சொல்ல, மேனகா சிரித்தபடி "நீங்க பெரிய மூளைக்காரன்.. தான் என்றபடி அருகே வந்து முத்தம் தருவது போல பூசாரி பின் தலையை தழுவி தடாரென அம்மன் சிலை மீது மோதி, மோதி, மோதி எடுக்க பூசாரி ரத்த வெள்ளத்தில் துடிப்பது, மேனகா "இந்த மூளைக்காரன் மூளை இனி வேலை செய்யக்கூடாது என்றபடி எட்டி உதைப்பது.

காட்சி : 47 மாலை
(Flash Back Over)
போலீஸ் ஸ்டேஷன் உள்ளே

"அப்புறம் நீ எப்படி குன்னூரில் வசந்தி வீட்டுக்கு போனே?'' என நாகேஷ் கேட்க,

"வசந்தி ஏற்கனவே ஒரு நாள் பூசாரியை வந்து சந்திச்சதை எங்கிட்ட சொன்னார். பூசாரிக்கு எம்மேல இருக்குற ஆசையில... என்ன தடுத்து. அதுக்கு பதிலா வசந்தியை சாமியார் வீட்டுக்கு அனுப்பி வச்சார். அன்னைக்கு ஊர்காரங்க சாமியாரை கொல்லாவிட்டாலும் பூசாரி கொன்னிருப்பார். வசந்தி விலாசம் எங்கிட்ட இருந்ததால, அவ தோழியின் அவவீட்ல போய் தங்குனேன்.

ராகேஷ், "அருமையான திட்டம்''

பூசாரியை தாக்குன கேஸ மட்டும் உம் மேல போடுறேன். ஆனா, மிருகமா மாறுன அவங்களுக்கு சுய ரூபம் வரனும் என சொல்ல, "அந்த மந்திரம் எனக்கு தெரியும்" என்று சொல்வது.

காட்சி : 48   காலை
கோவில் மைதானம்   வெளியே

மேனகா ஏதோ மந்திரம் சொல்லி, விபூதியை வீச அங்கு புகை மண்டலம் ஏற்படுகிறது. பிறகு புகை மெதுவாக விலக அனைவரும் சுயரூபம் பெறுவது.

தங்கள் காதலிகளை அணைத்துக் கொள்வது. இன்ஸ்பெக்டருக்கு போன் வருவது. கோமாவில் இருந்த பூசாரி இறந்து விட்டதாக... போனை கட் செய்யும் ராகேஷ், மேனகாவை பார்த்து, "மேனகா சாரி பேடு லக். பூசாரி இறந்துட்டார். கொலை குற்றத்திற்காக உன்னை கைது பண்ணுறோம்" என சொல்ல பெண் போலீஸ் மேனகாவிற்கு விலங்கிட்டு ஜீப்பில் ஏற்றி அமர்த்துவது ஜீப் புறப்படுவது.

திரைக்கதை 5

சாமியே சரணம்

சொத்து பிரச்சனை, பெண் காதல் திருமணத் திட்டம் இவற்றுக்கு மத்தியில் ஒரு குடும்பம் சபரிமலை செல்கிறது குடும்பத்து பெண் காதலனுடன் சபரிமலைக்கு சென்று அங்கிருந்து தப்பி விட எண்ணுகிறாள். ஆனால் வேறொரு குழந்தையை கடத்தும் கும்பல் முயற்சியில் அவள் அகப்படுகிறாள். காதலர்கள் இணையும் ஒரு புள்ளியாய் காவல்துறையின் நடவடிக்கையும் இருக்கிறது. காதலியுடன் அவன் தப்பித்தானா குழந்தை கடத்தல் இருந்து தப்பித்ததா.

காட்சி : 01 அதிகாலை
வீதி உள்ளே/வெளியே

சர்நிதா அதிகாலை எழுந்து வாசல் தெளித்து கோலம் போட்டுக் கொண்டிருப்பது. எதிர்வீட்டு மாயும், இன்னும் சில பெண்களும் அவரவர், வீட்டு வாசலில் தண்ணீர் தெளித்து கோலம் போடுவது. "சரிநிதா" என்று அவள் அம்மா அழைக்க, 'இதோ வந்துட்டேன்' என்றபடி

இடுப்பில் செருகி இருந்த பாவடையை இறக்கி விட்டபடி தண்ணீர் வாளி துடபப்த்துடன் சர்நிதா" உள்ளே செல்வது.

காட்சி : 02 காலை
தமிழ்செல்வி வீடு உள்ளே/வெளியே

தமிழ்செல்வியின் கணவன் மது குளித்துவிட்டு, உள்ளே வருவது. தமிழ்செல்வி தனது 5வயது மகள் தர்ஷினிக்கு டிபன் ஊட்டி விட்டு கொண்டிருப்பது.

"தமிழ்... நேத்து உங்க அண்ணன பார்த்தேன்"

"பெரியவனா? சின்னவனா?" என தமிழ் கேட்க, "பெரிய அண்ணன் ரகுவதான்." "என்ன சொன்னான்?"

"எல்லாம் சொத்து விவகாரம் தான்" "அவனுக்கு என்னவாம்...?"

"நீ கையெழுத்து போட்டா போதும்... சொத்த வித்துடலாம்... உனக்கு 5/1 பாகம் தர்றாங்களாம்..." என மது சொல்ல "மூணுல ஒண்ணுன்னா சொல்லுங்க. அவ கையெழுத்து போடுவான்னு, நீங்க சொல்ல வேண்டியது தானே."

"நீங்க ஆச்சு, உங்க தங்கச்சி ஆச்சுன்னு நான் சொல்லீட்டேன்..." என்றபடி மது டிபன் சாப்பிட அமர்வது.

காட்சி : 03 காலை
டீக்கடை உள்ளே/வெளியே

சுரேந்திரன் தன் நண்பர்களுடன் சிகரெட் பிடித்தபடி,

டீ குடித்துக் கொண்டிருப்பது. “வாசு அண்ணா...” கணக்குல வெச்சுக்கோங்க என சுரேந்திரன் சொல்ல, “சரி தம்பி” என்று வாசு சொல்வது சுரேந்திரன் மற்றும் நண்பர்கள் தங்கள் வண்டிகளில் வீட்டை நோக்கி வருவது.

காட்சி : 04 பகல்
ரகு வீடு

ரகு தன் மனைவி சாரதாவிடம் “ஒத்த புள்ளைய வெச்சிட்டு, அவ ஆட்டம் போடுறா.. மூணுல ஒன்னு வேணுமாம் மூதேவிக்கு...” என சொல்ல.

“நான் கல்யாண பண்ணி வந்தப்ப... எங்க தங்கச்சிதான் இந்த வீட்டுக்கு ஸ்ரீ தேவின்னு நீங்களும், உங்க தம்பி ராமுவும் புகழ்ந்தீங்க... இப்ப என்னன்னா மூதேவிங்கிறீங்க....: சாரதா நக்கலாக பேச... கோபத்துடன். “உனக்கு கிண்டல் மயிரு கேக்குதா.. இப்ப..?” என்றபடி டேபிள் மீது இருக்கும் சொம்பை தூக்கி சாரதா மீது எறிய.. அவள் விலகி கொள்ள்... சொம்பு சுவற்றில் பட்டு தெறித்து.. தரையில் விழுந்து எழுந்து ஒருபுறம் சப்பியபடி மூலைக்கு நகர்ந்து சென்று நிற்கிறது.

இந்த கோபத்தை... ‘உங்க தங்கச்சிக்கிட்ட காட்டுங்க’ என சாரதா சொல்ல, “என்ன அண்ணி சத்தம்?” என ராம் உள்ளே நுழைவது.

காட்சி : 05 மாலை
மதுபானக் கடை உள்ளே/வெளியே

காத்தமுத்தும், கரிகாலனும் சரக்கு அடித்துக் கொண்டிருப்பது. இருவரும் உரையாடுவது. காத்தமுத்து

போன் ஒலிப்பது. "யாருடா சரக்கு அடிக்கிற நேரத்துல?" என்றபடி போனை எடுத்து பார்க்க... பெயர் இல்லாமல் புது எண் வருவது காத்தமுத்து போனை 'ஆண் செய்து "ஹலோ" என சொல்ல, "என்னடா.. சரக்கு கடையிலையா?" என எதிர்முனை கேட்க, குரலை வைத்து ஆளை தெரிந்துக் கொண்டு, ஆமாண்ணே என்னண்ணே நம்பர் புதுசா இருக்கு? என கேட்க "அதவிடு... உனக்கு ஒரு வேலை இருக்கு. கச்சிதமா முடிச்சா... பணம் மாட்டிக்கிட்டா நீ பொணம். முடிவு பண்ணிட்டு வா. முடிஞ்சா செய். இல்லாட்டி வேற ஆள பாக்குறேன் என சொல்ல, எதா இருந்தாலும்... நாங்க முடிச்சு தரோம்ணே" என சொல்ல, "அப்ப காலையில்... களத்து மேட்டுக்கு வா" என்றபடி போனை கட் செய்கிறது எதிர்முனை.

"காத்தமுத்து போன்ல யாரு?" என கரிகாலன் கேட்க, ஒரு வேல வந்திருக்கு கைமேல காசு கிடைக்கும். என்றபடி... பாரில் சப்ளை செய்பவனை அழைத்து, மீண்டும் ஒரு 'ஆப்' ஆர்டர் தருஅது.

காட்சி : 06 காலை
வீடு உள்ளே/வெளியே

சர்நிதாவின் அப்பா முத்துசாமி இரவு பணி முடிந்து வீட்டுக்கு வருவது. கைகால்களை அலம்பி விட்டு வீட்டில் நுழைவது. வள்ளியம்மாள் காபி கொண்டு தருவது. "பொண்ணு எங்கே" என கேட்க குளிக்க போயிட்டாள் என வள்ளியம்மாள் சொல்வது.

அதற்குள் உடைமாற்றி கொண்டு சர்நிதா வருவது. 'சர்நிதா... இன்னைக்கு தேதி என்ன?" என அப்பா கேட்க, இன்னைக்கு நவம்பர் 15 என்று சர்நிதா சொல்ல, "தமிழ்

தேதி என்னம்மா?" "அதுவாப்பா ஐப்பசி 29" என சர்நிதா சொல்ல,'அப்ப கார்த்திகை பிறக்க... ரெண்டு நாள் இருக்கு...."

"அதனால.. என்ன?" என வள்ளியம்மாள் கேட்க,

"கழுத கார்த்திகை ஒண்ணாந்தேதி சபரி மலைக்கு மாலை போடனும்.... தெரியாதா? என முத்துசாமி சொல்ல

"ஆமாங்க... நான் அத மறந்துட்டேன்."

"ஒரு சீரியல் விடாம பார்த்த கொஞ்ச நாள்ல... நீ உன்னையே மறந்துருவ..." என கிண்டல் அடித்து விட்டு குளிக்க செல்வது.

காட்சி : 07 பகல்
வீதி உள்ளே/வெளியே

சர்நிதா வீட்டு தெருவில் சில வீடுகள் வெள்ளையடிக்க படுவது காரணம் அந்த வீட்டில் உள்ளவர்கள் சபரி மலைக்கு மாலை போட உள்ளனர்.

சர்நிதா வீட்டை வாடிக்கையாக வெள்ளையடிக்கும் பரமு குழுவினர் வெள்ளையடிப்பது.

"ஐயா இந்த வருடம் பாப்பாவுக்கு கல்யாணம் பண்ணி வெச்சிருவீங்களா? என பரமு கேட்க, 'எல்லாம் அந்த் ஐயப்பன் விட்ட வழி இந்த வருஷம் முடிக்கனுமுன்னு, அவன் முடிவு பண்ணீட்டா, தடுக்க நாம யாரு?" என்றபடி

"சாமியே சரணம் ஐயப்பா" என முத்துசாமி சரணம் கூப்பிடுவது.

காட்சி : 08 பகல்
வீதி, சாலை   உள்ளே/வெளியே

சர்நிதா தன் ஸ்கூட்டியில் போய் கொண்டிருப்பது. எதிரே சுரேந்திரன் வருவது. சர்நிதா வண்டியை நிறுத்துவது.

"என்ன சர்... போன் கூட பேச மாட்டேங்குற?" என சுரேந்தர் கேட்க, " நீங்க வேற.. நம்ம காதல் விசயம். அப்பாவிற்கு தெரிஞ்ச பிறகு, அவர் அதை தெரிந்ததாகவே எங்கிட்ட காட்ட மாட்டேங்குறார். நானும் ஒன்னும் தெரியாத மாதிரி இருக்கேன். அதனால தான் உங்களுக்கு போன் செய்றது இல்ல" என சர்நிதா கூற... சரி வா. காபி சாப்பிட்டுட்டு பேசலாம் என்றபடி இருவரும் காபி ஷாப் நோக்கி செல்வது.

காட்சி : 09 காலை
காபி ஷாப் உள்ளே/வெளியே

இருவரும் வணியை நிறுத்தி விட்டு, காபி ஷாப் உள்ளே செல்வது. காபி ஆர்டர் செய்வது. பிறகு உரையாடுவது.

"சர்நிதா, நீ என்னதான் முடி செய்து இருக்க.. நம்ம கல்யாணத்த பத்தி?"

"சுரே... அப்பா இந்த முறை சபரி மலைக்கு போயிட்டு வந்ததும் எனக்கு மாப்பிள்ளை பார்க்கும் முடிவில் இருக்கர். அதுக்குள்ள நாம கல்யாணம் பண்ணீடனும். முடிவு நீங்க தான் எடுக்கனும்.

"நாம காலேஜ் முடிச்சு இரண்டு வருஷம் ஆச்சு, நம்ம கூட படிச்சவனுங்க புள்ள பெத்துட்டானுங்க... ஆனா நாம..

என அவன் சொல்லி முடிப்பதற்குள் அவனது அத்தை மகள் சசிரேகா" ஏன் "நீங்களும் பெத்துக்க வேண்டியது தானே!" அதுக்கு தானே இவ மாதிரி பொண்ணுங்க அலையுது" என சொல்ல, சர்நிதா, "வார்த்தையை பார்த்து பேசு செருப்பு பிஞ்சிரும்" பிய்யும்... பிய்யும்.. வாங்கி தரதானே.. இளிச்சவாயன் என் மாமன் மகன் இருக்கான்" என அவள் சத்தம் இட காபி ஷாப் மொத்தமும் இவர்களை பார்க்க சுரேந்திரன், "வாய மூடுடி..." என்றபடி ஓர் அறைவிட, கண்ணில் தீபொறி பறக்க அவள் நிற்க, சர்நிதா, சுரேந்திரன் எழுந்து வந்து வண்டியில் ஏறி செல்வது.

காட்சி : 10 மாலை
வீடு உள்ளே/வெளியே

சுரேந்திரன் வீட்டில் நுழைவது. அவனின் அத்தை கண்ணம்மா உள்ள இருப்பது. சுரேந்திரனை பார்த்தவுடன்,

"வாடா மருமகனே.. எவளுக்காகவோ எம் மகளை பொது இடத்தில் அடிச்சிருக்க. அதுக்கு முடிவு கட்டதான்... நான் வந்திருக்கேன்" என சொல்ல பொது இடத்துல எப்படி பேசனும்னு முதல்ல உங்க பொண்ணுக்கு சொல்லி கொடுங்க" என சொல்ல, "பாத்தியா அண்ணே உம் பையன் பேசுறத" என சொல்ல... அப்பா கார்மேகம், "சுரேந்திரா.. நீ என்ன சொன்னாலும்... சரி தான் உனக்கு பொண்டாட்டி அம்புட்டு தான்" என சொல்ல "அப்ப பார்க்கலாம்" என்றபடி அவன் தன் அறைக்கு செல்வது.

காட்சி : 11 இரவு
சர்நிதா வீடு உள்ளே

முத்துசாமி கோபத்துடன் வருவது. "எங்க அவ?" என மனைவியிடம் கேட்க என்ன இவ்ளோ கோபம்...

உள்ளதான் இருக்கா... சர்நிதா..” என வள்ளியம்மாள் கூப்பிட, ‘வறேன்மா” என்றபடி வெளியே வருவது.

“காலையில என்ன நடந்துச்சு?” என முத்துசாமி கேட்க, எத கேக்குறீங்க...?” “ எல்லாம் உன் நாசமா போனா காதல தான்?” என முத்துசாமி கேட்க, “என்னங்க புதுசா?” என வள்ளியம்மாள் கேட்பது.

“புதுசில்ல.. இது ரொம்ப நாளா நடக்குது. நான்தான் எதுவும் தெரியாத மாதிரி இருந்தேன். ஆனா இன்னைக்கு காபி ஷாப்புல சக்களத்தி சண்ட நடத்தி இருக்கா உம் பொண்ணு. பையனோட அப்பன் நான் வேல செய்யுற கடை ஓனருக்கு சொந்தக்காரன். பஞ்சாயத்து கடைக்கு வந்து, என்ன கூப்பிட்டு ஓனர் புத்தி சொல்ற நிலமைக்கு கொண்டு வந்து விட்டுட்டா உம் பொண்ணு” என சொல்ல சர்நிதா மௌனமாக நிற்பது. “நான் சபரிமலைக்கு போயிட்டு வந்ததும் உனக்கு கல்யாணம். இது அந்த மணிகண்டன் மீது சத்தயம்” என்றபடி எழுந்து செல்வது.

காட்சி : 12 அதிகாலை
கோவில் உள்ளே/வெளியே

கார்த்திகை 1 கோவிலில் அதிகாலையில்... ”இருமுடி தாங்கி...” என வீரமணியின் பாடல் ஒலிப்பது. மாலையிட இருக்கும் பக்தர்கள் தங்கள் குருசாமிகளிடம் மாலையிட கூடி இருப்பது.

எல்லா கோவில்களிலும்... “பள்ளி கட்டு சபரி மலைக்கு...” என்ற பாடல் ஒலிக்க... கூடவே, மாலையிட்டுக் கொண்டு சாமிமார்களின், “சாமியே சரணம்... ஐய்யப்பா” கோஷமும் சேர்ந்து ஒலிப்பது.

காட்சி : 13 காலை
கோவில்   உள்ளே/வெளியே

முத்துசாமி மாலை அணிந்து வெளியே வருவது. சர்நிதா வள்ளியம்மாள் கூட இருப்பது. சரண கோஷத்துடன் மூவரும் வீடு நோக்கி வருவது. அவருடன் மேலும் சிலரும் மாலை போட்டு கொண்டு வருவது.

காட்சி : 14 பகல்
சசிரேகா வீடு   உள்ளே

சசிரேகா தனது அறையில் இருந்து போன் செய்வது. எதிர்முனை "ஹலோ" சொல்ல சசிரேகா... "நான் போட்டோ அனுப்புற பொண்ண கடத்திருங்க. எப்ப கடத்தனும்னு சொல்றேன். அப்ப கடத்தீருங்க... ஒரு மாசம் அவளை எங்கேயாவது அடைச்சு வெச்சிருங்க. என் கல்யாணம் முடிஞ்சதும்.. சொல்றேன்... விட்டுடுங்க.." என சொல்ல
"அவளை கடத்த முடியாட்டியோ? அல்லது எங்களை அடையாளம் கண்டுட்டாலே? என்ன செய்யறது?"

"நமக்கு ஆபத்துன்னா முடிச்சிட வேண்டியது தான். எவ்ளோ பணம் தேவையோ தரேன்" என்றபடி போனை கட் செய்வது.

காட்சி : 15 மாலை
கோவில்   உள்ளே/வெளியே

மது சிறுமி தர்ஷினி மாலை போடுவது. தமிழ்செல்வி அருகில் இருப்பது. அவருடன் சிலரும் மாலை போடுவது. சரணம் அய்யப்பா கோஷம் எழுவது.

காட்சி : 16 மாலை
ஓரிடம் வெளியே

காத்தமுத்துவும், கரிகாலனும் உரையாடுவது, "கரிகாலன் இந்த கடத்தல் பற்றி நீ என்ன நெனைக்குற? என கேட்க, காத்தமுத்து 'நமக்கு வேண்டியது பணம், நாம் மாட்டுற மாதிரி இருந்தா யாரையும் கொல்லலாம்.. யாரையும் காட்டிக் கொடுக்கலாம். உனக்கு ஒரு விசயம் தெரியுமா? குத்தம் செய்யறவன விட, குத்தம் செய்ய சொல்றவனுக்கு தான தண்டனை ஜாஸ்தி" என சொல்ல, "உள்ள போய்... போய்.. நீயே வக்கில் ரேஞ்சுக்கு பேச ஆரம்பிச்சிட்ட" என கரிகாலன் தன் பற்கள் தெரிய சிரிப்பது.

காட்சி : 17 இரவு
ரகுவீடு உள்ளே/வெளியே

சாரதா, 'என்னங்க உங்க தங்கச்சி வீட்டுகாரரும் , பொண்ணு மாலை போட்டுருக்காங்களாம் உங்களுக்கு தெரியுமா?" என கேட்க, "அவதான்.. சொத்துக்கு கையெழுத்து கேட்ட பிறகு எந்த விசயத்துக்கும் நம்மள அழைக்கிறது இல்ல... அப்புறம் எப்படி தெரியும்?"

"இப்ப என்னதான் அண்ணனுன் தம்பியும் முடிவு பண்ணிருக்குறீங்க?"

"முடிவு மலைக்கு போயிட்டு வரும்போது தெரியும். நம்ம கால்ல வந்து விழ போறா..."

"பார்க்கலாம்"

"பார்க்கதான் போற... ரகு யாருன்னு?" என்றபடி

தண்ணீர் குடிப்பது.

காட்சி : 18 மாலை
திறந்தவெளி பூங்கா வெளியே

சுரேந்திரன் சர்நிதா உரையாடுவது. "சர்... நான் என் ப்ரெண்டுங்க கூட சேர்ந்து சபரிமல போறேன்." 'மாலை போடல...' "அவங்க மால போட்டு இருக்குறாங்க. நான் பம்பா வர போயிட்டு அங்கேயே இருந்திருவேன். அவங்கதான் மலைக்கு போவாங்க என சொல்ல, 'அப்ப நீயும் ஜாலி பண்ணுற அப்படிதானே?' என கேட்க, நீ இல்லாம ஏது ஜாலி? என்றபடி அவளுக்கு முத்தம் கொடுப்பது. இதை ஓரிடத்தில் நின்று நான்கு கண்கள் பார்ப்பது.

காட்சி : 19 இரவு
மதுகடை உள்ளே/வெளியே

காத்தமுத்து கரிகாலன் மது அருந்திக் கொண்டிருப்பது. போன் ஒலிப்பது. போனை எடுத்து "ஹலோ" என சொல்ல, எதிர்முனை ஏதோ சொல்வது. "கவனிசிட்டு தான் இருக்கோம். காரிய்லத்தை கட்சிதமா முடிச்சு தரோம். பயப்படாதீங்க ஆனா இப்ப கொஞ்சம் பணம் தேவைபடுது என சொல்ல...

"கூகுள் பே ல அனுப்புறேன்" என்றபடி போனை கட்ச் செய்வது.

சாரி காலைல இப்ப பணம் வந்துரும் என சொல்லி முடிப்பதற்குள் ரூ. பத்தாயிரம் அவனது அக்கௌண்டில் ஏறிவிடுகிறது.

காட்சி : 20 இரவு
சசிரேகா அறை   உள்ளே

போனை எடுத்து எண்ணை அழுத்த எதிர்முனை போனை எடுக்கிறது. உன் அக்கௌண்ட்ல பணம் அனுப்பி இருக்கிறேன். "சும்மா குடிச்சிட்டு திரிய கூடாது. காரியத்துல கண்ணா இருக்கனும்" என சொல்ல, "நாங்க பாத்துக்கிறோம்" என கூறி போனை கட் செய்கிறார்கள்.

"சர்நிதா.. நீ சாவுடி..." என்று புன்னகைத்தபடி பெட்டில் சாய்கிறாள் சசிரேகா.

காட்சி : 21 மாலை
கோவில் மைதானம்   உள்ளே/வெளியே

ஒரு மாதத்திற்கு பிறகு. சர்நிதாவின் அப்பா மற்றும் அவர்களுடன் செல்லும் சிலர் டிராவல்ஸ் வண்டி புக் செய்வதை பற்றி சொல்வது.

அனைவரும் ஒருமித்த கருத்து சொல்ல சபரி மலை செல்ல, வண்டி புக் செய்யப்படுவது.

காட்சி : 22 காலை
மது வீடு   உள்ளே

மதுவை பார்க்க சில சாமிகள் வருவது. வண்டி எப்படி ஏற்பாடு செய்யலாம் என்று உரையாடுவது. கடைசியில் பம்பா இறங்கி அங்கிருந்து நடந்து போகலாம் என முடிவு எடுக்க படுவது. அனைவரும் செல்வது.

காட்சி : 23 இரவு
சசிரேகா அறை உள்ளே

சசிரேகா போனில் பேசுவது 'நாளைக்கு எல்லாரும் சபரிமலை கிளம்பிடுவாங்க... அவள கடத்த இதுதான சமயம். சுரேந்திரனும் அவன் ப்ரெண்டு கூட போயிடுவான் என சொலல் எதிர்முனை அவங்க வர்றதுக்குள்ள கரியத்தை முடிசிடுறோம்'' என போனை வைப்பது.

காட்சி : 24 மாலை
கோவில் உள்ளே/வெளியே

முத்துசாமி கேங் கட்டு கட்டுவது. பஸ் காத்திருப்பது. குடும்பத்தினர் கூடி இருப்பது சரணம் ஐய்யப்பா கோஷம் விண்ணை பிளப்பது. அனைவரும் கட்டுகட்டி முடிந்தவுடன். பஸ்ஸில் ஏறி அமர பஸ் புறப்படுவது.

காட்சி : 25 இரவு
ரோடு உள்ளே/வெளியே

சுரேந்திரன் நண்பர்கள் கார் புறப்படுவது.. அதே வேளையில்... மது கேங் சாமிகள் புறப்படும் வண்டிக்கு பூஜை செய்து தேங்காய் உடைப்பது பூசணிகாய் உடைத்தவுடன் வண்டி புறப்படுவது.

காட்சி : 26 இரவு
ரோடு வெளியே

சர்நிதா ஸ்கூட்டியில் வந்துக் கொண்டிருப்பது. அவளை பின் தொடர்ந்து ஒரு பைக் வருவது. பைக்கில் உள்ள

இருவரும் ஹெல்மெட் அணிந்திருப்பது. அவள் அருகே வர பின்னால் இருப்பவன் அவள் துப்பட்டாவை பிடிக்க, அவள் துப்பட்டாவை விட்டு விட்டு வேகமாக வண்டியை ஓட்டுவது. அப்போது ஒரு ஆட்டோ ஹா, பின்னால் வரும் பைக் வேகத்தை குறைக்க, சர்நிதா வெகமாக கடப்பது. தனது போனை அடுத்து சுரேந்திரனுக்கு போன் செய்வது.

காட்சி : 27 இரவு
கார்   உள்ளே

சுரேந்திரன் அவளிடம் "சர் நீ பேசாம.. வண்டி ஏறி பம்பா வந்திரு, நான் அங்க பேசிக்கலாம் பயப்படாதே இப்ப அவனுங்க பின்னால் வர்றானுங்களா? யார் அவனுங்க?

"முகம் தெரியலா ரெண்டு பேரும் ஹெல்மெட் போட்டு இருக்கானுங்க. எனக்கு பின்னால ஒரு ஆட்டோ வருடு அதுக்கு பின்னால அவனுங்க வர்றானுங்க என போனில் பேச....

'நீ நேர பஸ்ஸ்டாண்ட் வந்து பஸ பிடிச்சு வந்துரு. நான் பஸ் ரூட் சொல்றேன்...' என்ற சுரேந்திரன் சொல்ல, சொல்ல, அவள் ஸ்கூட்டி வீட்டுக்கு வந்து விடுகிறது.

காட்சி : 28 இரவு
வீடு   உள்ளே

அம்மாவிடம், "நண்பர் காலேஜ் தோழி சரிதாவிற்கு நாளைக்கு கல்யாணம் அதனால நான் இப்ப கிளம்புறேன்" என சொல்ல,

"என்னடி திடீர் கல்யாணம்" என அம்மா கேட்க,

“நான் மறந்துட்டேன்மா.. அப்பா மலைக்கு போறதில. இப்பதான் மத்த ப்ரெண்ஸ்ங்க போன் பண்ணுனதும் ஞாபகம் வந்திருச்சி” என சொல்ல, “எங்கே கல்யாணம் தேனீ” என்றபடி ஒரு சிறிய பேகை எடுத்துக் கொண்டு ஆட்டோவை வரசொல்லி ஆட்டோவில் ஏறுவது.

ஆட்டோ அவர்கள் வீட்டு கார்னர் திரும்ப அந்த பைக் காரரர்கள் நிற்பதை அவள் காண்கிறாள். அவர்களும் அவளை காண்கிறார். பிறகு பாலோ செய்கிறார்கள்.

காட்சி : 29 இரவு
பேருந்து நிலையம் உள்ளே

செங்கோட்டை செல்ல பேருந்து தயாராக நிற்க, அவள் ஏறி அமர்கிறாள். இதை காணும் அவர்கள் யோசிப்பது. சபரிமலை செல்லும் சாமிகள் சிலர் வண்டியில் ஏறுவது வண்டி புறப்படுவது.

காட்சி : 30 இரவு
ரோடு உள்ளே/வெளியே

செங்கோட்டை சொல்லும் பேருந்து சிங்கநல்லூர் வரும்போது காத்தமுத்துவும், கரிகாலனும் ஏறுவது சர்நிதாவிற்கு பின்னால் உள்ள இருக்கையில் அமர்வது. நடத்துநர் டிக்கெட் கேட்பது. இருவரும் செங்கோட்டை டிக்கெட் எடுப்பது வண்டி எத்தன மணிக்கு செங்கோட்டை போகும் என கேட்க, காலை 5:30 என நடத்துநர் சொல்வது. அப்ப மத்தத காலையில பார்க்கலாம்... இப்ப தூங்கலாம் என இருவரும் கண் மூடுவது.

காட்சி : 31 அதிகாலை
பம்பா நதிகரை வெளியே

சுரேந்திரனின் நண்பர்கள் சென்ற கார் அதிகாலை மூன்று மணிக்கு பம்பாவை சென்றடைகிறது. கண்ணுக்கு எட்டியவரை கார்களும், மினி பேருந்துகளும் டூரிஸ்ட் வாகங்களும் நிறைந்து கிடந்தன. “என்ன சாமிகள் வண்டி பார்க்கிங் செய்ய கூட இடத்தை காணோம்” என சுரேந்தர் சொல்ல, அதற்குள் செக்யூரட்டி வந்து “சாமிகள் உங்கள் வண்டியை அதோ அந்த விளக்கு தெரியும் இடத்தில் நிறுத்துங்கள்” என ஓரிடத்தை காட்ட, அந்த இடம் ஏறக்குறைய ஒன்றரை கிலோ மீட்டர் தொலைவில் இருந்தது. வேறு வழியில்லாமல் வாகனத்தை அவர் காட்டிய இடத்திற்கு நத்தை போல நகர்த்தி சென்றனர்.

காட்சி : 32 அதிகாலை
எரிமேலி உள்ளே/வெளியே

மது வந்த பேருந்து எரிமேலியில் நின்றுக் கொண்டிருப்பது. காரணம் அதில் சிலர் கன்னி சாமிகள். அதனால் அவர்கள் எரிமேலி பேட்டை துள்ளலில் கலந்துக் கொண்டு ‘வாபர்’ சாமி மசூதியில் சாமி கும்பிட்டு கொண்டிருந்தனர். சிறுமி தர்ஷினியும் கன்னிசாமிதான். பேட்டை துள்ளல் முடிந்தவுடன் அனைவரும் வண்டியில் ஏற... வண்டி பெருவழி நோக்கி செல்கிறது.

காட்சி : 33 அதிகாலை
செங்கோட்டை பேருந்துநிலையம் உள்ளே / வெளியே

அதிகாலை 4.25 மணிக்கே பேருந்து செங்கோட்டையை

அடைந்து விட்டது. அனைவரும் பேருந்தில் இருந்து இறங்க... சர்நிதாவும் இறங்குகிறாள். காத்தமுத்துவும் கரிகாலனும் பேருந்தில் இருந்து இறங்குகிறார்கள்.

செங்கோட்டை பேருந்து நிலையம் மிகவும் சிறியது. சபரிமலை சாமிகள் கூட்டம் நிரம்பி வழிந்துக் கொண்டிருந்தது.

சபரி மலை பெயர் பலகை அமர்ந்த பேருந்துகள் வந்துக் கொண்டே இருப்பது.

காட்சி : 34 அதிகாலை
பம்பா நதி உள்ளே/வெளியே

பம்பா நதியில் குளிப்பதற்கு கூட்டம் அலை மோதியது. புனித நதி பழைய கருப்பு துணிகள் நிறைந்த ஒரு அசுத்த நதிபோல் காட்சி அளிப்பதை காண சுரேந்திரனுக்கு வருத்தமாக இருந்தது.

அனைவரும் குளித்துவிட்டு வந்து உடை மாற்றிவிட்டு மலையேற தயார் ஆகிறார்கள். "நான் இங்கே இருக்கேன் நீங்க மலைக்கு போயிட்டு வாங்க" என சுரேந்திரன் சொல்ல அவர்கள் மலையேற தொடங்குகிறார்கள்.

காட்சி : 35 காலை
பேருந்து உள்ளே/வெளியே

பம்பா வரும் பேருந்தில் பயணம் செய்கிறாள். சர்நிதா அவளது போன் ஒலிக்க எடுத்து பேசுகிறாள், சுரேந்திரன் "எங்கே வந்துட்ட" என கேட்க, பம்பா வரும் பேருந்தில் ஏறிவிட்டேன் என கூறுவது. "சரி பம்பா வந்தவுடன்... எனக்கு

சுப்ரபாரதிமணியன்

போன் பண்ணு" என சொல்லி போனை கட் செய்துவிட்டு பம்பா பேருந்து நோக்கி பயணிக்கிறான் சுரேந்திரன்.

காட்சி : 36 காலை
சபரிமலை சிறுவழி பாதை வெளியே

சபரிமலை பாதையில் முத்துசாமி குழுவினர் சரண கோஷத்துடன் நடந்து செல்வது.

காட்சி : 37 பகல்
பெருவழி பாதை காட்டுபகுதி வெளியே

மது குழுவினர் பெருவழி பாதையில் நடந்து செல்வது. "இங்கே பாருங்க இதோட ஊரு முடிஞ்சது.. இனி வர்றது இண்டீரியர் ஃபாரெஸ்ட் கவனமாக இருக்கனும்... இது மிருகங்கள் நடமாடும் பகுதி. அதனால் ஐயப்பன நெனச்சு பலமா சரணம் கூப்பிடுங்க" என் மது சொல்ல, அனைவரும் விண்ணை பிளக்கும் அளவு சத்தம் செய்வது.

காட்சி : 38 காலை
பம்பா பேருந்து நிலையம் உள்ளே/வெளியே

சர்நிதா பேருந்தில் இருந்து இறங்கி நிற்க, கூட்டநெரிச்சல் அதிகமா இருந்தது. அவள் மெதுவாக கூட்டத்தில் கலந்து நடந்து வருவது.

திடீரென ஒரு குரல் "திரும்பி பார்க்காம அதோ தெரியுதே.. அந்த காரில் ஏறு இல்லாட்டி. கத்தியால குத்திருவேன்" என சொல்லி அவள் பின்புறம் கத்தியை வைக்க, நடுங்கியவளா நடக்கிறாள் அவள் சொன்ன காரை நோக்கி, அவளது செல்போன் ஒலிக்க பேகில் இருந்து

எடுப்பவளை போல, அங்கிருந்து கூட்டத்தில் புகுந்து ஓடுகிறாள். அவர்களும் இவளை துரத்துகிறார்கள். பயந்த அவள் அங்கிருக்கும் ஒரு காரின் டிக்கியில் ஏறி கொள்கிறாள். சிறிது நேரத்தில் கார், அங்கிருந்து புறப்படுகிறது. என்ன செய்வதென்று தெரியாமல், சத்தம் இடமால் இருப்பது. கொஞ்ச சேரத்தில் கார் நிற்க... கதவை திறந்து அனைவரும் செல்லும் சத்தம் கேட்க, அதன் பிறகு சிறிது நேரம் கழித்து மெதுவாக டிக்கியை திறந்து பார்க்க, அந்த இடம் முழுவதும் கார் மட்டும் வாகனங்கள் நிறைந்து கிடப்பது. அவள் மெதுவாக இறங்கி, வெளியே வந்து பார்க்க, பம்பா நதியில் நீராடும் கூட்டம் தெரிவது.

காட்சி : 39 பகல்
பம்பா பேருந்து நிலையம்   வெளியே

சுரேந்திரன் போன் செய்து சர்நிதா எடுத்து பேசுவது. தன்னை இருவர் இங்கேயும் தொடர்ந்து வந்ததாக சொல்வது. ஆனால் அவர்கள் முகத்தை பார்க்கவில்லை என்று நடந்தவற்றை கூறுவது. அவளை அங்கேயே இருக்க சொல்லிவிட்டு, சுரேந்தர் வருவதாக சொல்வது.

காட்சி :40 பகல்
இண்டீரியர் பாரெஸ்ட் வெளியே

மது தனது குழந்தை தர்ஷினியை காணாமல் தவிப்பது. அனைவரும் குழந்தையை தேடுவது. மது 'ஐயப்பா.. ஐயப்பா..' என கதறுவது.

காட்சி : 41 பகல்
சபரிமலை சன்னிதானம்   உள்ளே/வெளியே

முத்துசாமி குழுவினர் சாமி தரிசனத்திற்காக வரிசையில் நிற்பது. கூட்டம் அங்கும் அலை மோதுவது. சரணம் ஐயப்பா... என்ற முழக்கத்துடன் பதினெட்டாம் படி யேற காத்திருக்கும் பக்தர்களின் கண்களில் ஐயப்பனை எப்போது பார்ப்போம்'' என்ற ஏக்கம் தெரிவது.

காட்சி : 42 பகல்
பம்பா நதிகரை வெளியே

சர்நிதா சுரேந்திரனுக்காக காத்திருக்க... அங்கு வந்து சேர்கிறார்கள் சர்நிதாவை கடத்த வந்த இருவர். அவர்களை காணும் சர்நிதா அங்கிருந்து தப்ப முயற்சிக்க அவளை பிடித்து விடுகிறார்கள்... அப்போது அவர்கள் முகத்தை பார்க்கிறாள். இருவரும் சாமிகள் போல கருப்பு உடை அணிந்து வந்தவர்கள் என்று இருவரும் பார்க்க.. அப்பாவிகள் போல தெரிந்தாலும்.. திடகாத்திய உடம்புடன் இருந்தனர். அவர்களில் ஒருவன், "நீ எங்கே போனாலும் விட மாட்டோம். ஒழுங்கா சத்தம் போடாம வந்தா, சேதாரம் இல்லாம பத்திரமா உன்ன வீட்டுக்கு அனுப்புவோம். இல்ல எங்கள காட்டி கொடுக்க நினைச்சே.. உன் காதலன் சுரேந்தர் அவன் கதி அதோ கதி'' என சொல்ல, "நான் வர்றேன்... அவர ஒன்னும் செய்யாதே'' என சொல்லிவிட்டு, அவர்களுக்கு தெரியாமல் அவள்... லோகேஷன் ஷேர் செய்து, மேசேஜ் அனுப்பி விடுகிறாள். சுரேந்திரனுக்கு.

காட்சி : 43 பகல்
பெருவழி வெளியே

மது குழந்தையை தேதி அலைவது. அதே வேளையில் காத்தமுத்துவும், கரிகாலனும் குழந்தையை தூக்கி கொண்டு முக்குழி வழியாக இறங்கி வருவது.
சுரேந்திரன் சர்நிதாவின் போனை ட்ராக் செய்து முக்குழி வருவது.

காட்சி : 43 பகல்
முக்குழி வெளியே

முக்குழியில் ஓரிடத்தில் சில கார்கள் மற்றும் வாகனங்கள் நிற்க, சுரேந்திரன் ட்ராக் செய்து சர்நிதா இருக்கும் காரை கண்டு பிடிக்கிறான். உள்ளே அவள் கைகள் கட்டப்பட்டு. கிடக்க வேறு யாரையும் காணவில்லை. சுரேந்திரன் கார் கதவை திறக்க முயலும் அதே வேளையில், முரட்டு கைகள் அவனை பிடித்து இழுக்க, திரும்பி பார்க்க இருவர் நிற்பது. அவர்களுக்குள் சண்டை நிகழ ஐயப்ப பக்தர்கள் கூட்டம் சூழ போலீஸ் வருவது. அனைவரையும் பிடித்து விசாரிப்பது. போலீஸ் அவர்களை போலீஸ் நிலையத்துக்கு அழைத்து செல்வது.

காட்சி : 45 பகல்
ரோடு வெளியே

போலீஸ் வண்டி போய் கொண்டிருக்க, காத்தமுத்துவும், கந்தசாமியும் குழந்தையின் வாயை பொத்தியபடி காரில் ஏறுவதை காணும்... சுரேந்திரன், “சார்... அவங்கள பாத்தா சந்தேகமா இருக்கு பாருங்க” என இன்ஸ்பெக்டரிடம் சொல்ல, இன்ஸ்பெக்டர் பார்ப்பது... அதற்குள் அவர்கள் வண்டியை ஸ்டார் செய்து கிளம்ப போலீஸ் வண்டி அவர்களின் வண்டியை தொடர்ந்து செல்வது.

காட்சி : 46 பகல்
முக்குழி வெளியே

முக்குழியில் பாதுகாப்புகாக இருக்கும் போலீசிடம், மது புகார் கொடுக்க, போலீஸ் வயர்லெஸ்ஸில் தொடர்பு கொள்வது. பம்பா மற்றும் சபரி மலையில் உள்ள அனைத்து போலீஸ் நிலையத்துக்கும் தகவல் செல்வது.

காட்சி : 47 பகல்
ரோடு வெளியே

காத்த முத்துவின் காரை ஓவர் டேக் செய்து, போலீஸ் நிறுத்துவது. இன்ஸ்பெக்டர் இறங்கி, காத்தமுத்துவை விசாரிக்க, குழந்தையுடன் கரிகாலன் ஓட முயற்சிக்க, சுரேந்திரன் மடக்கி பிடிப்பது. அனைவரையும் ஏற்றிக்கொண்டு போலீஸ் வாகனம் பம்பா போலீஸ் நிலையத்திற்கு வருவது.

காட்சி : 48 பகல்
போலீஸ் நிலையம் உள்ளே

அனைவரும் விசாரிக்கப்படுவது. சர்நிதா, சுரேந்திரன் உண்மை சொல்ல, சர்நிதாவை கடத்திய பலராமன், கார்மேகம் இருவரும் சசிரேகா பெயரை சொல்வது. குழந்தையை கடத்திய காத்தமுத்து கரிகாலன் இருவரும் தமிழ்செல்வியின் அண்ண்ன் ரகுவின் பெயர் சொல்வது.

விசாரணை முடிந்தவுடன் மதுவிற்கு போலீஸ் நிலையத்தில் இருந்து போன் செய்வது.
சர்நிதாவின் அப்பா முத்துசாமிக்கு போலீஸ் நிலையத்தில் இருந்து போன் செய்வது.

காட்சி : 49 பகல்
போலீஸ் நிலையம் உள்ளே/வெளியே

மது படபடப்புடன் காவல் நிலையம் வருவது. மகளை காணும் மதுவின் கண்கள் குளமாவது.
“உங்க மச்சான் ரகு தான் குழந்தையை கடத்த சொல்லி இருக்கார்.” அவருக்கும் உங்களுக்கும் என்ன பிரச்சனை?” என இன்ஸ்பெக்டர் சொல்ல, மது தன் மனைவியின் சொத்து பிரச்சனை பற்றி சொல்வது.

அதற்குள் சாமியே சரணம் ஐயப்பா என்றபடி முத்துசாமி உள்ளே வர... தன் மக்ள் சர்நிதா அங்கே இருப்பதை கண்டு அதிர்வது இன்ஸ்பெக்டர் நடந்தவற்றை சொல்வது.

“புடிச்சவங்கள பிரிக்காதீங்க. வாழ விடுங்க” என்றபடி இன்ஸ்பெக்டர் அனைவரிடமும் எழுதி வாங்கி கொண்டு அனுப்புவது.

கடத்தல் காரர்கள் நாலு பேரையும் உள்ள தள்ளுவது. இன்ஸ்பெக்டர் லத்தியுடன் உள்ளே செல்வது.

காட்சி : 50 மாலை
கோவை உள்ளே/வெளியே

சசிரேகா, சர்நிதாவை கடத்த சொன்ன குற்றத்திற்காக போலீசாரால் கைது செய்யப்படுவது.
அதே வேளையில் ரகுவும், குழந்தை தர்ஷினி கடத்தல் வழக்கில் கைது செய்யப்படுதல்.

காட்சி : 51 காலை
சர்நிதா வீடு உள்ளே/வெளியே

சர்நிதாவை பெண் கேட்டு சுரேந்திரன் வீட்டார் முறைபடி வருதல். முத்துசாமி மனைவி மற்றும் உறவினர் வரவேற்பது. சர்நிதா சுரேந்திரன் மகிழ்ச்சியில் உரையாடுவது.

திரைக்கதை 6

நிஜமான நிழல்கள்

விஞ்ஞானி ஒருவர் பல ரோபோக்களை உருவாக்குகிறார். அதில் சிலவை காதல் ரோபோக்களாக மாறிவிடுகின்றன. ஜோடி சேர்ந்து விடுகின்றன. ஒரு பெண் ரோபோக்கு அப்படி ஜோடி சேர முடியாமல், காதல் செய்ய முடியாமல் தவித்து இருக்க வேண்டிய சூழல் ஏற்படுகிறது. அது பல வகைகளில் புகழ் பெறுகிறது. ஆனால், காதல் ரோபோக்களை பார்த்து அது பொறாமை படுகிறது. தனக்காக ஜோடிக்காக ஒரு ரோபோவை தயார் செய்யும் படி தனது விஞ்ஞானியிடம கேட்கிறது. அவரும் முயற்சி செய்கிறார். ஆனால் அவர் ஏன் ஏன் பலியாகினர்.

காட்சி : 01 இரவு
பரிசோதனை கூடம் உள்ளே/வெளியே

அந்த உயர் ரக கார் 'பிரம்மா' தொழிற் நுட்ப பரிசோதனை கூடம் முன்பு வந்து நிற்கிறது. இரவு காவலாளி கார்மேகம் கவ்யமாக வந்து கேட்டை திறந்து விட்டு விட்டு சல்யூட் அடித்தபடி நிற்பது. கார் அந்த லேபின் பளிங்கு பாதையில் வழக்கி சென்று போர்டிகோவில் நிற்கிறது.

காட்சி : 02 இரவு
போர்டிகோ உள்ளே/வெளியே

காரின் கதவை திறந்து முதலில் டிரைவர் முகுந்தன் இறங்கி விட்டு, காரின பின் கதவை திறக்க.. மிடுக்குடன் இறங்குகிறார்.. டாக்டர் வர்மா.

இந்த 'பிரம்மா' பரிசோதனை கூடத்தின் உரிமையாளர் இவரின் வேலை மனிதனை போலவே இயங்கும் ரோபோகளை கண்டு பிடிப்பது. இவரின் பல ரோபோக்கள் தற்சமயம் புழகத்தில் உள்ளது. இருந்தும் மனித குணத்திற்கு சற்றும் குறைவில்லாத ரோபோவை கண்டு பிடிக்க வேண்டும் என்பதே இவரது குறிக்கோள்.
காரிலிருந்து இறங்கிய வர்மா... உள்ளே சென்று 'லிப்டில்' ஏறி மூன்றாவது ப்ளோர் பட்டனை தட்ட... லிப்ட் இவரை மூன்றாவது ப்ளோருக்கு தூக்கி செல்கிறது.

காட்சி : 03 இரவு
பரிசோதனை கூடம் உள்ளே/வெளியே

ஒரு பெண் ரோபோவை தயார் செய்து கடைசி கட்ட பரிசோதனை செய்துக் கொண்டிருக்கிறார்... வர்மாவின் உதவியாளர்... இளம் விஞ்ஞானி உதயன். லேபின் கதவை திறந்து 'வர்மா' உள்ளே வருவதை காணும்... உதயன் 'வெல்கம் சார்' என்று வரவேற்க... வர்மா சிரித்தபடி உள்ளே சென்று தனது அறையில் அமர்வது.

காட்சி : 04 இரவு
வர்மா அறை உள்ளே/வெளியே

வர்மா தனது கம்ப்யூட்டரில் தற்சமயம் உருவாக்கியுள்ள

பெண் ரோபோவின் சிறப்பம்சங்களை பற்றி பார்ப்பது. அவற்றை பற்றிய குறிப்புகளை எழுதுவது.

அதே நேரம்... உதயன் 'மே ஐ கம் இன் சார்' என கேட்க 'கம்' என ஒற்றை வார்த்தையில் அழைக்க உதயன் உள்ளே செல்வது. "எவெரி திங் ரெடி சார்" என உதயன் சொல்ல, "ட்ரையல் பாத்துட்டீங்களா உதயா?" என வர்மா கேட்க... பாத்தாச்சு சார்... அதை வீடியோவா எடுத்து இருக்கேன்.. பாருங்க... என்ற படி தன் கையில் இருக்கும் 'டேபில்' அதை உதயன் காட்டுவது. வர்மா பார்ப்பது 'குட்' என்றபடி "அப்ப நாம சேனல் மீட்டிங்குக்கு ஏற்பாடு பண்ணீடலாமா?" என வர்மா கேட்க, "பண்ணீடலாம் சார்" என்றுஅ உதயன் சொல்ல அலைப்பேசியை எடுத்து எண்களை அழுத்துகிறார் வர்மா.

காட்சி : 05 காலை
வர்மா அலுவலகம் உள்ளே/வெளியே

கே.வி. டெக்னாலாஜிக் செண்டர் முன்பு.... பத்திரிகையாளர்கள் கூட்டம் நிரம்பி நிற்பது. வர்மாவின் அறையில்... வர்மா தயாராகி கொண்டிருப்பது.

காட்சி : 06 காலை
கே.வி.அலுவலக வாசல் உள்ளே/வெளியே

ஒரு நிருபர்... வர்மா என்று சுருக்கமாக அழைக்கப்படும் டாக்டர் திரு.கிருஷ்ண வர்மா அவர்கள் இதுவரை பலதரப்பட்ட ரோபோகளை தயார் செய்துள்ளார் என்பது உங்களுக்கு தெரியும். ஆனால் இம்முறை முற்றிலும் மாறுபட்ட ரோபோவை தயாரித்திருப்பதாகா அவர் சொல்லியுள்ளார்... இன்னும் சற்று நேரத்தில் பத்திரிகையாளர் சந்திப்பில் திரு.வர்மா அவர்கள அதை பற்றி விளக்க

உள்ளார். எனவே காத்திருங்கள் நமது சேனலுடன்... சில நிமிடங்களில் நேரலை... என கூறி முடிப்பது.

காட்சி : 07 காலை
ஒரு ஐ.டி.அலுவலகம் உள்ளே/வெளியே

அந்த ஐ.டி. அலுவலகத்தில் உள்ள அனைவரும அந்த லைவ் நிகழ்ச்சிக்காக காத்திருப்பது. 'இப்படியே போனா நாம் கடைசியில மாடு மேய்க்க வேண்டியது தான்' என ஒருவர் சளித்துக்கொள்ள... மற்றொருவன் "எனக்கு விவசாய நிலம் உள்ளது. எங்க அப்பாகூட சேர்ந்து விவசாயம் பண்ண தொடங்கிருவேன்." "நீங்க எப்படியோ பொளச்சுக்குவீங்க... ஆனா.. நாங்க...?"

மாலினி கேட்க, "அதுக்குதான் இப்பவே மேக்கப்பே குறைச்சுக்கோ... அந்த பணம் ஆவது மிஞ்சும்" " என திலக் கிண்டல் அடிக்க, அனைவரும் சிரிப்பது. அதே வேளையில்... இதோ... 'வர்மா சார் வருகிறார்' என அனைத்து கேமராக்களும் அவரை போகஸ் செய்வது.

காட்சி : 08 காலை
கே.வி.அலுவலகம் வெளியே

டாக்டர் வர்மா தனது உதவியாளர் டாக்டர் உதயனுடன் வருவது கேமரா அனைத்தும் அவரை போகஸ செய்வது.

"சார்... திடீரென்று பத்திரிகையாளர்களை சந்திக்க காரணம்? என செய்தியாளர் கேட்க 'எனது புதுமையான கண்டுபிடிப்பை உலகிற்கு அறிமுகப்படுவதற்கு முன்னால்.. உங்களுக்கு அறிமுகப்படுத்த ஆசைப்படுகிறேன்" என வர்மா சொல்ல "அப்படி என்ன புதுமை சார்?" என

ஒரு பெண் நிருபர் கேட்க அதற்கு பதிலை எனது புதிய கண்டுபிடிப்பே சொல்லும் என்றபடி தனது புதிய கண்டு பிடிப்பான ரோபோவை அறிமுகப்படுத்துகிறார் வர்மா. அந்த ரோபோவை காணும் அனைவரும் ஆச்சரியம் அடைகின்றனர். காரணம்.. அந்தா ரோபோ ஒரு புதுமுக நடிகையை போல் அழகாகவும் இயல்பாகவும் இருந்தது. பத்திரிகையாளர்களின் கேள்விகளுக்கு அந்த பெண் (ரோபோ) பதில் சொல்லியது. பிறகு வர்மா அவர்களை பார்த்து... இந்த ரோபோவின் பெயர் ரேஷ்மா.. இதற்கு பதினெட்டு மொழிகள் பேச தெரியும். அதுபோல நாங்கள் புரோகிராம் செய்து வைத்துள்ளோம்.

இந்த ரோபோ.. ஒரு பிரபல தொலைக்காட்சி சேனலில் செய்தி வாசிப்பாளராக விரைவில் 'அறிமுகமாக உள்ளார்' என்பதை மகிழ்வுடன் தெரிவித்துக் கொள்கிறேன். மீண்டும் உள்ள உங்கள் கேள்விகளுக்கு எனது ஜுனியர் பதில் அளிப்பார்" என வர்மா முடித்துக் கொள்ள... உதயனை நோக்கி கேள்வி கணைகளை தொடுக்க ஆரம்பிக்கிறார்கள் பத்திரிகையாளர்கள்.

காட்சி : 09 பகல்
ஐ.டி. கம்பெனி உள்ளே/வெளியே

"டேய்.. அவளே (ரோபோ) பார்த்தா எனக்கே மூடு வருது. எப்படிடா இப்படி எல்லாம்?" என ஒருவன் கேட்க, அங்கிருக்கும் பெண்களை காட்டியபடி இவளுகளை எல்லாம் காதலிச்சு அல்லோலபட பேசாம அந்த மாதிரி ரோபோவையே காதலிக்கலாமே..." என மற்றொருவன் சொல்ல "ஆமா.. ஆமா.. எங்கள சமாளிக்கவே துப்பில்ல.. இதுல இரும்புகிட்ட போறானுங்களாம்.. படுக்க... என கொஞ்சம் காட்டமாகவே பதில் சொன்னால் மஞ்சு.

டேய்.. என்னடா உன் ஆளு சொல்றத பாத்தா.. உன்னால எதுவும் முடியலயா? கண்ணன் கேட்க மூடிட்டு வாடா" என்று அவனை அழைத்துக் கொண்டு கேண்டின் நோக்கி செல்கிறார் பிரபு.

காட்சி : 10 மாலை
உதயன் வீடு உள்ளே/வெளியே

உதயன் தனது அறையில் அமர்ந்து அடுத்த ப்ராக்டின் குறிப்புகளை எழுதிக் கொண்டு இருப்பது. அப்போது அவனது செல்போன் ஒலிப்பது. செல்போனை எடுத்து பார்க்க.. டாக்டர். ரிச்சா என வருவது. போனை ஆசையுடன் செய்து... 'ஹாய் ரிச்சா... எப்படி இருக்க?" என உதயன் கேட்க நான் நல்லா இருக்கேன். உங்க பாஸ் Mr.வர்மா கலக்குறாரே" என கேட்க... இதுக்கே இப்படி அசந்தா எப்படி? எங்க அடுத்த தயாரிப்பு என்ன தெரியுமா? என உதயன் கேட்க, 'சொல்லு கேட்கலாம்' என்று ரிச்சா சொல்ல... 'லவ் ரோபோஸ்' அதாவது 'காதல் எந்திரன்' என சொல்லு, 'அப்ப எந்திரன் வசீகரனுக்கு போட்டியாவா? இனி நீ எப்ப கூப்பிடமாட்ட போல தெரியுதே' என சிரிக்க... 'ஏன்' என உதயன் கேட்க, அதுதான் உங்க பாஸே உங்களுக்கு ஒரு அழகான காதலியை ரெடி பண்ணிருவாரே... சும்மா சொல்ல கூடாது மனுசன் அனுபவிச்சு தயாரிச்சிருக்குறாரு போல ரேஷ்மாவ என ரிச்சா சிரிப்பது. 'சரி.. நாம எப்ப சந்திக்கலாம்' என உதயன் சொல்ல, 'ஞாயிற்று கிழமை வழக்கம் போல்...' என்றபடி போனை ரிச்சா கட் செய்ய, உதயன் தன் வேலையை தொடர்கிறான்.

காட்சி : 11 மாலை
பிரபல தொலை காட்சி பீகார் உ ள் ே ள / வெளியே

அந்த பிரபல தொலைகாட்சியில் தனது புதிய பெண் படைப்பான ‘ரேஷ்மா’ என்ற ரோபோவை செய்தி வாசிப்பை டெமோவா காட்டுகிறார் டாக்டர், வர்மா அனைவரும் அசந்து போய் விடுகிறார்... சிறந்த குரல் வளத்துடன் அந்த் பெண் ‘ரோபோ’ பீகாரில் உள்ள அந்த செய்தி நிறுவனத்தில் செய்தியை வாசிக்கிறது. தொலைகாட்சி உரிமையாளர் டாக்டர் வர்மாவை வெகுவாக பாராட்டி, விருந்து வைக்கிறார்.

காட்சி : 12 காலை
பிரபல தொலைகாட்சி நிறுவனம் சென்னை
உள்ளே/வெளியே

அந்த பெண் ‘ரோபோ’ முதல் முதலில் லைவில் வந்து செய்தி வாசிப்பது. அனைவரும் ஆச்சரியம் அடைவது. அசல் பெண் போலவே... அந்த ‘ரோபோ’ செய்தி வாசிப்பதை காணும் பெண் செய்தி வாசிப்பாளர்களின் வயிற்றில் புளி கரைத்துக் கொண்டிருப்பதை அவர்களின் முகம் காட்டி விடுகிறது.

நாமும் இதை போன்று ஏதாவது புதுமை செய்து தான். டி.ஆர்.பி. ரேட்டிங்கை ஏற்ற வேண்டும்” என்றபடி வர்மாவை நேரில் காண தயாரானார்.

காட்சி : 13 காலை
வர்மா வீடு உள்ளே/வெளியே

வர்மாவின் வீடு ஒரு குட்டி அரண்மனை போல இருந்தது. வெளியில் பலதரப்பட்ட உயர்தர கார்கள் நிற்றிருப்பது வீட்டிற்கு மேலும் அழகு சேர்த்தது.

சென்னையில் உள்ள அந்த பிரபல தொலைகாட்சியின் உரிமையாளர் தனது சகாக்களுடன் வந்தார். வர்மா அவர்களை வரவேற்பது. பிறகு தங்களுக்கும் அதை போன்ற பெண் ரோபோ வேண்டுமென கோரிக்கை வைக்க... வர்மா அந்த கோரிக்கையை ஏற்றுக் கொள்கிறார்.

காட்சி : 14 மாலை
பிரபல ஹோட்டல் உள்ளே/வெளியே

டாக்டர் ரிச்சா (தமனாவை போல இருந்தார்) வரவிற்காக ஓட்டலின் வரவேற்பறையில் காத்திருந்தான் டாக்டர் உதயன்.

ரிச்சாவின் கார் போர்டிகோவில் வந்து நிற்பது. ரிச்சா மிகவும் ரிச்சான சுடிதார் அணிந்து வந்தார். உதயன் அவளை கண்டவுடன் சென்று 'ஹக்' செய்கிறான். பிறகு அமர்கிறார்கள்... வேண்டியதை ஆர்டர் செய்து விட்டு பேச தொடங்குகிறார்கள்.

காட்சி : 15 காலை
பிரம்மா பரிசோதனை கூடம் உள்ளே/வெளியே

புதுவகை ரோபோக்களின் இயக்கங்களை, உதயன் பரிசோதித்துக் கொண்டிருப்பது, வர்மா தனது அறைக்கு உதயனை அழைப்பது. உதயன் செல்வது.

காட்சி : 16 காலை
வர்மா அறை உள்ளே/வெளியே

வர்மா அறையில் வர்மாவிற்கு எதிர் இருக்கையில் உதயன் அமர்ந்திருப்பது. "உதயா.. நம்ம ரேஷ்மா நியூஸ்

வாசித்ததுதான் இந்த வாரத்திலெ வந்த எல்லா மாத இதழ்களிலும் அட்டை படம்" என வர்மா சொல்ல, "எல்லாம் உங்க உழைப்பின் பயன் தானே சார்" "நோ... நோ... நம்ம எல்லாருடைய உழைப்பும் சேர்ந்து தான் ரேஷ்மா உருவானா... அதே மாதிரி இனி நாம காதல் ஜோடிகளை உருவாக்கி ஆக்டிவிட் பண்ணனும். அதற்கு உங்க எல்லோருடை உழைப்பும் எனக்கு தேவை. இதை மற்ற நம்ம தொழில் நுட்ப விஞ்ஞானிகளிடம் என் சார்பாக சொல்லீட்டு, ஒரு மீட்டிங் அரெஞ்ச் பண்ணு. மீட்டிங் வர்றெ சண்டே... ஓட்டல் பேலசில் ஒருநாள் முழுவதும், ஓ.கே. இது உன் வேலை மத்ததை நான் மீட்டீங்கில் பேசிக்கிறேன்" என வர்மா சொல்ல, 'ஓ.கே. சார்' என்றபடி உதயன் அவர் அறையை விட்டு வெளியே வருவது.

காட்சி : 17 காலை
ஓட்டல் பேலஸ் உள்ளே/வெளியே

அந்த பிரமாண்ட ஓட்டலில் டாக்டர் வர்மாவின் கார் வந்து நிற்பது. ஒருவர் ஓடி போய் கதவை திறப்பது. வர்மா சிரித்தபடி உள்ளே நுழைவது. கான்ப்ரென்ஸ் ஹாலில் அனைவரும் கூடி இருப்பது. வர்மா உள்ளே நுழைய அனைவரும் எழுந்து வணக்கம் சொல்ல வர்மாவும் பதில் வணக்கம சொல்லி அமர சொல்வது.

காட்சி : 18 காலை
கான்ப்ரென்ஸ் ஹால் உள்ளே/வெளியே

ஓட்டல் ஊழியர். அனைவருக்கும் ஜூஸ் கொண்டு வருவது. கதவு தட்டப்படுவது. அங்கு நிற்கும் ஹோட்டல் ஊழியர் கதவை திறப்பது. அனைவருக்கும் ஜூஸ் வழங்கப்படுவது. பிறகு ஜூஸ் கொண்டு வந்த ஊழியர்

ஹாலை விட்டு வெளியேறுவது 'அனைவரும் ஜூசை முதல்ல குடியுங்க அப்புறமா நம்ம உரையாடலை தொடரலாம்" என வர்மா சொல்ல அனைவரும் ஜூஸ் அருந்துவது.

காட்சி : 19 காலை
வரவேற்பறை   உள்ளே/வெளியே

வர்மாவை பார்க்க, ஒரு வெளிநாட்டுகாரர் வருவது. வர்மாவை விசாரிப்பது. கான்ப்ரென்ஸ் ஹாலுக்கு கனெக்ஷன் கொடுப்பது. வர்மா லைனுக்கு வருவது. போனில் பேசுவது. வந்தவரை ரூம் எண் 413இல் அமர வைக்க சொல்வது.

வெளிநாட்டுகாரர் ரூம் எண் 413க்கு அழைத்து செல்லப்படுவது.

காட்சி : 20 காலை
கான்ப்ரென்ஸ் ஹால்   உள்ளே/வெளியே

உதயன் மைக்கின் முன்னால்... நின்று உரையாடுவது. "நம்ம டாக்டர் வர்மா சார்... ரேஷ்மாவின் வெற்றியை இங்கே கொண்டலாம் என உங்கள் எல்லோரையும் அழைத்தது. அவரது பெருந்தன்மையை காட்டுகிறது. நாம் உழைத்தோம் அவர் ஊதியம் கொடுத்தார். இருந்தும் இந்த வெற்றி கொண்டாட்டத்தை ஏற்படுத்தி நம்மை மகிழ செய்தார். அதற்காக நம் அனைவரின் சார்பாக அவருக்கு நன்றி கூறி... இந்த பொன்னாடையை அணிவிக்கிறேன்" என உதயன் சொல்ல அனைவரும் கைதட்டி ஆரவாரம் செய்வது. உதயன் அவருக்கு... பொன்னாடை போர்த்துவது.

காட்சி : 21 பகல்
413 எண் அறை உள்ளே/வெளியே

வெளிநாட்டுக்காரர் அறையில் அமர்ந்து தனது லேப்டாப்பில் எதையோ தேடிக் கொண்டிருப்பது. கதவை தட்டப்படும் சத்தம் கேட்க. அவர் எழுந்து போய் திறப்பது. வெளியில் பேரர் அவருக்கு வேண்டிய பானங்களுடன் நிற்பது. 'சார் உங்களுக்கு கொடுக்க சொல்லி டாக்டர் சொன்னார்" என பேரர் சொல்ல, வெளிநாட்டுகாரார் சிரித்தபடி.. 'தாங்க் யூ' என வழிவிட.. பேரர் உள்ளே சென்று அனைத்தையும் வைத்துவிட்டு வெளியேறுவது.

காட்சி : 22 பகல்
ஹால் உள்ளே/வெளியே

வர்மா உரையாடிக் கொண்டிருப்பது. 'ரேஷ்மா' நமது கண்டுபிடிப்பின் பிரமாண்டம். அது போன்ற ரோபோக்களை இனி நாம் அதிகப்படி தயார் செய்ய வேண்டிய நிலையில் உள்ளோம். தற்போது கூட ரூம் 413இல் மிஸ்டர் கில்பெர்ட் லான்சி எனக்காக காத்துக் கொண்டிருக்கிறார். 'ரேஷ்மா' போன்ற அழகிய ரோபோவிற்காக.. இனி விரைவில் திரைப்படத்தில் கூட நமது ரேஷ்மா (ரோபோ) கதாநாயகியாக நடந்தாலும் ஆச்சிரியப்படுவதிற்கில்லை. எனவே எனது. சாரி நமது அடுத்த இலக்கு 'லவ் ரோபோஸ்' என வர்மா சொல்ல அனைவரும் கை தட்டுவது. மற்றவற்றை நம்ம உதயன் விளக்குவார். அனைவரும் தேவையானவற்றை வாங்கி உண்டு இன்று ஒருநாள் முழுவதும் இங்கே என்ஜாய் பண்ண அன்புடன் கேட்டுக் கொள்கிறேன். நன்றி! வணக்கம்! என உரையை முடித்து விட்டு வெளியேறுகிறார்.

காட்சி : 23 மாலை
413 ரூம் உள்ளே/வெளியே

டாக்டர் வர்மா மற்றும் கில்பெர்ட் லான்சி இருக்கும் 'டிரிங்க்ஸ்' அடித்தபடி உரையாடுவது.
ஒப்பந்தத்தில் கையெழுத்திடுவது. பிறது அறையை விட்டு வர்மா வெளியேறுவது. இல்பெர்ட் தொடர்ந்து மது அருந்துவது.

காட்சி : 24 இரவு
பிரம்மா பரிசோதனை கூடம் உள்ளே/வெளியே

இரண்டு வருடங்களுக்கு பிறகு... அனைவரின் முயற்சியின் விளைவாக இரண்டு ஜோபி ரோபோக்கள் உருவாக்கப்பட்டது. அவற்றின் பெயர்; வினயன் விஜிலா மற்றும் மெக்கல்லன் - ரோஸி அவற்றிற்கு லவ் பற்றிய விசயங்களை புரோகிதம் செய்து, அவற்றை பரிசொதித்து பார்ப்பது.

பரிசோதனை முழு வீழ்ச்சிச் செய்து வெற்றி காண்பது ரோபோக்கள் இணை 'லிப்லாக்' செய்வதை பார்த்து அனைவரும்.

காட்சி : 25 இரவு
வர்மா வீடு உள்ளே/வெளியே

வர்மா தனது வீட்டில் ஆராய்ச்சி குறிப்புகள் எழுதிக் கொண்டிருப்பது. அப்போது உதயன் போன் செய்வது. "வர்மா போனை எடுத்து பேசுவது. சார். டிவி பாருங்க...' என மீண்டும் உதயன் சொல்ல "வர்மா டிவி பார்ப்பது.. "இந்த ஆண்டின் சிறந்த கண்டுபிடிப்புகான விருதை.. 'ரேஷ்மா'

என்ற செய்தி வாசிக்கும்... 'ரோபோவை' கண்டுபிடித்த... டாக்டர் வர்மா அவர்களுக்கு வழங்கப்படுகிறது;' என்ற செய்தியை பார்க்கும் பொழுது வர்மாவின் உடல் புல்லரிக்கிறது.

காட்சி : 26 காலை
வர்மா வீடு உள்ளே/வெளியே

வர்மாவின் வீட்டின் வெளியே பத்திரிகையாளர்கள் கூட்டம் நிரம்பி வழிவது. வர்மா வீட்டிலிருந்து வெளியே வருவது.

பத்திரிகையாளர்கள் அவரி சூழ்ந்துக் கொண்டு. விருதை பற்றிய கேள்விகள் கேட்பது. அனைவர்து கேள்விக்கும் 'வர்மா' பதில் அளிப்பது. "உங்களின் அடுத்த இலக்கு..." என்ற கேள்விக்கு...

மனித உணர்வுகளுக்கு சற்றும் குறையாத "காதல் ரோபோக்கள் என கூறி விடை பெறுவகிறார். வர்மா

காட்சி : 27 காலை
பேலஸ் ஓட்டல் உள்ளே/வெளியே

பேலஸ் ஹோட்டலில் உதயன் காத்திருப்பது. ரிச்சா வருவது. உள்ளே நுழைந்ததும் வர்வேற்பறையில் அமர்ந்திருக்கும். உதயனை கண்டவுடன், 'வாழ்த்துகள் உதய்' என சொல்ல, உதயன் 'நன்றி ரிச்சா' என்றபடி இருவரும் அந்த ஹோட்டலில் உள்ள வி.ஐ.பி அறைக்குள் செல்வது.

காட்சி : 28 காலை
வி.ஐ.பி அறை உள்ளே/வெளியே

என்ன உதயன் ஒரே நைட்ல உங்க... வர்மா சார் மார்கெட் டாப்புல போயிருச்சு என ரிச்சா சொல்ல, அதனால தான் என்னை எப்ப வேணுமின்னாலும்... இந்த ஹோட்டலில் வந்து அனைத்து உரிமைகளையும், கொடுத்து உள்ளார்'' என உதயன் சொல்வது. "ஆமா லவ் ப்ராஜெக்ட் எப்படி உள்ளது?'' என ரிச்சா கேட்க, "முதல் தயாரிப்பு ஓ.கே... அடுத்தது நடத்திட்டு இருக்கு'' என உதயன் சொல்ல 'அப்புறம் ஒரு முக்கியமான விசயம். டாக்டர் படிப்பில் இன்னும் ஒரு டிகிரி வாங்க.. நான் லண்டன் போறேன். நெக்ஸ்ட் வீக்'' என்று ரிச்சா சொல்ல... 'வெறும் வாழ்த்து மட்டும் தானா?'' என ரிச்சா கேட்க, உதயன் அவர்கள் இருக்கும் அறையை நோக்குகிறான்...

"நான் கேட்ட எங்கயோ பாக்குறீங்க?'' "சும்மா...'' என உதயன் சொல்ல... "பொய்தானே?'' கேமரா இருக்குதான்னு தானே பார்த்தீங்க'' என ரிச்சா சொல்ல, "புரிஞ்சிட்டியே... என்றபடி அவனின் உதட்டில் முத்தம் தருவது, 'சார்' என ஆர்டர் உணவுடன் பேரர் உள்ளே நுழைவது...

இருவரும் சடாரென விலக... பேரர் உணவு பண்டங்களை டேபிள் மீது வைத்தபடி சிரித்துக்கொண்டு செல்வது. "பாத்துட்டானோ'' என ரிச்சா கேட்க, "பாத்துட்டான், அது அவன் சிரிப்புலயே தெரியுதே... சரி விடு, சாப்பிடு'' என சொன்னபடி உதயன் சாப்பிடுவது அவளும் அவனை தொடர்ந்து சாப்பிடுவது.

காட்சி : 29 மாலை
பிரம்மா பரிசோதனை கூடம் உள்ளே/வெளியே

வினய் - விஜிலா மெக்கல்லன் - ரோஸி இணை ஜோடிகள் தங்களுக்கு கொடுக்கப்பட்ட பணிகளை செய்வது. புதிதாக உருவாக்கப்பட்ட பெண் ரோபோ “சைனி” எந்த வேலையும் செய்யாமல் வெறுமென இருக்க... உதயன் வர்மாவிற்கு போன் செய்து விசயத்தை சொல்வது. “ஏன் புரோகிராமில் ஏதாவது தவறு நடந்து விட்டத?” என வர்மா கேட்க “எல்லாம் சரியாக தான் உள்ளது. ஆனால், அதற்கு அந்த ரோபோவின் பதில் வேற மாதிரி உள்ளது. நீங்க நேர்ல வாங்க சார்” என சொல்லி போனை கட் செய்கிறான் உதயன்.

காட்சி : 30 மாலை
பிரம்மா பரிசோதனை கூடம் உள்ளே/வெளியே

வர்மாவின் கார் மெயின் கேட்டில் வந்து நிற்பது. வாட்ச் மேன் கேட்டை திறந்து விட... கார் உள்ளே நுழைந்து போர்டிகோவில் நிற்பது. வர்மா உள்ளே நுழைவது.

காட்சி : 31 மலை
ரோபோ அறை உள்ளே

வர்மா உள்ளே நுழைய... உதயன் சைனி ரோபோவிற்கு சில சமிக்ஞைகளை அனுப்புவது. ஆனால் அது எதையும் ஏற்றுக் கொள்ள மறுக்கிறது. ஒரே பதிலை விடையாக தருகிறது. உதயன் அதை வர்மாவிடம் காட்டுகிறான்.

“எனக்கு ஜோடி தேவை” இதுதான் “சைனி” ரோபோவின் பதிலாக இருக்கிறது.

இதை காணும் வர்மா..

"பாருடா காதலுக்கு கண் இல்லைன்னு தான் சொன்னாங்க.. ஆனா இங்க இதயமே இல்ல. ஆனாலும் காதல் வேணுங்குது."

என்று சிரிப்பது. உடனே சைனிக்கு இணையாக ஆண் ரோபோவை தயாரிக்கும் பணி தொடர்கிறது.

காட்சி : 32 அதிகாலை
சர்வதேச விமான நிலையம் சென்னை உள்ளே/ வெளியே

ரிச்சா லண்டன் செல்வதற்காக விமான நிலையத்திற்கு வருவது. கூடவே உதயன். "அப்ப உதயா நான் புறப்படுகிறேன். திரும்பி வரும் போது சைனிக்கு ஜோடியை ரெடி பண்ணீருங்க" என சிரித்தபடி ரிச்சா விமான தளத்திற்குள் செய்வது.

காட்சி : 33 அதிகாலை
ரோடுவெளியே

ரிச்சாவை அனுப்பி விட்டு காரில் தன் வீட்டை நோக்கி உதயன் வருவது. ரிச்சாவும் அவனும் ஒரே கல்லூரியில் படித்தவர்கள்.. அன்று தொடர்ந்த நட்பு இன்று காதலாய் மாறி நாளை மணமக்களாக மாற இருக்கிறார்கள். மீண்டும் ரிச்சா திரும்பி வரும் நாளை எதிர்பார்த்தவனாக காரை வேகமாக ஓட்டிக்கொண்டு வருகிறான். வீட்டை நோக்கி உதயன்.

சுப்ரபாரதிமணியன்

காட்சி : 34 மாலை
உயர்தர கிளப் பார்(பப்)உள்ளே/வெளியே

வர்மா.. தனது நண்பர்களுடன் பாரில் மது அருந்துவது. சைனியின் காதலை பற்றி சொல்வது. "ஏன் வர்மா... இப்படி உணர்ச்சியுடன் வாழும் வகையில் அந்த ரோபோக்களை எப்படி புரோகிராமிங் செய்தாய்?" என விஞ்ஞானி சங்கர் ராஜ் கேட்க, "அதை உங்களிடம் சொன்னால்... என் பொழப்பு?" என சிரித்தபடி, மதுவை எடுத்து" மொடக், மொடக்" என குடிப்பது. சிலர் வயிற்றில் விஸ்கி தீயை விட... பொறாமை தீ அதிகமாக எரிந்தது.

காட்சி : 35 இரவு
பரிசோதனை கூடம் உள்ளே/வெளியே

ஆறு மாதங்களுக்கு பிறகு.. ஒரு ஆண் 'ரோபோ' உருவாக்கப்பட்டது. ஆனால் சைனிக்கு அதை பிடிக்கவில்லை. அந்த ரோபோவுடன் இணைய மறுக்கிறது.

உடனே... அங்கு பணியில் இருக்கும் விஞ்ஞானி ஒருவர்.. இவ பெரிய 'நயந்தாரா' ஜோடி 'விக்னேஷ் சிவன் வேணுமா...' என சிரிக்க சைனி ஓங்கி அடிக்க.. கீழே போய் விழும் விஞ்ஞானிக்கு நான்கு பற்கள் உடைந்து இரத்தம் கொட்டுவது. உதயன் வர்மா மற்றும் அங்கு இருப்பவர்கள் அதிர்ச்சி அடைவது, சைனியை உடனே பரிசோதிக்க சொல்ல, உதயன் அதனை பரிசோதிக்க அழைத்து செல்வது. மற்ற ஜோடி ரோபோக்கள் சில்மிஷம் செய்து விளையாடுவது.

காட்சி : 36 இரவு
பரிசோதனை அறை உள்ளே/வெளியே

பரிசோதனை அறையில் சைனி ரோபோவின் அனைத்து சிஸ்டங்களும் பரிசோதிக்க படுவது. ஆனால் எல்லாம் சரியாக தான் இருந்தது. ஆனால் இவர்களுக்கு அந்த ரோபோ கட்டுபட வில்லை. காரணம் புரியாமல் 'வர்மா' தவிப்பது. கடைசியில் உதயனை வீட்டிற்கு போக சொல்லி விட்டு அனைவரையும் அனுப்பிவிட்டு, தான் எங்க தவறு செய்தோம் என அந்த ரோபோவை பற்றிய குறிப்புகளை 'வர்மா' பார்ப்பது.

காட்சி : 37 இரவு
பரிசோதனை அறை   உள்ளே

வர்மா அடுத்த வாரம் விருது வாங்க டெல்லி செல்ல இருப்பதால் இன்றிரவே இதன் தவறை சரி செய்ய வேண்டும் என்ற முனைப்பில் அசுர கதியில் பணி செய்ய தொடங்கினார்.

கடைசியில் 'வர்மா' ஒரு வழியாக ஏதோ சரி செய்து விட்டோம் என்ற நினைப்புடன் கண்ணாடி கூண்டில் இருக்கும் ரோபோவை வெளியே கொண்டு வந்து பரிசோதிக்க தொடங்குவது.

அவர் சற்றும் எதிர்ப்பார்க்காத தருணத்தில்... 'சைனி' என்ற அந்த பெண் 'ரோபோ' வர்மாவை இறுக கட்டி பிடிக்க.. அதன் இரும்பு கரத்தில்.. இருந்து வெளிவர முடியாமல், தன் இதயம் வெடித்து, வாயில் இரத்தம் வழிய.. சைனியின் இரும்பு கரங்களுக்கு இடையில் துரும்பாக சிக்கி நின்றான்.

காட்சி : 38 காலை
பரிசோதனை கூடம்   உள்ளே/வெளியே

இரவில் இருந்து வர்மா வெளியே வரவில்லை.. என கூர்கா சொல்ல, உதயன் மற்றும் விஞ்ஞானிகள் என்ன ஆனதோ என பதறியபடி பரிசோதனை கூடத்திற்குள் செல்ல, அங்கு அவர்கள் கண்ட காட்சி... சைனியின் இரும்பு பிடியில் சிக்கி இதயம் வெடித்து பிணமாக கிடைக்கும் வர்மாவை...

காட்சி : 40 காலை
உதயன் வீடு   உள்ளே/வெளியே

ஒரு வாரத்திற்கு அனைத்து பத்திரிகைகளும் இதுதான் தலைப்பு செய்தி... டாக்டர் வர்மாவிற்கு பதிலாக அவரது உதவியாளரும்.. பிரம்மா பரிசோதானி கூடத்தின் காப்பாளருமான "டாக்டர் உதயன்" சிறந்த விஞ்ஞானிக்கான விருதை பெற்றார். மேடையில் "தனது ஆசானின் நினைவுகளுக்கு அர்ப்பணம்" என கண்ணீர் மல்க கூறி பரிசை பெற்றுக் கொண்டார்" என அனைத்து பத்திரிகையும் எழுதி இருந்தது.. அதை படிக்கும் உதயன்... புன்னகைக்கிறான்... தான் மாற்றி அமைத்த "புரோகிராம்" சரியாக வேலை செய்ததென்று...

திரைக்கதை 7

கரையைத் தேடும் அலைகள்
(பூமிக்கு மனிதன் தலைவனா)

கிராமத்துப் பள்ளிக்கூடம். அருகில் நீர்நிலைகள். இயற்கையை காக்க வேண்டும் என்று ஆசிரியர் பாடம் எடுக்கிறார். முன்பு இந்த இடத்தில் கடல் நீர் வந்து சூழ்ந்து கொண்டது. ஆகவே அங்கிருந்து பள்ளிக்கூடத்தை வேறு இடத்துக்கு மாற்றுகிறார்கள். அழகில் போய் படித்த குழந்தைகள் வேறு இடத்திற்கு போக வேண்டி இருக்கிறது படகோட்டிகள் கூட செத்துப் போகிறார்கள். இந்த நிலையில் அந்தப் பள்ளியில் படித்த ஒருவன் வளர்ந்து ஆசிரியராக வருகிறான்.

இப்போது உலகம் வெப்பமய சூழலில் எல்லாம் தலைகீழாக மாறி கொண்டிருக்கிறது. தீவில் உள்ள பள்ளிக்கூடம் மூடப்போகிறது. உலகம் முழுக்க வெப்பமய சூழலில் எப்படி பல தீவுகள் அவற்றில் உள்ள பள்ளிகள் காணாமல் போகின்றன. அனைவருக்கும் பள்ளிக் கல்வி என்பதும் கேள்விக்குறியாகிறது. சுற்றியுள்ள இடத்தில் வீடு கட்டி தர அரசு அறிவிக்கிறது. அது மக்களுக்கு.. மக்களின் பரிதவிப்பு காலநிலை மாற்றத்தால் என்ன ஆனது..

சுப்ரபாரதிமணியன்

காட்சி : 01 காலை
பள்ளிக்கூடம் உள்ளே/வெளியே

கடலூர் மாவட்டத்தில் உள்ள ஒரு கடற்கரை கிராமத்து பள்ளிக்கூடம். மாணவர் அனைவரும் ஆர்வமாக பள்ளிக்கூடத்திற்கு வருவது. பள்ளியில் மணி அடிப்பது. பிரார்த்தனை நடை பெறுவது. பிரார்த்தனை முடிந்தவுடன்... மாணவர்கள் அவரவர்கள் வகுப்பிற்கு செல்வது.

பூமி நம் தாய்! தாயை மதிப்போம்!
சுற்றுச்சூழல் காப்போம் என்ற புதிய.

காட்சி : 02 காலை
வகுப்பறை உள்ளே/வெளியே

மாணவர்கள் வகுப்பறையில் அமர்ந்திருப்பது. அது ஐந்தாம் வகுப்பு. முதல் வரிசையில் முதல் மாணவனாக பிரவீன் அமர்ந்திருப்பது. அவனைத் தொடர்ந்து மன்னர் மன்னன், மதுசூதனன், தர்மராஜ் போன்ற மாணவர்கள் அமர்ந்திருப்பது. அது ஆண்கள் பெண்கள் வகுப்பு. அவர்களுக்கு இணையான வரிசையில் கவிநிலா, சாந்தி, மாலா, மித்ரா போன்ற மாணவிகள் உட்பட இருபத்தைந்து மாணவ மாணவிகள் அமர்ந்திருப்பது. வெளியில் ஆசிரியர் வரும் சப்தம் கேட்க அனைவரும் அமைதி ஆவது.

காட்சி : 03 காலை
வகுப்பறை உள்ளே/வெளியே

தமிழ் பாட ஆசிரியை கல்பனா உள்ளே வருவது. மாணவ மாணவிகள் எழுந்து வணக்கம் சொல்வது. ஆசிரியை அனைவரையும் அமர சொல்வது. பெயர்

பதிவேட்டை எடுத்து. மாணவ வருகையை குறித்துக் கொள்வது. பிறகு மாணவர்களுக்கு பாடம் நடத்துவது... ஆசிரியை மாணவ,மாணவிகளை பார்த்து இன்று உங்களுக்கு இலக்கண பகுதி எடுக்கிறேன். இன்றைய இலக்கணப் பகுதியில் "அணி இலக்கணம்"பற்றி சொல்கிறேன். என்றபடி கரும்பலகையில்... எழுதுகிறார்..

"சொல்லுக சொல்லை பிரித்தோர் சொல் அச்சொல்லை வெல்லும் சொல் இன்மை அறிந்து"என்று எழுதிவிட்டு. மாணவர்களை பார்த்து," இது சொல் உண்மை" என்ற தலைப்பின் கீழ் எழுதப்பட்ட குறள். இது 645 வந்து குறள். இதில் உள்ள அணி எது என்று யாருக்காவது தெரியுமா ? என ஆசிரியை கேட்க. கவிநிலா கையை உயர்த்துவது...

"உனக்கு தெரியுமா?"என ஆசிரியை கேட்க."தெரியும் டீச்சர்"கவிநிலா சொல்வது."சொல்லு பார்க்கலாம் என டீச்சர் கல்பனா சொல்ல... உள்ள அணி "சொற்பொருட்பின் வருநிலை அணி" என கவிநிலா சொல்ல. தமிழாசிரியை கல்பனா,"அருமையா சொன்ன!"இது எப்படி உனக்கு தெரியும்? என ஆசிரியை கேட்க,'நான் இதை எங்கள் அண்ணன் படிக்கும் போது தெரிஞ்சுட்டேன்'என கவி நிலா சொல்ல,சரி"சொற்பொருட்பின் வருநிலை அணி"என்றால் என்ன என்று தெரியுமா? என ஆசிரியை கேட்க. வகுப்பறை அமைதியாகி விடுவது."சரி நானே சொல்லுறேன்"என்றபடி ஆசிரியை தொடங்குவது."ஒரு சொல்லானது,, பொருள் மாறுபடாமல் பலமுறை வருவதே"சொற்பொருட்பின் வருநிலை அணி"என்பது. இக்குறளின் 'சொல்'என்ற வார்த்தை பொருள் மாறாமல் பல இடத்தில் வருவதால் இது சொற்பொருட்பின் வருநிலை அணி ஆனது."என டீச்சர் விளக்கம் கொடுக்க. வகுப்பு முடிகிறது. மாணவர்கள் அனைவரும் பாத்ரூமிற்காக வருவது.

காட்சி : 04   காலை
வீடு உள்ளே

பிரவீன் தன் வீட்டில் படித்துக் கொண்டிருப்பது. அவனது வீட்டில் மின் இணைப்பு இல்லை. அதனால் மண்ணெண்ணெய் விளக்கை ஏற்றி வைத்து படித்து கொண்டிருப்பது. அவன் வீடு கடற்கரை பகுதியில் இருப்பதால்... அங்குள்ள மக்கள் கடலை நம்பி தான் வாழ்க்கை நடத்துகின்றனர். பிரவீன் அப்பா கடலில் மீன் பிடிக்கும். ஒரு படகை வைத்துள்ளார் அவருடன் மேலும் சிலர் அந்த படகில் மீன் பிடிக்க செல்வார்கள். அதில். கவிநிலாவின் அப்பாவும் ஒருவர். அதனால் கவிநிலா வீட்டிற்கு பிரவினும், அவன் வீட்டிற்கு கவியும் வருவது சகஜமாக நடக்கும் ஒன்று. கவியின் அண்ணன் முகில் பிரவீன் வீட்டிற்கு வருவது. பிரவீனுக்கு சில கேள்விகளுக்கு பதில் சொல்லித் தருவது.

காட்சி : 05 இரவு
வீடு உள்ளே

பிரவீன் அப்பா வருவது. சில திண்பண்டங்களை கொண்டு வருவது. அம்மா மங்கையர் அவற்றை வாங்கி பிரித்து பிரவீனுக்கு கொடுப்பது. அப்பா அம்மா உரையாடுவது. திடீரென இன்று நாங்கள் சென்ற இடத்தில் கடல் உள்வாங்கி விட்டது. அப்படி உள்வாங்கினால் சில சமயம் பெரும் அலைகள் ஏற்பட்டு. கடல் சீற்றம் கூட ஏற்படும். பறந்து விட்டோம்" என அப்பா சொல்ல,"கடவுள்தான் நம்மள காப்பாத்தணும்."என் அம்மா ஆண்டவனை கூப்பிட்டு விட்டு, உணவு பரிமாற தொடங்கினாள்.

காட்சி : 06 காலை
கடற்கரை வெளியே

திடீரென அலைகள் உயரமாக எழும்பி கரையில் வேகமாக ஓடி வருவது. அலைகளின் வேகத்தால் கரையோரத்தில் இருக்கும் வீடுகளில் வெள்ளம் புகுவது. அலைகள் தொடர்ந்து உயரே எழுந்து அடிக்க வெள்ளத்தின் வேகம் கூட கரையில் இருந்த சில வீடுகள் இடிவது. பிரவீன் மற்றும் கவிநிலா ஆகியோரது வீடுகள் கடற்கரையில் இருந்து சுமார் அரை கிலோ மீட்டர் தொலைவில் இருந்தால் அவ்வளவு பாதிப்புகள் ஏற்படவில்லை. இருந்தாலும் கடல் சீற்றம் கொள்ள காரணம் இந்தோனேசியாவில் கடல் அடியில் ஏற்பட்ட பூமி அதிர்வே என அரசு வானொலியில் தெரிவித்தது.

காட்சி : 07 காலை
பள்ளிக்கூடம் உள்ளே/வெளியே

ஒரு வாரத்திற்குப் பிறகு. சகஜ நிலை திரும்புகிறது. வகுப்பறையில் ஆசிரியர் பாடம் நடத்துவது. புவி வெப்பமாதலின் சலறத்தால் இது போன்ற அழிவுகள் இன்னும் அதிகமாக ஏற்படும். என அறிவியல் ஆசிரியர் மாணவர்களுக்கு பாடம் சொல்ல. பிரவீனின் மூளையில் இந்த வாக்கியங்கள் பதிவாகிறது.

காட்சி : 08 இரவு
வீடு உள்ளே

பிரவீன் மண்ணெண்ணெய் விளக்கை அருகில் வைத்தபடி யோசனையில் இருப்பது. அப்பா அவனிடம்”என்னடா படிக்காம யோசனெ பண்ணீட்டு

இருக்கெ"என கேட்க. பிரவீன்"அப்பா புவி வெப்பமாதல் கடல் மட்டம் உயர்ந்து நாம எல்லாம் செத்துப் போயிடுவோமா?"என அவன் கேட்க."பயப்படாதே, அது எப்பவோ நடக்கும் அதற்குள் நாம இந்த கடலை தீவை விட்டு வெளியேறிவிடலாம். உன்னை நகரத்தில் உள்ள பள்ளியில் சேர்த்து விடுகிறேன். இப்போ இப்போ நீ படிச்சிட்டு தூங்கு"என சொல்ல, பிரவீன் அன்றைய பாடத்தை எழுத துவங்குகிறான்.

காட்சி : 09 காலை
படகு வெளியே

பிரவீன் அப்பா அவனை படையில் அமர்த்தி. அவனுடன் கவிநிலா மற்றும் சில மாணவர்களை கரையில் உள்ள பள்ளிக்கூடத்திற்கு அழைத்து செல்வது. கவிநிலா,"நீங்க நகரத்திற்கு போறீங்களா? உங்க அப்பா காலையில் எங்க அப்பாகிட்டெ சொன்னாரு"என மெதுவாக கேட்க. பிரவீன்", ஆமா எங்க அப்பா அப்படிதான் சொன்னார்"என சொல்ல, கவி நிலாவின் முகம் வாடுவது அதற்குள் கரை வர சிறுவர்கள் அனைவரும் இறங்கி பள்ளியை நோக்கி செல்வது. பிரவீன் அப்பாவிற்கு டாட்டா காட்டிவிட்டு பள்ளிக்கு செல்வது.

காட்சி : 10 பகல்
கடலூர் பேருந்து நிலையம் உள்ளே/வெளியே

பிரவீனின் அப்பா, கடலூர் பஸ் நிலையத்தில் இறங்கி, சற்று தொலைவில் உள்ள ஊருக்கு ஆட்டோவில் செல்வது. ஆட்டோ காரனிடம் விலாசம் சொல்ல அவன் பத்து நிமிடம் ஓட்டத்திற்கு பிறகு, அவர் சொன்ன விலாசத்திற்கு சென்று வண்டியை நிறுத்துவது.

காட்சி : 11 பகல்
ஓர் பங்களா வீடு உள்ளே/வெளியே

ஆட்டோவில் இருந்து இறங்கி. பிரவீனின் அப்பா சுந்தரம். அந்த வீட்டில் வாசலுக்கு செல்ல. அங்கே வெளியில் பேப்பர் படித்துக் கொண்டிருக்கும் முதியவர் யார்...? என்ன வேண்டும்?"என கேட்பது. சுந்தரம்,"விஜயன் ஐயாவை பார்க்க வந்தேன்."என சொல்ல."உள்ளே தான் இருக்கான் போங்க"என முதியவர் சொல்ல. சுந்தரம் உள்ளே செல்வது. விஜயன் அவரை பார்த்ததும் வரவேற்பது.

காட்சி : 12 பகல்
வீடு உள்ளே/வெளியே

சுந்தரம், விஜயன் உரையாடுவது. "பையனுக்கு இன்னும் இரண்டு மாதத்தில் பள்ளிக்கூடம் முடிஞ்சிடும். அதோட நான் இங்கே குடி வந்தரலாம்னு இருக்கேன். நீங்க படகெ விலைக்கு வாங்கிட்டீங்கின்னா? என சுந்தரம் சொல்ல."சரி சுந்தரம், படகை நான் எடுத்துக்குறேன். உன் கூட வேல பாத்தவங்களயே பார்க்கச் சொல்லாம். "நான் நாளைக்கு அங்கே வர்றேன் சரியா?"விஜயின் சொல்ல" சரிங்க".

"ஆமா வீடெல்லாம் பார்த்தாச்சா?"

"நான் பாத்துட்டேங்க. நீங்க பணம் கொடுத்தா மனைவியை கூட்டிட்டு வந்து வீட்டை காட்டிட்டு அட்வான்ஸ் கொடுத்திடுவேன் என சொல்ல. இரு... பணம் கொண்டு வரேன்..."என அவர் எழு, அவருடைய மனைவி வச்சளா. எலுமிச்சை பழச்சாறு கொண்டு வந்து சுந்தரத்திற்கு கொடுப்பது.

காட்சி : 13 இரவு
வீடு உள்ளே

சுந்தரம் சுந்தரம் தன் மனைவி விமலாவிடம் அனைத்தையும் சொல்வது."நாளை விஜயன் சார் மீதி பணத்தை கொடுத்து விடுவார். நாம் உடனே கடலூர் போய். நான் பார்த்த வீட்டிற்கு அட்வான்ஸ் கொடுத்து விடலாம். இவன் படிப்பு முடிந்ததும், இவனை ஆறாம் வகுப்பிற்கு கடலூரில் சேர்த்து விடலாம். என் கூற, விமலா சந்தோசத்துடன் சரியென சொல்வது. பிரவீன், தனது நட்புகளை பிரிய வேண்டியதை நினைத்து கவலைப்படுவது.

காட்சி : 14 காலை
வீடு உள்ளே/வெளியே

தனது காரை கரையில் நிறுத்திவிட்டு, விஜயன் படகுமூலம் அந்த தீவு பகுதிக்கு வருவது. விஜயனை காணும் சுந்தரம் ஓடி செல்வது. விஜயன் சுந்தரத்தின் படகை பார்த்து விட்டு. அவனுடன் வேலை செய்யும் மற்றவர்களையும் பார்த்து பேசிவிட்டு, சுந்தரத்தின் வீட்டிற்குள் செல்கிறார். சுந்தரத்தின் மனைவி அவரை வரவேற்று, மோர் கொடுப்பது. அவர் வாங்கி குடிப்பது. பிறகு சுந்தரத்திடம் அவர் எழுதிக் கொண்டு வந்த'பத்திரத்தில்'கையொப்பம் பெற்றுவிட்டு, பணத்தை கொடுப்பது. பின்பு அங்கிருந்து வெளியேறுவது.

காட்சி : 15 பகல்
கடற்கரையோரம் வெளியே

விஜயன், சுந்தரத்துடன் வேலை செய்யும் மற்ற நால்வரையும் அழைத்து தனது நிபந்தனைகளை சொல்வது. படகின் பொறுப்பை கவிநிலாவின் அப்பா ராஜனிடம்

ஒப்படைத்து விட்டு, அங்கிருந்து படகில் ஏறி மதுக்கரைக்கு வருவது. காரில் ஏறி கடலூருக்கு புறப்படுவது.

காட்சி : 16 பகல்
வீடு உள்ளே/வெளியே

சுந்தரம், அவர் மனைவி விமலா இருவரும், மகன் பிரவீனுடன் கடலூரில் வீடு பார்க்க புறப்படுவது. படகில் ஏறி அக்கரைக்கு வருவது.

காட்சி : 17பகல்
புது வீடு உள்ளே/வெளியே

சுந்தரம் தான் பார்த்திருந்த புது வீட்டிற்கு மனைவி, மகனை ஆட்டோவில் அழைத்து வருவது. வீட்டை பார்க்கும் சுந்தரம் மனைவி, மகன், வீடு நன்றாக உள்ளது.என சொல்ல உரிமையாளர் வருவது. அவர்களிடம் பேசிவிட்டு அட்வான்ஸ் கொடுப்பது. பிறகு ஆட்டோ ஏறி, பேருந்து நிலையம் நோக்கி போவது.

காட்சி : 18 காலை
கடற்கரை வெளியே

மூன்று மாதங்களுக்கு பிறகு, சுந்தரம் மற்றும் குடும்பம் ஊரை காலி செய்து விட்டு, கடலூருக்கு குடி பெயர்வது, சுந்தரம் கவிநிலாவின் அப்பாவிடம்,"ராஜா நீ கடலூர் பக்கம் வரும்போது வீட்டுக்கு வா... புள்ளைங்களையும் கூட்டிட்டு வா."என்றபடி மற்றவர்களிடமும் சுந்தரம் அவ்வாறு கூறிவிட்டு, படகில் ஏறி மதுக்கரைக்கு செல்வது.

காட்சி : 19 காலை
வீடு உள்ளே/வெளியே

விமலா புது வீட்டில் பண்ட பாத்திரங்களை எல்லாம் எடுத்து ஒதுக்குவது. பிரவீன் உதவி செய்வது. சுந்தரம் வீட்டருகே ஒரு சின்ன மளிகை கடை வைக்க ஏற்பாடு செய்ய கடலூர் டவுனுக்கு போவது."ஏங்க மதியம் சாப்பாட்டுக்கு வந்திருங்க" என விமலா சொல்ல 'சரி'என்றபடி சுந்தரம் சொல்வது.

காட்சி : 20 பகல்
மார்க்கெட் உள்ளே/வெளியே

சுந்தரம் மளிகை கடை வைப்பதற்காக மொத்த வியாபாரம் செய்யும் கடைகளுக்கு சென்று பொருள்களின் விலையை பற்றி விசாரிப்பது. நான் ஒரு மளிகை கடை வைக்க போவதாகவும், அதற்கான பொருட்களை குறைந்த விலையில் கேட்பது. மொத்த வியாபாரக்காரர்கள் குறைத்து தருவதாக சொல்வது, அனைவரும் முன்பணம் கொடுத்து ,விட்டு இரண்டு நாட்கள் கழித்து பொருட்களை பெற்றுக் கொள்வதாக சொல்லிவிட்டு, வருவது.

காட்சி : 21 மதியம்
வீடு உள்ளே

சுந்தரம், மனைவி, மகனுடன் மதிய உணவை வீட்டில் உண்பது. தனது மளிகை கடையை பற்றி மனைவியுடன் கூற விமலாவும் ஏற்று கொள்வது. இருவரும் வீட்டில் முன் பகுதியில் செட் அடித்து வியாபாரம் தொடங்கலாம் என முடிவு செய்வது.

காட்சி : 23 காலை
கடை உள்ளே/வெளியே

மூன்று நாட்களுக்கு பிறகு, வீட்டின் முன் போடப்பட்ட செட்டில் மளிகை கடை பூஜை போட்டு பிரவீன் மளிகை கடை'என்னும் பெயர் பலகை ஏற்றப்படுகிறது.

காட்சி : 22 மதியம்
மளிகை கடை உள்ளே/வெளியே

இரண்டு வாரங்களில் கடையில் சற்று வியாபாரம் சுறுசுறுப்படைவது. சுந்தரம் ஓய்வெடுக்கும் போது, விமலா கடையை பார்த்துக் கொள்வது.... மதியம் 2 மணி முதல் 3 மணி வரை உணவு இடைவேளைக்காக மட்டும் கடை மூடப்படும். கடையை மூடிவிட்டு, மூவரும் உணவு உண்பது. சுந்தரம் சற்று ஓய்வெடுப்பது.

காட்சி : 23 காலை
பள்ளிக்கூடம் உள்ளே

தேர்வு விடுமுறைக்கு பிறகு பள்ளிக்கூடம் திறக்கப்படுவது. பிரவீன் கடலூரில் உள்ள ஒரு சிறந்த பள்ளியில் சேர்க்கப்படுவது. காலங்கள் உருண்டோடின... பிரவீன் மளிகை கடை"பிரவீன் புரொபிஷனல்"ஸ்டோராக உருமாறுகிறது. சுந்தரம் குடும்பம் வளர்ச்சி அடைகிறது

காட்சி : 24 காலை
வீடு உள்ளே/வெளியே

இருபது வருடங்களுக்குப் பிறகு...
சுந்தரம் எழுந்து வருவது. மனைவி விமலா காபி

கொண்டு தருவது. பிரவீன் எங்கே என சுந்தரம் கேட்க வாக்கிங் போயிருக்கான். என விமலா சொல்ல, அதோ நேரத்தில வெளியே 'சூ'வை கழற்றி வைத்துவிட்டு, அழகான இளைஞனாக வளர்ந்த பிரவீன் உள்ளே வருகிறான்."தம்பி... நேத்து போன விசயம் என்ன ஆச்சு?"என சுந்தரம் கேட்க,'சக்ஸஸ்'என பிரவீன் கட்டைவிரலை உயர்த்துவது."அப்ப உனக்கு வேலை கிடைச்சிருமா?"என அம்மா கேட்க."நிச்சயமா கிடைச்சிரும் ஆனால் எந்த இடமுன்னு தெரியல"என பிரவீன் சொல்ல,"எந்த இடமா இருந்தா என்ன? நீ வாத்தியார் ஆயிட்டெ ரொம்ப சந்தோசம் போய் குளிச்சிட்டு வா"என அம்மா சொல்ல."பிரவீன் குளிப்பதற்காக பாத்ரூம் நோக்கி செல்வது

காட்சி : 25 காலை
மளிகை கடை   உள்ளே

மளிகை கடையில் வியாபாரம் நடந்து கொண்டு இருப்பது. சுந்தரம் தனது மொபெட்டில் கடைக்கு செல்வது கடை ஊழியர்கள் வணக்கம் சொல்ல உள்ளே நுழைவது. சாமி கும்பிடுவது. கல்லாவினல் அமர்வது.

காட்சி : 26 மதியம்
வீடு உள்ளே/வெளியே

"அம்மா போஸ்ட்"என்ற சத்தம் கேட்டு, விமலா வெளியே வருவது."அம்மா பிரவின்றது யாரு?"

"என் பையன் தாங்க..."அவருக்கு பதிவு தபால். வர சொல்லுங்க. கையெழுத்து போட்டு வாங்கணும்"என தபால்காரர் சொல்ல. அடுத்த அறையில் இருக்கும் மகனை விமலா சத்தம் போட்டு கூப்பிடுவது. பிரவீன் வெளியே

வருவது. கையெழுத்து இட்டு, தபாலை பெறுவது. பிரித்துப் பார்ப்பது. அவனுக்கான பணி உத்தரவு அது.''அம்மா எனக்கு வேலை கிடைச்சிருக்ச்சு. முதல் போஸ்டிங்... நான் பொறந்த கடற்கரை தீவு பள்ளிக்கூடத்திற்கு'' என பிரவீன் ஆனந்தமாக சொல்ல. அம்மா விமலா மகனை வாஞ்சையோடு பார்ப்பது இருவரும் வீட்டினுள் செல்வது

காட்சி : 27 காலை
வீடு உள்ளே/வெளியே

பணியில் சேர, பிரவீன் கடற்கரை தீவு பள்ளிக்கூடத்திற்கு செல்ல தயார் ஆவது. அம்மா, அப்பாவிடம் ஆசீர்வாதம் வாங்குவது. இருவரும் மகனுக்கு ஆசீர்வாதம் வழங்க. அவன் தனது பைக்கில் ஏறி கடற்கரை தீவான தான் பிறந்த ஊருக்கு செல்வது.

காட்சி : 28 காலை
பள்ளி அலுவலக அறை உள்ளே/வெளியே

தலைமை ஆசிரியர் சங்கரன் மற்ற ஆசிரியர்களிடம் பேசுவது.''இன்னைக்கு நம்ம பள்ளிக்கு அறிவியல் ஆசிரியர் ஒருவர் புதிதாக வருகிறார். அவரை நாம் வரவேற்க தயாராவோம்.''என தலைமை ஆசிரியர் சொல்ல, அனைவரும்''சரிங்க சார்''என்றபடி மைதானத்தை நோக்கி செல்வது.

காட்சி : 29 காலை
கடற்கரை பகுதி வெளியே

பிரவீன் தனது பைக்கை கரையில் உள்ள ஒரு செட்டில் விட்டுவிட்டு படகில் ஏறி தீவுக்கு செல்வது.

காட்சி : 30 காலை
பள்ளிக்கூடம்   உள்ளே/வெளியே

பிரவீன் பள்ளிக்கூடத்தை அடைவது. தலைமை ஆசிரியர் மற்றும் ஆசிரிய, ஆசிரியைகள் வரவேற்பது. பிரவீனை பற்றி தலைமை ஆசிரியர் அனைவருக்கும் எடுத்து உரைப்பது. பிறகு, பிரவீன் தன்னை பற்றி சொல்வது. தான் இந்த மண்ணின் மைந்தன் என்றும். இந்த பள்ளியின் முன்னாள் மாணவன் என்று சொல்வது. பிரார்த்தனை முடிந்து அனைவரும் வகுப்பறைக்கு செல்ல. பிரவீன் தலைமை ஆசிரியருடன் செல்வது.

காட்சி : 31 காலை
தலைமை ஆசிரியர் அறை   உள்ளே/வெளியே

தலைமை ஆசிரியர் அறையில் பிரவீன் தலைமை ஆசிரியர் இருவரும் உரையாடுவது. அப்பொழுது ஒரு பெண் அட்டெண்டர் உள்ளே வருவது. தலைமை ஆசிரியரிடம் ஒரு புத்தகத்தில் கையெழுத்து வாங்குவது. தலைமை ஆசிரியர் பிரவீனை காண்பித்து,"இவர் புதுசா வந்த வாத்தியார்... இனி இவர்கிட்டெயும் நாளையிலிருந்து கையெழுத்து வாங்கிக்கோம்மா"என சொல்ல, "சரிங்க சார்" என்றபடி அவள் வெளியே செல்வது.

காட்சி : 32 காலை
பள்ளிக்கூட வகுப்பறை உள்ளே/வெளியே

மாணவ மாணவிகள் அமர்ந்து இருக்க. பிரவீன் உள்ளே நுழைவது. அனைவரும் எழுந்து வணக்கம் சொல்வது. அனைவரையும் அமர சொல்வது. ஒவ்வொருவருடைய பெயர்களையும் பிரவீன் கேட்க. மாணவ மாணவிகள்

சொல்வது. அப்போது அட்டெண்டர் பெண்,"உள்ளே வரலாமா சார்?"என கேட்க பிரவீன் வாங்க என சொல்ல அவள் உள்ளே வருவது. அட்டெனெஸ் நோட்டை காட்டி, கையெழுத்து இட சொல்வது. அவன்"பிரவீன்"என ஆங்கிலத்தில் கையெழுத்திட வாங்கிக் கொண்டு," வரேன் சார்"அவள் செல்வது.

பிரவீன் பாடத்தை தொடங்குவது."நான் இங்கு... இந்த பள்ளியில் படித்த மாணவன்... இன்று இதே பள்ளியில் ஆசிரியராக வந்துள்ளேன். போல் நீங்களும் வாழ்க்கையில் முன்னேற வேண்டும் நன்கு வர வேண்டும். ஆனால் உங்கள் காலத்தில் இந்த பள்ளி இங்கு இருக்காது. காரணம் இன்று உள்ள சுற்றுச்சூழல் காரணமாக இன்னும் ஐந்து அல்லது ஆறு வருடங்களில் வெப்பநிலை உயர்வின் காரணமாக, பனிப்பாறைகள் உருகி, ஆற்றில் வெள்ளப்பெருக்கும் ஏற்பட்டு. அந்த ஆற்று நீரெல்லாம் திரண்டு, கடலில் கலப்பதின் விளைவாக கடல் மட்டம் உயரும். அப்படி உயரும்போது நிச்சயமாக இந்த தீவையும் இது போன்ற தீவுகளையும், கடல் நகரங்களையும் கடல் விழுங்கி விடும்"என பிரவீன் சொல்ல,"எப்படி சார்?"மாணவர்கள் கேட்பது. பிரவீன் கரும்பலகையில்... படம் வரைந்து காட்டுவது. அதன் மூலம் மாணவர்களுக்கு விளக்குவது. பெல் அடிக்க பாடத்தை முடித்துக் கொண்டு வெளியேறுவது.

காட்சி : 33 மாலை
பள்ளிக்கூடம் உள்ளே/வெளியே

மாலை பள்ளிக்கூடம் முடிய... அனைவரும் வெளியேறுவது. பிரவீன், தலைமை ஆசிரியர், மற்றும் ஆசிரியர்கள் வெளியேறுவது. கடைசியாக அட்டெண்டர் பெண் வெளியே வர, வாட்சுமேன் வைத்து

வகுப்பறைகளையும். கண்காணித்து விட்டு, அறைகளை கூட்டுவது. சில படகில் ஏறி செல்ல, சில தங்களது வண்டிகளை எடுத்துக்கொண்டு ரோட்டில் செல்வது, பிரவீன் தனது வண்டியை விட்டிருக்கும் செட் அருகே உள்ள டீக்கடையில் டீ குடிக்க செல்ல, அங்குள்ள மளிகை கடைக்கு அந்த அட்டெண்டர் பெண் வருகிறாள். வந்து கடை அருகே நிற்க, கடைக்காரர்''என்னம்மா நிலா... என்ன வேணும் படகு போயிட்டு வரதுக்குள்ளெ கொடுக்கிறேன்...''என சொல்ல, அவர் சில பொருட்கள் பெயரை சொல்ல, கடைக்காரர் வேகமாக எடுப்பது. அப்போது பிரவீன் அந்த கடைக்கு வந்து, செவ்வாழைப்பழம் கேட்பது. நிலாவை கண்டு.''நீங்க இங்கே ?''''கொஞ்சம் மளிகை சாமான் வாங்கணும்''என அவள் சொல்ல. கடைக்காரர்''நிலா அப்புறம் வேற?''''நிலா'என அவர் சொன்னதை கேட்கும்,'பிரவீன்'உங்க பேரு நிலாவா?''என கேட்க,''ஆமாங்க சார். வந்து ஒரு வாரம் ஆச்சு, இன்னும் என் பெயர் உங்களுக்கு தெரியாதா?''என அவள் கேட்பது.''ஒரு நிமிஷம் அந்தப் பக்கம் வாங்க''என அழைக்க, நிலா சற்று தள்ளி அவனுடன் வருவது.''உங்க அப்பா பேரு ராஜன்னா?''''ஆமா,''என அவள் சொல்ல பிரவீன் முகம் மலர்ந்தவனாக...''அப்ப உங்க முழு பெயர் கவி நிலா தானே?''''பரவாயில்லையே... இப்பவாவது நான் யாருன்னு நீங்க தெரிஞ்சுக்கிட்டது சந்தோஷம்''என கவிநிலா சொல்ல,''அப்ப நான் யார்ன்னு உனக்கு முன்னாலேயே தெரியுமா?''தெரியும் நீங்க இங்கே வர்றதுக்கு முதல் நாளே உங்கள பத்தி சொன்னாங்க. அப்ப யாருன்னு நெனச்சேன். நீங்க பிரவீன்னு கையெழுத்து போட்டதும்... நான் தெரிஞ்சுகிட்டேன். என் கூட இதே பள்ளியில் படித்த பிரவீன் நீங்கதான்னு''''அப்புறம் ஏன் நீ யாருன்னு என்கிட்ட சொல்லல?''''நீங்க வாத்தியார், அதுவும் அறிவியல் வாத்தியார். நான் ஒரு சாதாரண அட்டெண்டர் அதுதான்''''அடிச்சேனக நாம பழகினதெ மறக்க முடியுமா?''என பிரவீன் கேட்க,''அப்படி

நினைக்கிற நீங்க ஊருக்கு வந்ததும் என்னெ பத்தி விசாரிச்சு இருக்கலாமே... விசாரிக்கல. எங்க அப்பா சாவுக்கு கூட உங்க வீட்ல இருந்து யாரும் வர்ல. அப்புறம் எப்படி?''என நிலா கேட்க,''உங்க அப்பா இறந்துட்டாரா?''''அவர் இறந்து பதினைந்து வருஷம் ஆச்சு''என நிலா கண்கலங்குவது.''நிலா சத்தியமா எனக்கு தெரியாது. அப்புறம் நீ இன்னும் இங்கே இருப்பேன்னும் நான் எதிர்பார்க்கல அதுதான்,''என அவன் சொல்ல, கடைக்காரர் அழைப்பது அவள் நான் வர்றேன்''என்றபடி கடைக்கு சென்று மளிகை பொருட்களை வாங்கி வருவது.

படகுக்காக காத்திருப்பது பிரவீன் அவளிடம் சென்று மீண்டும் பேசுவது.''நிலா உன்னை கண்டவுடன் என்னால் அடையாளம் காண முடியவில்லை. ஏன்னா நீ அவ்ளோ அழகா இருக்கெ...''என அவன் சொல்ல. நிலா சிரிப்பது... அதிலும் ஒரு சோகம். அதற்குள் படகு வர,''நாளை வாங்க''என்றபடி படகில் ஏறி செல்வது, பிரவீன் தனது பைக்கில் ஏறி வீட்டை நோக்கி வருவது.

காட்சி : 34 இரவு
வீடு உள்ளே

இனி அறையில் அமர்ந்தபடி பிரவீன் அப்பா அம்மாவிடம், நிலாவை பற்றி சொல்வது.''அப்ப நாங்க உங்க சித்தப்பா... கல்யாணத்துக்காக மதுரை போயிருந்தோம். ராஜன் இறந்த விசயமே எங்களுக்கு இரண்டு மாசம் கழிச்சு தான் தெரிஞ்சது. என அப்பா சொல்வது.''ஏம்பா அந்த பொண்ணு எப்படி இருக்கா?''என அம்மா கேட்க, ரொம்ப அழகா இருக்கா என பிரவீன் சொல்ல,''சரிப்பா, நீ போய் தூங்கு''என அம்மா கூற அவன் தூங்க செல்கிறான்.

காட்சி : 35 இரவு
படுக்கை உள்ளே

பிரவீன் படுக்கையில் படுத்திருப்பது. நிலாவின் பழைய நினைவுகளும், நிலாவின் புதிய உருவமும் பிரவீனின் தூக்கத்தை கலைத்தது.

காட்சி : 36 காலை
படுக்கை உள்ளே

அம்மா கதவை தட்ட பிரவீன் எழுந்து கதவை திறப்பது. அம்மா டீ தர, அதை வாங்கி டேபிள் மீது வைத்துவிட்டு முகம் கழுவ வாஷ்பேசினை நோக்கி செல்வது

காட்சி : 37 காலை
பள்ளிக்கூடம் உள்ளே/வெளியே

தலைமை ஆசிரியரிடம் அறையில் நிலாவை பற்றி பிரவீன் முழுவதுமாக விசாரிப்பது. அவளுடைய அப்பா இறந்த பிறகு அவன் அண்ணன் மீன் பிடி வேலைக்கு சென்றதும், அவனுக்கு திருமணம் ஆனதும் அவன், தன் தாயையும் தங்கையையும் சரிவர கவனிக்கவில்லை என்றும், சில வருடங்களுக்கு முன்பு அவன் மனைவியுடன் மன்னார்குடியில் இருக்கும் மாமனார் வீட்டில் செட்டில் ஆகிவிட்டான். எப்போதாவது வருவான் ஏதாவது தருவான். நிலாவும் அவள் அம்மாவும் தனியாக இருப்பதால் தான்... பொண்ணுக்கு நாங்கள் இங்கு இந்த வேலை கிடைக்க ஏற்பாடு செய்தோம்,"நிலாவிற்கு"கல்யாணம் ஆகிவிட்டதா?"என பிரவீன் கேட்க,"யாருங்க பிரவீன்... இந்த மாதிரி எதுவும் இல்லாத பொண்ணெ... அதுவும்

வயசான அம்மாவை பார்க்கிற பொண்ண கட்டிகுவாங்க. அந்த பொண்ணோட அழக பாத்து சில பேர் வந்தாங்க அவளை கட்டிக்க தயாரா இருந்தாங்க, வரதட்சணை வாங்காம... ஆனா அவங்க அம்மாவ கூட வச்சுக்க யாரும் தயாரா இல்ல, அதனால அந்த பொண்ணுக்கு கல்யாணம் நடக்கல; என சொல்ல,"சார் நான் நிச்சயமா நிலாவெ கட்டிக்குவேன். அவ சம்மதிச்சா? இந்த விஷயத்தை பத்தி இப்ப நீங்க யார்கிட்டயும் சொல்லாதீங்க"என சொல்ல, அந்தப் பொண்ணுக்கு நீங்க வாழ்க்கை கொடுத்த உங்க வாழ்க்கை நல்லா இருக்கும் பிரவீன்"என தலைமை ஆசிரியர் சொல்ல, கவிநிலா வருவது."குட் மார்னிங் சார்"கவி சொல்ல தலைமை ஆசிரியர் வணக்கம்மா என சொல்வது. அவள் நடந்து வகுப்பறைக்கு செல்ல, தன் வகுப்பறைக்கு செல்வது.

காட்சி : 38 மதியம்
வகுப்பறை உள்ளே/வெளியே

பிரவீன் ஐந்தாம் வகுப்பில் பாடம் நடத்தி கொண்டிருக்க. கவிநிலா வருவது. "மூன்றாம் வகுப்புல தேடின எங்கே இருக்கீங்க?" "சாமி கண்ணு சார் மதியம் லீவு, அதனால என்னெ வகுப்பெடுக்க அனுப்பிட்டாங்க.""சரி கையெழுத்து போடுங்க"என சொல்ல பிரவீன் பதிவேட்டில் கையெழுத்து இடுவது. கவிநிலா செல்ல,"கவி சாயங்காலம் உங்க வீட்டிற்கு வரேன். போயிடாதீங்க"என அவன் சொல்ல. கவியின் கண்கள் விரிய அவனைப் பார்த்தபடி செல்வது.

காட்சி : 39 மாலை
கவிநிலா வீடு உள்ளே/வெளியே

கவி நிலாவின் அம்மாவிடம் பிரவீன் உரையாடுவது. கவிநிலா காபி பலகாரம் கொண்டு வந்து தருவது. கவிநிலா

அம்மா, பிரவீன் குடும்பத்தை பற்றி எல்லோரும் நல்லா இருக்காங்க'என்றும் தங்களின் மளிகை வியாபாரம் பற்றியும் சொல்வது. நேரம் ஆக அவர்களிடம் விடை பெற்றுக்கொண்டு புறப்படுவது. கவிநிலா அவனுடன் வெளியே வர, பிரவீன்"கவி நாளைக்கு மதிய சாப்பாட்டெ நீ எனக்கு கொண்டு வரணும். கொண்டு வருவியா?" கேட்க, "உண்மையா சொல்றீங்களா?" "உண்மைன்னு நினைச்சா கொண்டு வா இல்லாட்டி விட்ரு."என்றபடி படையில் ஏறி டாட்டா சொல்வது.

காட்சி : 40 இரவு
வீடு உள்ளே/வெளியே

அம்மா, மகன் பேசிக் கொண்டிருப்பது. கடை அடைத்து விட்டு உள்ளே வருவது. அனைவரும் உணவு சாப்பிடுவது. சாப்பிட்டு முடித்துவிட்டு, பிரவீன் தன் பெற்றோரிடம் கவிநிலாவின் நிலையை பற்றி சொல்வது. அம்மா,"பாவம் அந்த பொண்ணு"என சொல்ல, அப்பா,"அவள் அண்ணன் என்ன ஜென்மம்?"என திட்டுவது."நாம் பண உதவி ஏதாவது வேண்டுமென்றாலும் செய்யலாம்."என அம்மா சொல்ல,"பாக்குறவங்க தப்பா எடுத்துக்குவாங்க"பிரவீன் சொல்ல,"அப்ப நாம தான் என்ன செய்ய முடியும்?"என அப்பா சொல்ல,"நீங்க சம்மதிச்சா, நிலாவே நான் கல்யாணம் பண்ணிக்கிறேன்"என சொல்ல,"என்ன பிரவீன்?"என அம்மா கேட்க,"அவன் விருப்பத்தை சொல்லிட்டான். இனி முடிவு நம்மது"என அப்பா சொல்ல."யோசிக்கணும்..."என அம்மா கூட,'சரிம்மா'என்றபடி தன் அறைக்கு செல்கிறான் பிரவீன்.

காட்சி : 41 காலை
வகுப்பறை உள்ளே/வெளியே

இரண்டு மாதங்களுக்கு பிறகு... காலையில் வகுப்பறையில் பாடம் நடத்தி கொண்டிருப்பது. திடீரென பயங்கரமாக காற்று வீச.... கனமழை பெய்ய தொடங்குகிறது. கடல் அலைகள் எழும்பி வேகமாக கரையை தொட்டு செல்ல. மழை கொட்டுகிறது கவிநிலா"அம்மா தனியா இருப்பாங்க. என்ன செய்றது"என்று கவலை கொள்வது."மழை கொஞ்சம் குறைந்த உடன் நான் அழைத்து வருகிறேன்"என பிரவீன் அவளை ஆறுதல் படுத்துவது.

காட்சி : 42 மாலை
வீடு   உள்ளே/வெளியே

கவிநிலவின் அம்மாவை வீட்டில் இருந்து படகில் பள்ளிக்கூடத்திற்கு அழைத்து வருவது. கடல் கொந்தளிப்பு அதிகமாக இருப்பதால்... சில ஆசிரியர்கள் அன்று பள்ளி வகுப்பறையிலே தங்கி விடுகிறார்கள் அவர்களுடன் கவிநிலாவும், அவள் அம்மாவும்,

காட்சி : 43 காலை
ஆட்சியாளர் அலுவலகம்   உள்ளே

ஒரு வாரத்திற்கு பிறகு, தலைமை ஆசிரியர் மற்றும் பிரவீன் ஆட்சியரை சந்தித்து கடற்கரை பள்ளிக்கூடத்தை பொது இடத்திற்கு மாற்ற வேண்டி சொல்வது. புவி வெப்பமாதலால் கடல் கொந்தளிப்பு ஏற்பட்டு அந்த தீவே அழியும் என்று விளக்குவது. தன் சிறுவயது நிகழ்வையும் கடந்த வாரம் மழையினால் ஏற்பட்ட கடல் கொந்தளிப்பையும், பிரவீன் எடுத்துக் கூறுவது. ஆட்சியாளர் ஆவண செய்வதாக சொல்வது.

காட்சி : 44 காலை
வீடு உள்ளே/வெளியே

அப்பா மகள் உரையாடுவது.''தீவு எல்லாம் அழியாதப்பா... அந்த காலத்துல ராக்கெட் விழுந்து எல்லோரும் செத்துருவாங்கன்னு சொன்னாங்க, பூமி அழியும்ன்னு சொன்னாங்க ஆனா எதுவும் நடக்கல; என அப்பா சொல்ல.''அது வேறப்பா. இது வேற...''என சுற்றுச்சூழல் சீர்கேடு பற்றி சுந்தரத்திற்கு பிரவீன் விளக்குவது.''இவ்ளோ விஷயம் இருக்கா. எனக்குத் தெரியலப்பா''என சுந்தரம் கூற, அம்மா,''பிரவீன் ஞாயிற்றுக்கிழமை. கவியே பார்க்க நாங்க வரோமுன்னு சொல்லு''என சொல்ல. பிரவீன் முகம் சூரியனை கண்ட சூரியகாந்தி போட மலர்வது.

காட்சி : 45 மாலை
பள்ளிக்கூடம் உள்ளே/வெளியே

“கவி நாளைக்கு அம்மா, அப்பா உங்க வீட்டுக்கு வருவாங்க''என பிரவீன் சொல்ல.''திடீர்னு''என கவி கேட்க.''ஏன் வரக்கூடாதா''''சே சே....''ஏதாவது விசேஷமா என கேட்டேன்''''சும்மா தான்..''’சரிங்க’என அவள் சொல்ல, பிரவீன் புறப்படுவது.

காட்சி : 46 இரவு
வீடு உள்ளே

படுக்கையில் படுத்தபடி பிரவீன் யோசிப்பது. இதுவரை அவளிடம் தான் விரும்புவதை சொல்லவில்லை. அவளும் தன்னை விரும்புவதாக சொல்லவில்லை. நாளை அப்பா அம்மா கேட்கும் போது அவள் தன்னை கட்டிக்கொள்ள மறுத்தால்... இப்படி நினைத்தபடி...

எப்பொழுது விடியும் என காத்திருக்கிறான் தூங்காமல் கண் விழித்து இரவெல்லாம்...

காட்சி : 47 பகல்
கவி வீடு உள்ளே

கவியின் அம்மாவுடன், பிரவீனின் அம்மா அப்பா ராஜனின் மரணத்திற்கு வராத காரணத்தை சொல்ல, கவியின் அம்மா அழுவது. மகனைப் பற்றியும், மருமகளை பற்றியும் சொல்ல, கவிநிலா காப்பி தருவது. கவியை விமலா அமர சொல்வது. அனைவரும் உரையாடுவது. விமலா, கவியின் அம்மாவிடம்"நான் ஒரு விஷயம் கேட்கிறேன். உங்களுக்கு பிடிச்சா சரின்னு சொல்லுங்க. என சொல்ல."கேளுங்க"என கவியின் அம்மா சொல்ல,"கவியை பிரவீன் விரும்புகிறான் நீங்க சம்மதிச்சா... கவி எங்க வீட்டுக்கு மருமகளா நான் கூட்டிட்டு போறேன். என விமலா சொல்லி முடிப்பதற்குள் கவிநிலாவின் கண்கள் கலங்கி அழத் தொடங்குகிறாள். பிரவீன்"கவி பிடிக்காட்டி வேண்டா, அழாத"என அவன் சொல்ல, அவள் ஓடிவந்து அவன் மார்பின் மீது முகத்தை புதைத்து அழுவது. அவன் கைகள் அவளை மெதுவாக அணைப்பது. பெற்றோர்கள் மகிழ்வது.

காட்சி : 48 பகல்
பள்ளிக்கூடம் உள்ளே/வெளியே

பள்ளிக்கூடத்தை கடற்கரையில் இருந்து பத்து கிலோமீட்டர் தூரத்தில் வைக்க அரசு அனுமதி அளித்த செய்தியும், தீவில் உள்ள அனைவருக்கும் பள்ளிக்கூடத்தை சுற்றியுள்ள நிலத்தில் அரசு சார்பில் வீடு கட்டி தருவதாகவும் முதல்வர் அறிவிப்பது. தலைமை ஆசிரியர்,"உங்க முயற்சிக்கு கிடைச்ச வெற்றி தான் பிரவீன் இது"என பாராட்டுவது.

கவிநிலா சந்தோஷப்படுவது, உலகம் முழுக்க இப்படி பல இடங்கள், தீவுகள் காணாமல் போகின்றன இவர்கள் எல்லாம் பாதுகாப்பான இடத்திற்கு செல்ல வேண்டும். பூமித்தாய் பற்றி இலக்கியமாக இருந்த பாடம். இலக்கிய புத்தகத்தில் பாடமாக படித்து நிஜத்தில்

காட்சி : 49 காலை
திருமண மண்டபம்   உள்ளே/வெளியே

பிரவீன், கவிநிலா திருமணம் இனிதே நடைபெறுவது. அனைவரும் வாழ்த்துவது. அம்மாவை அழைத்துச் செல்ல கவிநிலா அண்ணன் முகில் சம்மதிப்பது. பிரவீன் "நான் அவர்களை பார்த்துக் கொள்கிறேன். நீ கவலைப்பட வேண்டாம். என சொல்ல. பதில் சொல்ல முடியாதவனாக மௌனமாக நிற்கிறான் முகில். தனது கழுத்தில் ஏறிய தாலியை தொட்டுப் பார்த்தபடி, பிரவீனை பார்க்கிறாள் கவிநிலா மனம் நிறைந்த மகிழ்ச்சியுடன்.

அவள் மனதில் பிறக்கிற குழந்தைக்கு "நல்ல தமிழ் பெயர் வைக்கனும்"

"அவன் மனதில் பிறக்கிற குழந்தைக்கு "இயற்கை, சூரியன், சந்திரன், வெயில் மறை என்று பெயர் வைக்கனும்" "சரி முதலில் குழந்தை பிறக்கட்டும்" இருவரும் கட்டி அணைத்துக் கொள்ளல்.

திரைக்கதை 8

இரும்புக்குதிரைகள்

சாலைகளில் விதவிதமான வாகனங்கள். விலை உயர்ந்த வாகனங்கள். முன்பு பனியன் மூட்டைகளை சுமக்க மாட்டு வண்டிகள் இருந்தன. பின்னல் ஆட்டோ, லாரிகள் வந்தன இப்போது புதிய தலைமுறையில் கண்டெய்னர்களுக்கு சென்று விட்டார்கள். பனியினை அனுப்பும் வியாபாரம் செய்கிறார்கள் அந்த வியாபாரம் சிரமங்கள், சங்கடங்களை மீறி வாழ்க்கை ஓடுகிறது. சாலைகள் விரிவடைந்து விட்டன. வாகனங்கள் மாறிக்கொண்டிருக்கின்றன. இதில் உள்ள குற்றங்களும் மற்ற நடவடிக்கைகளும் எப்போது சரியாகும் என்பது போல் பிரச்சனைகள் தொடர்ந்து கொண்டிருக்கின்றன. குடும்பம் தடுமாறலிருந்து எப்படி தப்பித்தது..

காட்சி : 01 காலை
மண் சாலை   வெளியே

கணபதி தனது காளை மாட்டு வண்டியில் கம்பெனியிலிருந்து வெளிமாநிலங்களுக்கு செல்ல வேண்டிய பனியன் மூட்டைகளை ரெயில் நிலையத்திற்கு கொண்டு

செல்வது. பாவம் மாடு அந்த கரடு முரடான மண் பாதையில் சற்று தடுமாறி செல்வது.

காட்சி : 02 காலை
ரயில் நிலையம்   உள்ளே/வெளியே

கணபதியின் மாட்டு வண்டி ரயில் நிலையத்தை அடைவது. ரயில் நிலையத்தில் இருக்கும் சுமை தூக்கும் தொழிலாளர்கள் வந்து பனியன் மூட்டைகளை ரயிலில் ஏற்ற எடுத்துச் செல்வது. கணபதி மூட்டைகளின் கணக்கை சரிபார்த்து. அவர்களிடம் சொல்லிவிட்டு, ரயில் நிலையத்தை விட்டு கிளம்புவது.

காட்சி : 03 காலை
பனியன் கம்பெனி   உள்ளே/வெளியே

செங்கமலம் பனியன் கம்பெனி உரிமையாளர் செந்தாமரை கண்ணன் தூக்க முடியாமல் தனது பானை வயிற்றை தூக்கிக் கொண்டு திருவாரூர் தேர் போல அசைந்து வருவது. கணபதியின் மாட்டு வண்டி கம்பெனி வாசலில் வந்து நிற்பது. கணபதி வண்டியில் இருந்து இறங்கி, செந்தாமரை கண்ணனுக்கு வணக்கம் சொல்வது."வணக்கங்க ஐயா"" "வணக்கம் கணபதி மூட்டை எல்லாம் சரியா அனுப்பிட்டியா?" "அனுப்பிட்டேங்க…""… நம்ப கணக்கு கிட்ட போய் பணத்தை வாங்கிக்கோ"என்று செந்தாமரை கண்ணன் சொல்ல கணக்குவிடம் பணம் வாங்க கணபதி செல்வது.

காட்சி : 04 மாலை
கணபதி வீடு உள்ளே/வெளியே

கணபதி மாட்டுவண்டியை வீட்டின் அருகில் நிறுத்திவிட்டு, மாடுகளை அவிழ்த்து அவற்றிற்கு தண்ணீ காட்டுவது. பிறகு அவற்றிற்கு உண்ண உணவு கொடுத்த பிறகு, கொட்டகையில் கொண்டு கட்டி வைத்து விட்டு, வீட்டினுள் நுழைகிறார். அவரது மனைவி காமாட்சி, குளிர்ந்த நீரை கொண்டு வந்து கணபதிக்கு கொடுக்க, அதை வாங்கி அருந்தியபடி,"எங்கே பயலுக"என கேட்க. சின்னவன் சிவராமனும் பெரியவன் சிவகுமாரும் அடுத்த வீட்டில் விளையாட போய் விட்டதாகவும், மகள் கற்பகம் அறையில் படிக்கிறாள், என்றும் காமாட்சி சொல்ல. மகன்கள் இருவரும் வருவது,"டேய் விளையாட்டை விட்டுட்டு, படிக்க வேண்டிய நேரத்துல படியுங்க. இல்லாட்டி, என்ன மாதிரி மாட்டு வண்டி தான் ஓட்டணும், சோத்துக்கு", என கணபதி சொல்ல, இருவரும் படிக்கிறோம்ப என்றபடி தங்கை இருக்கும் அறைக்கு செல்வது. கற்பகம் படித்துக் கொண்டிருப்பது.
“இவ பாரு படிச்சிட்டு இருக்கா... அதுதான் அப்பா நம்மள திட்டுறாரு..." என்றபடி சிவக்குமார் தங்கையின் தலையில் செல்லமாய் தட்ட “அப்பா" என்று கற்பகம் உரக்க கூப்பிடுவது. “என்னடா சத்தம்" “ஒன்னுமில்லப்பா..." என்றபடி அமைதியாக படிக்க புத்தகத்தை, புத்தகப் பையில் இருந்து எடுப்பது.

காட்சி : 05 காலை
பனியன் கம்பெனி உள்ளே/வெளியே

கணபதி தனது மாட்டு வண்டியுடன் செங்கமலம் கம்பெனிக்கு வருவது. செந்தாமரை கண்ணன், அவனிடத்தில்,"கணபதி “நீ செட்டிபாளையம் வரைக்கும்

போய்... வளர்மதி கம்பெனியில் இருந்து சில பனியன் மூட்டைகள் தருவாங்க. வாங்கிட்டு வந்துரு."என்ன சொல்ல."சரிங்க ஐயா"என்றபடி கணபதி தனது மாட்டு வண்டியை வளர்மதி கம்பெனி நோக்கி ஓட்டி செல்வது.

காட்சி : 06 பகல்
சாலை   வெளியே

வெயில் சுட்டெரிக்க... கணபதி சாலையில் வியர்த்தபடி, வண்டியை ஓட்டி வருவது. எதிரியை கன்னியப்பன் தனது மாட்டு வண்டியில் வருவது. இருவரும் உரையாடுவது. பிறகு இறங்கி, இருவரும் எலுமிச்சை பழச்சாறு குடிப்பது, ஒரு வேப்ப மரத்தில் ஓய்வெடுப்பது.

காட்சி : 07 பகல்
சாலை   வெளியே

பதினைந்து வருடங்களுக்கு பிறகு. திருப்பூர் சிறிது வளர்ச்சி பெற்ற காலம். மாட்டு வண்டிகள் தவிர்க்கப்பட்டு, பெரிய லாரிகளை கம்பெனி உரிமையாளர்கள் பயன்படுத்த தொடங்கினர், சில கம்பெனிகள். வாடகை லாரி மூலம் தங்களது பனியன் மூட்டைகளை ஏற்றுமதி செய்வது. "குமரன் டிரான்ஸ்போர்ட் என்ற பெயர் பலகையுடன் ஒரு சிறிய லாரி பனியன் மூட்டைகளுடன் ஓடிக்கொண்டிருந்தது வண்டியை ஓட்டி கொண்டிருப்பவன் "கணபதியின் மூத்த மகன் சிவக்குமார்.

காட்சி : 08 இரவு
வீடு   உள்ளே

சிவகுமாரின் லாரி அவர்கள் குடியிருக்கும் வீட்டின் முன்பு நிறுத்தப் பட்டிருப்பது. சிவக்குமார், தனது தந்தை

கணபதியுடன் உரையாடுவது.''அப்பா, இந்த மாச வாடகை இன்னும் ஓனர் தரல, நானும் கேட்கல.''செந்தாமரை அய்யா, அதை எல்லாம் சரியா தந்திருவாரு, மாட்டு வண்டி, லாரியாக மாறி நிற்கிறது. அவரு கம்பெனியில் நான் உழைத்த உழைப்பு; செங்கமலம் கம்பெனி வளர, வளர நாமளும் வளருவோம்''என்ன சொல்ல,''அப்பா, இப்ப வடநாட்டுக் காரனுங்க. கொஞ்சம் பேர். கம்பெனிக்கு வராங்க. நம் கம்பெனி ஓனர்களும். சரின்னு சேர்த்துக்குறாங்க''என சொல்ல,''அவர்களும் மனுசங்க தானே... சொந்த ஊர்ல வேலை இல்ல. வந்த ஒரே நம்புறாங்க''என சொல்ல, இப்படி கொஞ்ச கொஞ்சமா சேர்ந்தா.... நாம அப்புறம் வட நாட்டுக்கு வேலை தேடி போக வேண்டியது தான்,''என சிவகுமார் சொல்ல. கணபதி சிரிப்பது, அம்மா காமாட்சி உணவு எடுத்து வருவது

காட்சி : 09 காலை
வீடு உள்ளே/வெளியே

சிவக்குமார் தனது மினி லாரியை கழுவிக் கொண்டிருப்பது. தங்கச்சி கற்பகம் அண்ணனை அழைப்பது. தம்பி சிவராமன் பொதுக்குழாயில் இருந்து தண்ணீர் பிடித்துக் கொண்டு வந்து வெளியில் இருக்கும் பிளாஸ்டிக் பாத்திரங்களில் நிரப்புவது. அம்மா சமையல் செய்து கொண்டிருப்பது.

காட்சி : 10 காலை
செங்கமலம் கம்பெனி உள்ளே/வெளியே

சிவகுமாரின் லாரியில் பனியன் மூட்டைகளை, கம்பெனி தொழிலாளர்கள் ஏற்றுவது. கணபதி, மூட்டைகளை, வண்டியில் ஒழுங்குபடுத்தி அடுக்குவது.

காட்சி : 11 மாலை
மருத்துவமனை உள்ளே/வெளியே

கணபதி உடல்நிலை சரியில்லாமல் அரசு மருத்துவமனையில் அனுமதிக்கப்படுவது. காமாட்சி உடன் இருப்பது. இரண்டு நாட்களுக்குப் பிறகு வீட்டிற்கு அழைத்து செல்லலாம் என மருத்துவர் சொல்லிவிட்டு அம்மா அப்பா, நான் கிளம்புறேன் கோயம்புத்தூருக்கு பனியன் மூட்டைகளை கொண்டு போய் கொடுக்கணும்'என மெல்ல, அப்பா கணபதி"எனக்கு ஒன்னும் இல்லடா,"நீ போய்ட்டு வா என சொல்ல, அவன் கிளம்புவது.

காட்சி : 12 மாலை
கோயம்புத்தூர் ரயில் நிலையம் உ ள் ே ள / வெளியே

சிவக்குமார் தனது லாரியை கோவை ரயில் நிலையம் அருகில் நிறுத்த பனியன் மூட்டைகளை, ரயில்வே பாரம் தூக்கும் தொழிலாளர்கள் வந்து தூக்கி செல்வது. அனைத்து மூட்டைகளையும் இறக்கிய பிறகு, சிவக்குமார் செங்கமலம் பனியன் கம்பெனியை நோக்கி வருவது.

காட்சி : 13 இரவு
பனியன் கம்பெனி வெளியே/உள்ளே

லாரியை வெளியே நிறுத்திவிட்டு. கம்பெனி உள்ளே சென்று உரிமையாளரிடம் பேசுவது"சொல்லு சிவா,"என செந்தாமரைக்கண்ணன் கேட்க,"ஐயா, ரெண்டு நாளைக்கு நான் லீவுங்க, தங்கச்சியை பொண்ணு பார்க்க வராங்க""நல்ல

விஷயம் மாப்ள எந்த ஊரு. சொந்தக்காரங்க. என்ன பண்ணிறார்...''''சின்னதா மளிகை கடை வச்சிருக்கார்''சரி பொண்ணுக்கு பிடிச்சிருந்தா, முடிச்சு விட்டுடுங்க''என சொல்ல.''ஐயா... எனக்கு மீதி பணம்...?''''கணக்குகிட்ட கணக்கு கொடுத்துட்டு வாங்கிக்கோ. ஏதாவது அதிகம் தேவைன்னா சொல்லு. தர சொல்றேன்;''இப்ப வேண்டாங்க''என்றபடி வெளியே வருவது.

காட்சி : 13 பகல்
வீடு உள்ளே/வெளியே

கற்பகத்தை பெண் பார்க்க. மாப்பிள்ளை வீட்டார் வந்திருப்பது. அனைவருக்கும் பிடித்து போக திருமணநாள் குடிப்பதை பற்றி பேசுவது. பிறகு அனைவரும் செல்வது

காட்சி : 14 இரவு
வீடு உள்ளே

சிவகுமார் மற்றும் குடும்பம் உரையாடுவது. சிவராமனுக்கு ஒரு எலக்ட்ரிக்கல் கடை வைத்து கொடுக்கலாம். என சொல்ல. சிவராமன் சம்மதம் சொல்வது.

காட்சி : 15 காலை
கோவில் உள்ளே/வெளியே

கற்பகம், திருமணம் நடைபெறுவது கோவிலில் இருந்து அனைவரும் மண்டபம் செல்வது. உணவு உபசரிப்பு அனைத்தையும் அண்ணன் தம்பிகள் கவனிப்பது. கணபதி தான் மாட்டு வண்டி ஓட்டினாலும்... இன்று தங்கள் பிள்ளைகள் முன்னேற்றம் அடைந்ததை நினைத்து சந்தோஷப்படுவது. வந்தவர்கள் வாழ்த்தி விடை பெற்று செல்வது.

காட்சி : 16 காலை
கடை உள்ளே/வெளியே

புஷ்பா தியேட்டர் ஸ்டாப்பில் இளைய மகன், சிவராமனுக்கு ஒரு சிறிய எலக்ட்ரிக்கல் கடையை திறந்து வைப்பது. சிவராமனுக்கும் தான் ஒரு கடையின் உரிமையாளர் என்ற பெருமை வருவது. தங்கை, உங்கள் கணவர் மற்றும் உறவினர்கள் கலந்து கொள்வது.

காட்சி : 17 காலை
பனியன் கம்பெனி உள்ளே/வெளியே

வண்டியை கம்பெனி வாசலில் நிறுத்திவிட்டு உள்ளே செல்வது. அங்கே கம்பெனி அலுவலக அறையில்... செந்தாமரைக்கண்ணன் அவருடைய மகன் ரவி கண்ணனும் அமர்ந்திருப்பது.''வா சிவா... இனி ரவி தான் கம்பெனியே பார்த்துக்குவான். எதுவாக இருந்தாலும்... இவனே தொடர்பு கொள்ளுங்கள்.''சரி அய்யா''''நீங்க என்ன வண்டி வச்சிருக்குறிங்க?''என க ரவி கேட்க,''மினி லாரி சார்''சீக்கிரமா ஒரு கண்டெய்னர் எடுக்க பாருங்க''இனிமேல்... நாம நம்ம பனியன் பண்டலை எல்லாம் மொத்தமா... கண்டெய்னர் லாரியில் ஏற்றி நேரா தூத்துக்குடி துறைமுகத்துல இருக்கிறோம், அங்கே இருந்து கிடைக்கும் வாடகையை நீங்க எடுத்துட்டு வந்து கோவை, திருப்பூருக்கு டெலிவரி பண்ணுங்க''என சொல்ல.''அவ்ளோ பணம் எங்ககிட்ட இப்போ இல்ல சார்,''''ரவிகிட்டெ எல்லாம் பேசி இருக்கிறேன். உங்க அப்பா நாற்பது வருஷமா... மாட்டு வண்டியில சரக்கு கொண்டு போய் என்கிட்ட வேலை பார்த்தவருன்னு சொல்லி இருக்கேன்''என செந்தாமரைக்கண்ணன் சொல்ல.''நீங்க பேங்க் லோனுக்கு

ஏற்பாடு பண்ணுங்க சியூரிட்டி கையெழுத்த நான் போட்டு தரேன்,"என ரவி சொல்ல, சிவக்குமார் சந்தோஷம் அடைவது."ஐயா இன்னைக்கு...."வளர்மதி கார்மெண்ட்ல இருந்து. மூட்டைகளையும் கொஞ்ச கோன்களையும் தருவாங்க கொண்டு வாங்க,"என செந்தாமரை கண்ணன் சொல்ல. சிவக்குமார் வணக்கம் தெரிவித்து விட்டு வெளியேறுவது.

காட்சி : 18 பகல்
வளர்மதி கார்மெண்ட்ஸ் உள்ளே/வெளியே

சிவகுமாரின் மினி லாரியில் மூட்டைகள் ஏற்றப்படுவது. அனைத்து ஏற்றி முடித்த பிறகு. சிவக்குமாரிடம் டெலிவரி சீட்டில் கையெழுத்து வாங்குவது. லாரி செங்கமலம் கம்பெனியை நோக்கி புறப்படுவது.

காட்சி : 19 இரவு
வீடு உள்ளே/வெளியே

சிவராமன் எலக்ட்ரிக் கடையில் வந்த வருமானத்தை கணக்கு பார்த்து கொண்டிருப்பது. அப்பா கணபதி சாய்வு நாற்காலியில் அமர்ந்து, டிவி பார்த்து கொண்டிருப்பது. அம்மா காமாட்சி சமைத்து கொண்டிருப்பது. வெளியில் லாரி வரும் சத்தம் கேட்பது."பெரியவன் வந்துட்டான் போல"என்றபடி கணபதி எழுந்து வெளியே செல்வது. சிவக்குமார் வண்டியை விட்டு கீழே இறங்குவது.

காட்சி : 20 இரவு
வீடு உள்ளே/வெளியே

சிவக்குமார் கை கால்களை அலம்பிவிட்டு உள்ளே வருவது. சேரில் அமர்வது. அம்மா குளிர்ந்த நீரைக் கொண்டு

வந்து தருவது. சிவக்குமார் வாங்கி குடிப்பது."என்ன சிவா, பெரிய முதலாளி ரிட்ரையர் ஆயிட்டாரா?" "ஆமாம்பா" என்றபடி கம்பெனியில் நடந்த உரையாடல் அனைத்தையும் சிவா சொல்வது."ஆத்தா கண் திறந்துட்டா"என அம்மா சாமி கும்பிடுவது. "பணம் கோடியில வேணுமே நாம எங்கே போவோம்?"என சிவராமன் கேட்க, "ஃபர்ஸ்ட் லோன் போடலாம் மற்றதெ அப்புறம் யோசிக்கலாம். என சிவகுமார் சொல்ல, அப்பா சரியென சொல்வது."தம்பி உனக்கு ஏத்த ஒரு பொண்ணெ நம்ப தரகர் சொல்லி இருக்கார்; போய் பார்க்கலாமா?" என அம்மா சொல்ல."முதல்ல தொழில் விஷயம் முடியட்டும். மத்ததெல்லாம் அப்புறம்" என சிவக்குமார் சொல்லி விட்டு. குளிக்க டவளை எடுத்துக்கொண்டு பாத்ரூம் செல்வது.

காட்சி : 21 காலை
பேங்க் உள்ளே/வெளியே

லோன் கேட்டு, பேங்க்கிற்கு சிவகுமார், கணபதி இருவரும் சென்றிருப்பது. மேலாளருக்காக காத்திருப்பு. சுமார் 11.00 மணி ஆகும் போது மேலாளர் வருவது. சிறிது நேரம் கழித்து. இருவரையும் அழைக்க இருவரும் மேலாளர் அறைக்கு செல்வது. மேலாளரிடம் பேசுவது, மேலாளர் அனைத்தையும் கேட்டுவிட்டு சில ஆவணங்களுடன் நாளை காலை வர சொல்லுவது. இருவரும் வணக்கம் சொல்லிவிட்டு வெளியே வருவது. ப்யூனிடம் சிறிது நேரம் உரையாடி விட்டு. இருவரும் வெளியேறுவது.

காட்சி : 22 பகல்
எலக்ட்ரிக்கல் கடை உள்ளே/வெளியே

சிவக்குமார், கணபதி இருவரும் சிவராமன் கடைக்கு வருவது. உள்ளே சென்று அமர்வது. கடையில் சிறிய

கூட்டம் இருந்தால் சிவராமன் சற்று பிரியாக இருப்பது. அனைவரும் சென்றவுடன் மூவரும் பேங்க் விஷயங்களை பற்றி உரையாடுவது.

காட்சி : 23 பகல்
ஜெராக்ஸ் கடை உள்ளே/வெளியே

சிவக்குமார், பேங்கில் கேட்ட ஆவணங்களை எல்லாம் ஜெராக்ஸ் எடுப்பது. அனைத்தையும் எடுத்துவிட்டு, அப்பாவுடன் இணைந்து தாலுக்கா ஆபீஸ் சென்று வருமான சான்றிதழுக்கு விண்ணப்பிப்பது. திரும்ப வீட்டை நோக்கி வருவது.

காட்சி : 24 இரவு
வீடு உள்ளே

மூவரும் அனைத்து ஆவணங்களையும் சரிபார்ப்பது. இத்துடன் ஒரிஜினல் ஆவணங்களையும் சரிபார்த்து வைப்பது. நாளை காலை பேங்கில் என்னென்ன தர வேண்டும் என்பதை சரி பார்த்து விட்டு, வீட்டின் பட்டாவை எடுத்து. ஆவணங்களுடன் பத்திரப்படுத்துவது. அனைவரும் உரையாடுவது.

காட்சி : 25 பகல்
வங்கி உள்ளே/வெளியே

மேலாளர் அறையில்... மேலாளரிடம் ஆவணங்களை தருவது அவர் அனைத்தையும் பார்ப்பது. பிறகு லோன் பிரிவில் "சங்கீதா" என்ற பெண் இருப்பாங்க அவர்களிடம் கொடுங்கள் அவர்கள் அனைத்தையும் சரிபார்த்து எழுதிக் கொள்வார்கள். அவர் தரும் படிவத்தை நிரப்பி பொங்கல்

சுப்ரபாரதிமணியன் 153

கையெழுத்தை போட்டுட்டு போங்க. மீண்டும் வரும்போது வருமான சான்று மற்றும் ச்யூரிட்டி கையெழுத்து போடுபவரையும் கூட்டிட்டு வாங்க" என சொல்ல, ஆவணங்களை வாங்கி கொண்டு அறையை விட்டு வெளியே வருவது.

காட்சி : 26 பகல்
லோன் பிரிவு உள்ளே/வெளியே

சங்கீதா, ஒருவரது ஆவணங்களை வாங்கி சரி பார்த்துவிட்டு, அவர்களுக்கு விளக்கம் சொல்லி கொண்டிருப்பது. சிவக்குமார், கணபதி செல்ல, அவர்களை அவள் அமர சொல்வது. இருவரும் அமர்வது. அவர்களைப் பார்த்தபடி, "லோனுங்களா" என கேட்க, கணபதி, "ஆமாம்மா." கொஞ்சம் பொறுங்க. இவரை அனுப்பிவிட்டு பார்க்கிறேன். "சரிம்மா" என்றபடி இருவரும் மௌனமாக இருப்பது.

காட்சி : 27 பகல்
மேலாளர் அறை உள்ளே

ப்யூன் சதீஷ் டீ யுடன் உள்ளே நுழைவது. டீ யை கொடுப்பது. பிறகு வெளியேறி... ஒவ்வொரு டேபிளாக சென்று டீ தருவது. சங்கீதாவிடம் வர, சங்கீதா சிவகுமாரின் ஆவணங்களை வாங்கி கொண்டிருப்பது. ப்யூன் டீ டம்ளரை வைக்க,"இன்னும் இரண்டு இவர்களுக்கு கொடுங்க"சொல்லி கணபதி,"பரவாயில்லம்மா. நீங்க சாப்பிடுங்க. அதுக்குள்ள நாங்க வெளியே போய் சாப்பிட்டுட்டு வரோம்"என்றபடி இருவரும் எழுந்து வெளியே செல்வது. அடுத்த டேபிளுக்கு நகர்வது. சங்கீதா டீ அருந்துவது.

காட்சி : 28 பகல்
டீக்கடை உள்ளே/வெளியே

சிவக்குமார், கணபதி இருவரும் டீ, வடை சாப்பிடுவது. இருவரும் ஆவணங்களை பற்றி பேசுவது. வருமான சான்றிதழ் என்று வருமோ என பேசிக்கொள்வது. பிறகு காசை கொடுத்துவிட்டு இருவரும் வங்கியை நோக்கி செல்வது.

காட்சி : 29 பகல்
சங்கீதா டேபிள் உள்ளே

சிவகுமாரின் ஆவணங்களை சங்கீதா சரி பார்ப்பது. சில ஆவணங்களை கேட்பது மறுமுறை வரும்போது தருவதாக சொல்வது.''ஏங்க, நீங்க இவ்வளவு பெரிய தொகையை கடனா வாங்கினா, மாத மாதம் ஒரு பெரிய தொகையை லோன் கட்டணும்... முடியுமான்னு யோசனை பண்ணுங்க; என சங்கீதா சொல்ல, கணபதி மாட்டு வண்டியில் தொடங்கி இன்று கண்டெய்னர் லோனுக்காக வந்தது வரை சொல்லி முடிப்பது. அனைத்தையும் கேட்ட சங்கீதா,'சரிங்க அடுத்து உங்க வருமான சான்றிதழ் மற்றும் சில ஆவணங்களை கொடுங்க. அப்பா ச்யூரிட்டி கையெழுத்து போடுறவங்களையும் கூட்டீட்டு வாங்க''என்றபடி ஒரு படிவத்தை நிரப்பி இருவரின் கையெழுத்து வாங்குவது. பிறகு அங்கிருந்து அவர்கள் வெளியேறுவது.

காட்சி : 30 மாலை
வீடு உள்ளே

செங்கமலம் பனியன் கம்பெனி ஓனர் வீட்டில். செந்தாமரை கண்ணன், ரவி முன்பு, கணபதி, சிவக்குமார்

அமர்ந்து இருப்பது. வங்கி விபரங்களை சொல்வது. அனைத்தையும் கேட்டுவிட்டு "தாசில்தார் நமக்கு தூரத்து உறவு தான். வருமான சான்றிதழை நாளைக்கே தர சொல்றேன். இந்த வாரத்தில் முடிச்சுருங்க" என செந்தாமரைக்கண்ணன் சொல்ல, இருவரும் "சரிங்க" என்றபடி கும்பிட்டு விட்டு செல்ல புறப்படும் போது "நாளைக்கு வேண்டாம் இரண்டு நாள் கழிச்சு நல்ல நாள் அன்னைக்கு பேங்குல கையெழுத்து போடுறேன்". என ரவி சொல்ல.. இருவரும் "சரிங்க" என்றபடி சொல்வது.

காட்சி : 31 காலை
வீடு உள்ளே/வெளியே

இரண்டு வாரங்களுக்கு பிறகு தரகன் வந்து பெண்ணை பற்றி சொல்வது. "பெண்ணுக்கு உங்களையும் குடும்பத்தையும் ரொம்ப பிடிச்சிருக்கு.

நீங்க சம்மதிச்சா சரி." என சொல்ல, சிவகுமார் அதை எப்படி எங்க குடும்பத்தை பார்க்காம..." அதுவா..." இந்தாங்க பொண்ணு போட்டோ" என்று தரகர் தர, அதை வாங்கிப் பார்க்கும் சிவகுமாருக்கு ஆச்சரியம். காரணம் அந்த போட்டோவில் இருப்பது பேங்கில் வேலை செய்யும் சங்கீதா. உடனே சிவக்குமார் முகம் மலர்ந்தவனாக இந்த பொண்ணா?" என ஆமா சம்மதமா?" "எனக்கு ஓ.கே" என்றபடி அப்பாவை பார்க்க அனைவருக்கும் சம்மதம் என்ற பதில் தரகருக்கு கிடைக்கிறது. தரகரும் நிம்மதியுடன் செல்வது.

காட்சி : 32 அதிகாலை
தூத்துக்குடி ஹார்பர் உள்ளே/வெளியே

செக்கிங் முடிந்து. சிவகுமாரின் "கணபதி ட்ரான்ஸ்போர்ட்" உள்ளே நுழைவது லாரியை விட்டு சிவக்குமார் மற்றும் கிளீனர் சந்திரன் இறங்க. மூட்டைகளை இறக்குவது. இருவரும் ஓய்வு எடுப்பது.

காட்சி : 33 இரவு
துறைமுகம் உள்ளே/வெளியே

கணபதி டிரான்ஸ்போர்ட்டில் கோயம்புத்தூருக்கு எலக்ட்ரானிக் பொருட்கள் இயற்றப்படுவது. அதற்கான லிஸ்ட், மற்றும் ஏனைய ஆவணங்களை பெற்று கொண்டு "கண்டெய்னர் லாரி" வெளியே வருவது. டோல்கேட்டில் செக் செய்யப்படுவது பிறகு அனுப்பப்படுவது.

காட்சி : 34 காலை
திருமண மண்டபம்   உள்ளே/வெளியே

சங்கீதா, சிவக்குமார் திருமணம் நடைபெறுவது.

காட்சி : 35 மாலை
நெடுஞ்சாலை   வெளியே

இரண்டு வருடங்களுக்குப் பிறகு..

மதுரை நெடுஞ்சாலையில் "கணபதி டிரான்ஸ்போர்ட்" வண்டி வந்து கொண்டிருப்பது. டோல்கேட்டில் செக்கிங் செய்யப்பட, கண்டெய்னர் லாரியில் வந்த ஒரு பார்சலில் 20 கிலோ கஞ்சா இருப்பது. ஆரியை சீஸ் செய்து, சிவகுமாரை போலீஸ் கைது செய்வது. ஜீப்பில் அழைத்து செல்வது.

காட்சி : 36 மாலை
காவல் நிலையம் உள்ளே/வெளியே

சிவகுமாரை விசாரிப்பது.''நான் லாரியை பனியன் கம்பெனியில் விட்டுவிட்டு... சென்று விடுவேன், பிறகு லோடு ஏற்றிய பிறகு வந்து சொல்வார்கள். நான் வந்து லாரியை எடுத்துவிட்டு வருவேன்,''என சொல்ல, செங்கமலம் கம்பெனி ஓனர் ரவி கண்ணாவின் டெலிபோன் எண்ணை வாங்கி போன் செய்வது.

காட்சி : 37 மாலை
கம்பெனி உள்ளே

ரவி கண்ணா அறையில் இருக்கும் டெலிபோன் அலற... ரவி போனை எடுத்து பேசுவது.''மதுரை போலீஸ் ஸ்டேஷனில் இருந்து பேசுறோம்''என்றபடி அனைத்து விபரத்தையும் சொல்லிவிட்டு உடனே வர சொல்வது.

காட்சி : 38 மாலை
கம்பெனி உள்ளே/வெளியே

மேனேஜரை அழைத்து,''நான் முக்கியமாக ஒரு இடத்துக்கு போறேன், நான் வரும்வரை யாருக்கும் விடுமுறை கொடுக்கக் கூடாது. அப்புறம்... மூணு நாளாக லோடிங் செக்க்ஷனில் யார் யார் வேலை செஞ்சாங்கன்னு லிஸ்ட் எடுத்து வையுங்க. இதைப் பற்றி யாருக்கும் தெரிய கூடாது. அப்புறம் எந்தெந்த கண்டைனரை யார் யார் லோடு ஏத்தினாங்க. இந்த லிஸ்டும் எடுத்து வையுங்க. எல்லாம் யாருக்கும் தெரிய கூடாது. அப்பாவுக்கும்...''என ரவி சொல்ல, மேனேஜர் நாகராஜ்''என்ன விஷயம் சார்?''''வந்து

சொல்றேன்; என்றபடி மதுரையை நோக்கி புறப்படுவது. தகவல் அறியும், கணபதி, ராமன் இருவரும் வாடகை காரில் மதுரை கிளம்புவது.

காட்சி : 39 இரவு
காவல் நிலையம் உள்ளே/வெளியே

ரவிக்கண்ணாவை போலீஸ் விசாரிப்பது. அதே வேளையில் கணபதி சிவராமன் உள்ளே வருவது. அனைவரிடமும் போலீஸ் விளக்கங்களை சொல்லிவிட்டு, தனித்தனியே விசாரிப்பது.

"லாரியை முழுவதும் செக்கிங் செய்தாயிற்று. இந்த ஒரு பண்டலை தவிர அனைத்தும் பனியன் தான். ஆனால் இது எப்படி வந்தது?"என மீண்டும் போலீஸ் கேள்வி கேட்க, ரவி கண்ணன்,"சார் லோடிங் பாயிண்ட்ல ஏதாவது நடந்து இருக்குமோன்னு சந்தேகம் இருக்கு; என சொல்ல போலீஸ்"அப்படினா அங்கே விசாரணையை தொடங்கலாம். விசாரணை முடியும் வரை, டிரைவர், கிளீனர், லாரி எங்க. கஸ்டடியில் தான் இருக்கும்."என்றபடி மற்றவர்களுடன் போலீஸ் திருப்பூரை நோக்கி புறப்படுவது.

காட்சி : 40 காலை
வீடு உள்ளே/வெளியே

கணபதி மட்டும் வீட்டிற்கு வருவது. காமாட்சி, சங்கீதா இருவரும் கவலையுடன் இருப்பது."நம்ம பையன் மேல தப்பில்ல. அவன் நிச்சயம் விடுதலை ஆயிடுவான். கவலப்பட வேண்டாம்."என கணபதி ஆறுதல் கூறுவது.

காட்சி : 41 காலை
செங்கமலம் கம்பெனி உள்ளே

ரவி கண்ணாவின் அறையில் போலீஸ்காரர்கள் மப்டி உடையில் இருப்பது. மேலாளர் ஒவ்வொரு பேட்சாக உள்ளே அனுப்புவது. எவரிடமும் பதில் இல்லை. கடைசியாக அன்று கணபதி டிரான்ஸ்போர்ட் வண்டியில் லோடிங் செய்தவர்களை விசாரிப்பது. அதில் ஒருவன் மிஸ்ஸிங் உடல்நலம் சரியில்லை என்று வரவில்லை எனக் கூறுவது. போலீஸ் அவனது விலாசத்தை குறித்து விட்டு, திருப்பூர் காவல் நிலையத்திற்கு போன் செய்து விஷயம் சொல்வது. திருப்பூர் போலீஸ் விலாசத்தை குறித்து கொண்டு புறப்படுவது.

காட்சி : 42 பகல்
வீடு வெளியே

குமார் நகரில் உள்ள அந்த நபரின் வீட்டை தேடி போலீஸ் செல்வது. ஆனால் அவன் அங்கு இல்லை.”வடமாநிலத்தை சேர்ந்தவன் அவனை எங்களுக்கு அவ்வளவாக பழக்கம் இல்லை”என அயல்வாசிகள் சொல்வது. போலீஸ் உடனே அலார்ட் ஆகி ரயில் நிலையம் செல்வது. அங்கு கூட்டத்தில் நிறைய வட மாநிலகாரர்கள் இருப்பதை காணும் போலீசால் அவனை கண்டுபிடிக்க முடியவில்லை போலீஸ் அங்குள்ள இளைஞர்களை உற்று உற்று நோக்க. ஒருவனிடம் மட்டும் திருட்டுத்தனம் தெரிவது. மற்றவர்கள் எல்லாம் பெரிய பெரிய சூட்கேஸ்களை வைத்திருக்க... அவன் மட்டும் சிறிய ஒரு பேக்கை மட்டும் தோலில் மாட்டி இருந்தான். போலீசின் சந்தேகம் அவன் மீது திரும்ப அவனை மட்டும்

அள்ளிக்கொண்டு, ஜீப் செங்கமலம் கம்பெனியை நோக்கி பறந்தது.

காட்சி : 43 மதியம்
கம்பெனி அலுவலகம் உள்ளே

போலீஸ் அவனை அங்கு அழைத்து வருவது. அவனை காணும் மேலாளர்''இவன் நம்ம கம்பெனி ஆளே இல்லை''என சொல்வது.

“மதுரை போலீஸ் அன்று லோடு செய்தவர்களை வர சொல்வது. அவர்கள் வந்து இவனைப் பார்த்துவிட்டு,''இவன்தான் அன்று எங்ளான்டா இருந்தான்''என சொல்ல, திருப்பூர் போலீஸ் அவன் கன்னத்தில் அறைந்தபடி''உண்மை சொல்ல கொன்னுடுவேன்,''என மீண்டும் அடிக்க... அவன் உண்மையை சொல்லுறேன் தூத்துக்குடிக்கு பனியன் லோடு ஏற்றும் எல்லா கம்பெனியிலும் இவன் கூட்டத்தோடு சேர்ந்து, கலந்து வேலை செய்வது போல் நடித்து, கஞ்சா பார்சலை கம்பெனி லேபிள் ஒட்டி அடையாளப்படுத்தி அனுப்பி விடுவதாகவும். அதை கப்பலில் லோடு ஏற்றும் இடத்தில் இருக்கும் சிலர் மூலம் கப்பலில் கடத்தி விடுவதாகவும். சில பண்டல்களை உள்ளூர் கஞ்சா வியாபாரிகளிடம் விற்று விடுவதாகவும் கூறுவது. அவன் சொன்ன ஆட்கள் அனைவரும் கைது செய்யப்படுவது. உரிமையாளர்கள் பணியாளர்களை நன்கு அறிந்து வைக்க வேண்டும். என்று பகுதி நேர பணியாளர்களை சேர்க்க வேண்டாம் எனவும் எச்சரிக்கப்படுவது.

காட்சி : 43 காலை
வீடு உள்ளே/வெளியே

கண்டத்தில் இருந்து தப்பிய கணபதி டிரான்ஸ்போர்ட் லாரி மீண்டும் செங்கமலம் கம்பெனி குடோனில் நிறுத்திவிட்டு, வீட்டிற்குள் நுழைகிறான் சிவக்குமார், அவனை காணும் மனைவி சங்கீதா ஓடி வந்து அணைக்க, காமாட்சி கண்களில் ஆனந்த கண்ணீர் நிற்கிறது.

திரைக்கதை 9

பிரிவு என்பதும்

வீட்டு மாப்பிள்ளையாக வருகிறான் கல்யாண். காயத்ரி பெற்றோர் வீட்டிலேயே கல்யாணத்துக்கு பிறகும் இருக்கிறாள் குழந்தை பிறக்கிறது. குழந்தையை பெற்றெடுக்கிறாள் குழந்தையை கவனிக்கிறாள். கல்யாண் பெற்றோர்கள் எப்போ எங்க மருமகளா நீ எங்க வீட்டுக்கு வருவ என்கிறார்கள்.

கல்யாண் எப்போ என் பொண்டாட்டியாக என் வீட்டுக்கு வந்து என்னுடன் இருப்பாய் என்கிறார். காயத்ரி பெற்றோர் வீட்டிலேயே பெற்றோர்களையும் குழந்தைகளையும் பார்த்துக் கொண்டிருக்கிறாள் இது கணவனும் மனைவிக்கும் இடையில் பிரச்சினை ஏற்படுத்துகிறது அவர்கள் பிரிந்தார்களா.. இணைந்து இருந்தார்களா...

காட்சி : 01 காலை
சிவதாசன் வீடு   உள்ளே/வெளியே

சிவதாசனின் வீடு சற்று பெரிய வீடாக இருந்தது. சிவதாசன், பரிமளம் ரகு மற்றும் ரவி கடைக்குட்டி பெண் காயத்ரி. மகள்கள் இருவருக்கும் திருமணம் முடிந்துவிட்டது.

சுப்ரபாரதிமணியன்

ரகு மனைவி சாந்தி, ரவி மனைவி சாரதா காயத்ரிக்கு மாப்பிள்ளை பார்த்துக் கொண்டு இருக்கிறார்கள். வரன் எதுவும் சரியாக அமைவதில்லை. காரணம மகள் மீது உள்ள பாசத்தால்... வீட்டோடு மாப்பிள்ளை பார்க்கும்படி தரகரிடம் சொல்லி இருந்தார் சிவதாசன். ஆனால், இன்றைய சூழ்நிலையில் 'மாமனாரு வீட்டில் மன்னனாக...' யாரும் விரும்புவதில்லை. அதுவும் காயத்ரிக்கு இரண்டு அண்ணன் என்பதை யோசிக்கும் போது தயக்கம் அதிகமாகிறது.

ரகு தனது அறையில் இருந்து வெளியே வருவதும். மனைவியை அழைப்பதும். அவனது ஆறு வயது குழந்தை அகல்யா அப்பா என ஓடிவருவதும். அம்மா எங்கே என கேட்க, குழந்தை சமையல் அறையை காட்டுவதும்.

காட்சி : 02 காலை

சமையல் அறை உள்ளே/வெளியே

பரிமளம் காய்கறிகளை நறுக்கி கொண்டிருந்தாள். பெரிய மருமகள் சாந்தி அடுப்பில் இட்லி ஊற்றிக் கொண்டு இருந்தாள். அடுத்டஹ் மருமகள் சாரதா சமையல் பாத்திரங்களை கழுவிக் கொண்டிருந்தாள்.

"சாந்தி டீ கொண்டு வா" என கணவனின் குரல் கேட்க இதோ வரேங்க என சாந்தி குரல் கொடுப்பதும்.

காட்சி : 03 காலை

சாலை வெளியே

சிவதாசனின் இரண்டாவது மகன் ரவி தனது டூ விலரில் மளிகை பொருட்களையும், காய்கறிகளையும் வாங்கிக் கொண்டு வருவது.

"என்ன ரவி காலையிலயே இவ்ளோ பொருளோட

வர்" என எதிரே வரும் செந்தில் கேட்க, "அதுவா அண்ணே இன்னைக்கு தங்கச்சிய பார்க்க மாப்பிள்ள வர்றாரு அதுதான்."

"ஓ... அதனாலதான் அண்ணா தம்பி எல்லோரும் வந்திருக்குறீங்களா?" என்றபடி அவர் கடந்து செல்வது.

காட்சி : 04 காலை
வீடு உள்ளே/வெளியே

சிவதாசன் குளித்துவிட்டு வருவது. ரகு தனது மகள். அகல்யாவை குளிப்பாட்டுவது மருமகள் சமையல் அறையில் வேலை செய்துக் கொண்டிருப்பது. சாரதா மாமியாரிடம் "அத்த காயத்ரி" எங்க என கேட்பது. அவள் குளித்துவிட்டு உடை மாற்றிக் கொண்டிருப்பாள் என பரிமளம் கூறுவது. வெளியில் டூவீலர் வந்து நிற்கும் சத்தம் கேட்பது. "அவர், வந்துட்டார் போல" என சாரதா கூற... ரவி மளிகை பொருட்களுடன் உள்ளே வருவது.

காட்சி : 05 காலை
பூஜை அறை உள்ளே/வெளியே

பூஜை அறையில் புதிதாய் பூத்த புதுமலராய் சாமி கும்பிட்டுக் கொண்டு இருக்கிறாள் காயத்ரி. சாமி கும்பிட்டு தங்க ரதம் போல நடந்து ஹாலுக்கு வருகிறாள். அம்மா அவளிடம் நீ ரூம்ல போய் இரு. அவங்க வந்த பிறகு உன்னை கூப்பிடுறோம்" என சொல்ல, அப்பாவிடம் வந்து பேசிவிட்டு காயத்ரி தனது அறைக்கு போகிறாள்.
சிவதாசன் குடும்பம் மாப்பிள்ளையை பற்றி பேசிக் கொள்வது.

காட்சி : 06 காலை
சிவதாசன் வீடு   உள்ளே/வெளியே

வீட்டின் வாசலில் அந்த பொபீரோ கார் வந்து நிற்பது. சிவதாசன் குடும்பம் வரவேற்க வெளியே செல்வது. மாப்பிள்ளை மற்றும் குடும்பத்தார் வண்டியில் இருந்து இறங்குவது. சிவதாசன் குடும்பத்தினர் வரவேற்று உள்ளே அழைத்து செல்வது. அனைவரும் அமர்வது.
சிறிது உரையாடுவது அனைவரையும் இரு குடும்பத்தாரும் அறிமுகம் செய்து வைப்பது. தாசன் இடையில் புகுந்து தனது பெருமைகளை சொல்வது. திடீரென மாப்பிள்ளையின் அம்மா வச்சலா, "எங்க எம் மருமகள கூப்பிடுங்க" என உரிமையோடு சொல்ல, பரிமளம் தனது மருமகள்களிடம் காயத்ரியை அழைத்து வர சொல்வது. சாரதா சென்று காயத்ரியை அழைத்து வருவது. காயத்ரி அனைவருக்கும் டீ கொடுப்பது. மாப்பிள்ளை கல்யாண் இடம் டீ கொடுக்க அவன் டீயை வாங்கியபடி அவளை நிமிர்ந்து பார்ப்பது. முதல் பார்வையிலே காயத்ரியை அவனுக்கு பிடித்து விடுவது. கல்யாண் சம்மதம் சொல்ல, மற்ற வியசங்கள் பேசப்படுவது. கல்யாண் காயத்ரியிடம் பேச வேண்டும் என சொல்ல இருவரும் தனியாக மாடிக்கு செல்வது.

காட்சி : 07 பகல்
மாடி உள்ளே/வெளியே

கல்யாண், தன்னை பற்றிய விபரங்களை காயத்ரியிடம் சொல்வது அவள் தனது விருப்பங்களை அவனிடம் சொல்வது. தான் வீட்டோடு மாப்பிள்ளை ஆக இருக்க சம்மதித்தை பற்றிய விளக்கத்தை அவன் தருவது. அதை காயத்ரி ஏற்றுக்கொள்வது.

இருவரும் பேசிவிட்டு, வீட்டினுள் வருவது.

காட்சி : 08 பகல்
வீடு   உள்ளே/வெளியே

திருமணத்திற்கான நாள் குறிப்பது. தாசன் ஆனந்தமடைவது. இரு வீட்டாரையும் பாரபட்சமின்றி பாராட்டுவது.

இரு வீட்டாரும் அனைத்து விசயங்களிலும் ஒத்து போதல். பின்பு விடைபெற்று கிளம்புவது.

காட்சி : 09 மாலை
வீதி   வெளியே

காயத்ரி வீட்டு தெருவில் உள்ள பெண்களிடம் பரிமளம் உரையாடுவது. மகளின் திருமணத்தை பற்றி...

காட்சி : 10 மாலை
வீதிகள்   உள்ளே/வெளியே

வீதிகளில் இருவீட்டாரும் கல்யாண பத்திரிகை கொடுப்பது. கல்யாண வீட்டில் பந்தக்கால் நடுவது. உறவினர்கள் வருவது... கல்யாணம் களைகட்டுவது.

காட்சி : 11 இரவு
காயத்ரி வீடு   உள்ளே/வெளியே

காயத்ரி, கல்யாண் உடன் தொலைபேசியில் உரையாடுவது. அண்ணி சாரதா காயத்ரி அறைக்கு வருவது. காயத்ரி போனை கட் செய்வது. சாரதா உரையாடி விட்டு செல்வது.

காட்சி : 12 காலை
திருமண மண்டபம்   உள்ளே/வெளியே

உற்றார் உறவினர் முன்னிலையில் கல்யாண், காயத்ரி திருமணம் நடைபெறுவது. அனைவரும் அகம் மகிழ்ந்து மணமக்களை நீடூழி வாழ வாழ்த்துவது.

மணமக்கள் பெற்றோர் பாதங்களில் விழுந்து ஆசீர்வாதம் பெறுவது. பிறகு சம்பர்தாய சடங்குகள் நடைபெறுவது. கல்யாண், காயத்ரியின் கால்களில் மெட்டி அணிவிப்பது.

காட்சி : 13 காலை
திருமண வரவேற்பு மேடை   உள்ளே/வெளியே

மணமக்கள் மேடையில் அமர்ந்திருப்பது. உற்றார், நண்பர்கள் வந்து வாழ்த்து தெரிவித்து செல்வது. காயத்ரி, கல்யாண் இருவரும் சிரித்து பேசிக் கொண்டிருப்பது. அனைவரும் காலை உணவு அருந்துவது. மண்டபம் களைகட்டி உற்சாகத்துடன் காணப்படுவது.

காட்சி : 14 இரவு
முதலிரவு அறை உள்ளே/வெளியே

முதலிரவு அறையில் இருவரும் கட்டிலில் அமர்ந்திருப்பது. ஒருவருக்கொருவர் தங்களை பற்றிய தனிப்பட்ட விருப்ப வெறுப்புகளை சொல்லுவது.

கல்யாண், 'காயூ' என்று அழைத்தப்படி அவளது

உதட்டில் தன் உதட்டை பதித்து கட்டிலில் சாய்க்கிறான். “நன்றி வீட்டு மாப்பிள்ளை” என்று அவள் சொல்வது.

காட்சி : 15 பகல்
கல்யாண் வீடு உள்ளே/வெளியே

ஒரு மாதத்திற்கு பிறகு, ஒப்பந்தபடி, கல்யாண், காயத்ரி இருவரும் சிவதாசன் வீட்டிற்கு குடிபெயர ஆயத்தம் ஆவது. கல்யாணின் அம்மா வச்சலா மருமகளிடம். ”அடிக்கடி நீ இங்க வந்து போகனும்” என சொல்ல, “என்ன அத்தை இப்படி சொல்லீட்டிங்க இதுவும் என் வீடு தான்னு எனக்கு தெரியாதா?” என சொல்வது.

பிறகு காரில் ஏறி தன் தாய் வீட்டிற்கு கணவனுடன் புறப்படுவது.

காட்சி : 16 பகல்
சிவதாசன் வீடு உள்ளே/வெளியே

மணமக்கள் காரில் வந்து இறங்குவது. அப்பா சிவதாசன் ஓடி போய் மகளையும், மருமனையும் அன்புடன் வரவேற்பது. வண்டியில் இருக்கும் பொருட்களை எல்லாம் எடுத்து வீட்டினுள் கொண்டு செல்வது. அண்ணன் மகள் அகல்யா ‘அத்தை’ என ஓடி வருவது. சின்ன அண்ணி சாரதா இருவரையும் வரவேற்பது. சாரதாவிற்கு இது எட்டாவது மாதம். தாய் வீட்டில் இருந்து திருமணத்திற்காக வந்திருந்தாள்.

காட்சி : 17 இரவு
படுக்கை அறை உள்ளே/வெளியே

காயத்ரி, கணவனிடம் ‘வீடு பிடித்திருக்கிறதா’ என

கேட்பது. கல்யாண் இது 'நம்ம வீடு' என சொல்வது. காயத்ரி "மன்னிச்சிருங்க பழக்க தோசத்துல அப்படி சொல்லீட்டேன்" என சொல்வது.

கல்யாண் "முதல் முதலில் உன்னோட போட்டோ பார்த்தவுடன் உன்னை எனக்கு பிடித்துவிட்டது." அதனால் தான் நீ வேணும் எனக்கு என்ற ஒரே காரணத்துக்காக தான் நான் வீட்டோட மாப்பிள்ளையாக வர சம்மதிச்சேன்" என சொல்ல, இருவரும் உரையாடுவது.

காட்சி : 18 காலை
கல்யாண் வீடு   உள்ளே/வெளியே

வச்சலா தனது மருமகளுக்கு போன் செய்து நலம் விசாரிப்பது. பின் தன் மகனிடம் பேசுவது. பிறகு கணவரிடம் போனை தருவது. ஆறுமுகம் மருமகளிடம் பேசிவிட்டு மகனிடம் நலம் விசாரிப்பது. பின் சம்பந்தியிடம் பேசுவது. வச்சலா, பரிமளம் பேசுவது. பரிமளம் தன் மருமகனை புகழ்ந்து வச்சலாவிடம் சொல்வது. அவர்களின் உரையாடல் தொடர்வது.

காட்சி : 19 காலை
சிவதாசன் வீடு   உள்ளே/வெளியே

ஒரு வாரத்திற்கு பிறகு வீட்டில் உறவினர் எல்லாம் சென்ற நிலையில், கல்யாண் வேலைக்கு புறப்படுவது. மனைவி அவனிடம் பேசுவது. அவன் ஒரு மெட்டிகல் ரெப்பாக வேலை செய்து கொண்டிருக்கிறான். ஒரு மருந்து கம்பெனியில் இரண்டு மாத விடுமுறைக்கு பிறகு அவன் பணிக்கு செல்கிறான். மாமனார் மாமியாரிடம் சொல்லிக் கொண்டு காயத்ரி வீட்டில் புதிதாக வாங்கி கொடுத்த ராயல் என்பீல்ட் பைக்கில் செல்வது.

காட்சி : 20 காலை
அமர் பார்மாஸீட்டிகல் உள்ளே/வெளியே

அமர் பார்மாஸீட்டிகல் என்ற எழுத்து பொறிக்கப்பட்ட மருந்து தயாரிப்பு நிறுவன கட்டிடத்தின் முகப்பில் தனது புதிய பைக்கை ஸ்டாண்ட் செய்துவிட்டு, கம்பெனியின் உள்ளே நுழைகிறான் கல்யாண்.

சக ஊழியர்கள் அவனை வரவேற்பது. இன்று மாலை ஸ்பெஷல் பார்ட்டி வைக்க சொல்வது. கல்யாண் சரியென சம்மதிப்பது. உரிமையாளர் அறை நோக்கி செல்வது.

காட்சி : 21 காலை
உரிமையாளர் அறை   உள்ளே/வெளியே

உள்ளே வரலாமா? என்று கேட்டபடி கல்யாண் உள்ளே நுழைவது கம்பெனி ஓனர் நலம் விசாரிப்பது. பிறகு வழக்கம் போல பணிகளை சொல்வது. அவரிடம் விடைபெற்று கொண்டு அறையில் இருந்து வெளியே வருவது. பிறகு ஸ்டோர் ரூமில் இருந்து சாம்பிள் மருந்துகளை எடுத்துக் கொண்டு, கொடுக்க வேண்டிய இடத்திற்கு புறப்படுவது.

காட்சி : 22 பகல்
விமலா மருத்துவமனை உள்ளே/வெளியே

கல்யாணின் பைக் விமலா ஆஸ்பிட்டல் போட்டிக்கோவில் நிறுத்திவிட்டு பேக்கை கையில் எடுத்துக் கொண்டு மருத்துவமனையின் உள்ளே நுழைகிறான். வரவேற்பறையில் உள்ள அந்த பெண்ணிடம் டாக்டரை பார்க்க வேணும் என சொல்ல அவள் டாக்டருக்கு போன்

செய்வது. டாக்டரை பார்க்க அனுமதி அளிக்கப்படுவது. கல்யாண் டாக்டர் அறையை நோக்கி நடப்பது.

காட்சி : 23 பகல்
டாக்டர் அறை   உள்ளே/வெளியே

டாக்டர் அறை கதவை கல்யாண் தட்டுவது. டாக்டர் உள்ளே வர சொல்வது. கல்யாண் உள்ளே செல்வது. வணக்கம் சொல்வது.

டாக்டர் அமர சொல்ல, கல்யாண் அமர்ந்தபடி, தங்கள் தயரிப்பு மருந்துகளை பற்றிய விபரங்களை டாக்டரிடம் சொல்வது. டாக்டர் 'சாம்பிள்' வாங்கிக் கொண்டு போன் செய்வதாக சொல்வது. கல்யாண் விடைபெற்று வெளியேறுவது.

காட்சி : 24 இரவு
வீடு   உள்ளே/வெளியே

காயத்ரி தனது அண்ணன் ரகுவிடம் போனில் பேசிக் கொண்டு இருப்பது. அம்மா பரிமளம் மகளுக்கு பழங்களை நறுக்கி தட்டில் கொண்டு வந்து தருவது. காயத்ரி போனை அம்மாவிடம் கொடுத்துவிட்டு, பழங்களை சாப்பிடுவது. அதே சமயம் கல்யாணின் பைக் வாசலில் வந்து நிற்கும் சத்தம் கேட்பது. "அவர் வந்துட்டார்" என கூறியபடி காயத்ரி வாசல் நோக்கி செல்வது.

காட்சி : 25 இரவு
வீடு   உள்ளே/வெளியே

கல்யாண் தனது பேக்கை மனைவியிடம் தந்துவிட்டு முகம் கழுவ பாத்ரூம் செல்வது. அதே நேரம் அப்பா சிவதாசன் உள்ளே உழைவது. "மாப்ள, வந்துட்டாராம்மா" என மகளிடம் கேட்பது.

காயத்ரி 'இப்பதான்' என பதில் சொல்ல, சிவதாசனின் செல்போன் ஒலிப்பது. அவர் போனை ஆன் செய்து, 'ரவி' என வந்ததும் பேசுவது, "அப்படியா சந்தோஷம் இதோ வந்துட்டேன்" என சொல்லி போனை கட் செய்வது.
அம்மா, சாரதாவுக்கு வலி வரவும் ஆஸ்பிட்டல் அட்மிட் பண்ணி இருக்கான். அவளுக்கு உடனே குழந்தை பிறந்திருச்சாம். ஆம்புள புள்ள அததான் ரவி போன் பண்ணி சொன்னான், நானும் அம்மாவும் இப்போ போறோம் நீயும் மாப்பிள்ளையும் காலையில போங்க...

காயத்ரி சந்தோஷ மிகுதியால் துள்ளி குதிப்பது. கல்யாண் முகம் கழுவிவிட்டு வருவது. காயத்ரி விசயத்தை சொல்லிவிட்டு, அண்ணனுக்கு போன் செய்வது.

காட்சி : 25 காலை
வீடு உள்ளே

கல்யாண் பெற்றோர் வருவது காயத்ரி அவள் பெற்றோருகு செய்யும் உபகாரங்களை கவனிப்பது.
"ஊருக்கு வாம்மா எங்க மருமகளா எப்போ மாறுவம்மா"

காட்சி : 26 இரவு
படுக்கை அறை உள்ளே
காயத்ரி, 'என்னங்க நாளைக்கு காலையில நாம அண்ணன் குழந்தையை பார்க்க போகனும்' என சொல்வது.
கல்யாண் "இரண்டு மாச லீவுக்கு பிறகு இப்பதான் வேலைக்கு போயிருக்குறேன். அதனால...

"அதனால லீவு எடுக்க முடியாதுன்னு சொல்றீங்களா?" என காயத்ரி கடுப்பாவது...

இருவருக்குள்ளும் வாக்குவாதம் பிணக்கத்தை ஏற்படுத்துகிறது.

காட்சி : 27 காலை
வீடு உள்ளே/வெளியே

கல்யாண் குளித்துவிட்டு உடைமாற்றி வருவது. மாமனார், 'மாப்ள நீங்களும், பொண்ணும் போய் கொழந்தைய ஒரு பார்வ பாத்துட்டு வந்துருங்க. நேத்தே ரவி கேட்டான்."

"அவருக்கு இப்ப லீவு எடுக்க முடியாதாம்... கலெக்டர் வேலை காலி ஆயிடுமாம்" என காயத்ரி நக்கல் பேச... "காயூ... வாய மூடு" என அம்மா திட்டுவது.

"சரி மாப்ள நீங்க சாயங்காலம் வந்துட்டு போய் பாத்துட்டு வந்துருங்க" என மாமனார் சொல்ல, "சரி மாமா" என்றபடி தனது பேக்கை எடுத்துக் கொண்டு வெளியேறுகிறான் கல்யாண்.

காயத்ரி எதுவும் சொல்லாமல் சமையல் அறையை நோக்கி போகிறாள்.

காட்சி : 28 காலை
சமையல் அறை உள்ளே

காயத்ரி கோபத்தில் பாத்திரங்களை உருட்ட, பரிமளம் உள்ளே நுழைவது. "காயூ உனக்கு என்ன இவ்ளோ கோபம். அவரு சொல்றதும் சரிதானே?"

"ஆமா பெரிய வேல... இதுல நீ சப்போட் வேற?"
"ஏங்க உங்க பொண்ணு.. ரொம்ப அதிகமா பேசுற... எல்லாம் சரியில்ல, பாவம் மாப்ள, காலையில மனசு கஷ்டமா போறாரு" என பரிமளம் சொல்ல, சிவதாசன் மகளை அழைப்பது. காயத்ரி சமையல் அறையில் இருந்து வெளியே வருவது.
அப்பா மகள் உரையாடுவது.

காட்சி : 29 காலை
மருத்துவமனை உள்ளே/வெளியே

சாரதா குழந்தையை பார்க்க அப்பாவுடன் காயத்ரி செல்வது. சாரதா "கல்யாண் எங்க" என கேட்பது. "அப்பாவிடம் கேளுங்க" என காயத்ரி சொல்லி விட்டு, குழந்தையை எடுத்து கொஞ்சுவது.
"கல்யாண் லீவு இப்ப தரமாட்டாங்கன்னு சொல்லி வரலம்மா. சாயங்காலம் வருவார்" என சொல்வது. .அவர்கள் உரையாடுவது.

காட்சி : 30 மாலை
அமர் மருந்து பேக்டரி உரிமையாளர் அறை
உள்ளே/வெளியே

உரிமையாளர் கல்யாண் உரையாடுவது. தங்களின் 'கோவை பிரேஞ்சுக்கு கல்யாணை மாற்றுவதாக சொல்வது. பதவி உயர்வு + சம்பள உயர்வு பிரஞ்சின் உதவி மேலாளர் பதவி அவனுக்கு அளிக்கப்படுவது.
கல்யாண் சந்தோஷ மிகுதியால் ஓகே சொல்வது. அறையை விட்டு வெளியே வருவது.

காட்சி : 31 மாலை
பார் உள்ளே/வெளியே

நண்பர் கல்யாணை பார்ட்டி வைக்க வற்புறுத்த, தட்டி கழிக்க வழியில்லாமல், கல்யாண் பார்ட்டி வைப்பது. நண்பர்கள் வற்புறுத்த கல்யாண் பீர் குடிப்பது. மணி பார்க்க 8.00 என காட்ட, மருத்துவமனை போக வேண்டிய ஞாபகம் வர, உடனே அங்கிருந்து வீட்டிற்கு கிளம்புவது. பைக்கை வேகமாக ஓட்டி வருவது.

காட்சி : 32 இரவு
வீடு உள்ளே/வெளியே

கல்யாண் பைக்கை நிறுத்தி விட்டு, உள்ளே நுழைய... வீட்டினுள் அவனது அம்மா வச்சலா, அப்பா ஆறுமுகம், மாமனார் பேசிக் கொண்டிருப்பது.

அவனை கண்டவுடன் "அம்மா ஏண்டா இவ்ளோ நேரம்?" என கேட்பது. அவர்கள் உரையாடுவது.
காயத்ரி கோப பார்வை வீசுவது. கல்யாண் அவர்களது அறைக்கு செல்வது. காயத்ரி பின்னாலே செல்வது.

காட்சி : 33 இரவு
அறைஉள்ளே/வெளியே

கல்யாண் மனைவியிடம் தனது பதவி உயர்வு பற்றி சொல்லி சமாதான படுத்துவது.
காயத்ரி கொஞ்சமாக சமாதானம் அடைவது. நாளை லீவு எனவும், இருவரும் மருத்துவமனைக்கு போகலாம் எனவும் கூறுவது.

உணவு சாப்பிட அம்மா பரிமளம் அழைப்பது இருவரும் வெளியே வருவது.

காட்சி : 34 காலை
வீடு உள்ளே/வெளியே

கல்யாண் அம்மா, அப்பா புறப்படுவது. வச்சலா மருமகளை பார்த்து. "சாரதா மாதிரி நீ எப்ப எங்களுக்கு பேரன பெத்து தர போற?" என கேட்க, காயத்ரி புன்னகைக்க... அதே நேரம் அவளுக்கு வாந்தி வர, வாயை கையால் பொத்தியபடி பாத்ரூமிற்குள் ஓடுவது. பின்னால் அவள் அம்மா பரிமளம் செல்வது.

"பரிமளம் சிரித்தபடி வெளியே வருவது. சம்மந்தியிடம் உங்க ஆசை நிறைவேறிடும் போல தெரியுது" என சொல்ல, அனைவரும் சந்தோஷப்படுவது.

கல்யாண் மனைவியிடம் ஜாடையாக கேட்க, அவள் கண்களால் 'ஆம்' என பதில் சொல்வது. கல்யாணின் அம்மா "உடனே சாரதா குழந்தையை பார்த்துவிட்டு மருமகளையும், செக் செய்து வர சொல்வது. கல்யாண் சரி என சொல்வது. அப்பா அம்மா கிளம்பி செல்வது. கார் வர சொல்லி, காயத்ரி, கல்யாண் மருத்துவமனைக்கு செல்வது.

காட்சி : 35 பகல்
மருத்துவமனை உள்ளே/வெளியே

கார் மருத்துவமனை முன்னால் நிற்பது. இருவரும் இறங்கி உள்ளே செல்வது. கார் புறப்படுவது.
சாரதா அறைக்குள் இருவரும் செல்ல, அங்கே ரகு மனைவி மற்றும் ரவி இருப்பது. மச்சானை ரவி வரவேற்பது.

குழந்தையை இருவரும் கொஞ்சுவது. கல்யாண் விபரத்தை சொல்வது. உடனே, அண்ணன்கள் இருவரும் தங்கையை பாசத்துடன் பார்ப்பது. உரையாடுவது.

காட்சி : 36 பகல்
டாக்டர் அறை உள்ளே/வெளியே

காயத்ரியை செக் செய்து விட்டு, காயத்ரி கர்ப்பம் என்பதை உறுதி செய்கிறார். கணவன் மனைவி இருவரும் சந்தோஷம் அடைவது. விஷயத்தை அனைவருக்கும் போன் மூலம் தெரிவிப்பது. ரகு காரை வரவழைத்து தங்கையையும், கல்யாணையும் வீட்டிற்கு அனுப்பி வைப்பது.

காட்சி : 37 காலை
கல்யாண் வீடு உள்ளே/வெளியே

கல்யாண் அம்மா, அப்பா உரையாடுவது. “ஏங்க, மருமகளை இங்க கூப்பிட்டு வந்திருலாம். இது அவளுக்கு அஞ்சாவது மாசம். ரெண்டு மாசம் இங்க இருக்கட்டும். அப்புறம் ஏழாவது மாசத்துல வளைகாப்பு நடத்தி அங்க கூட்டீட்டு போகட்டுமே” என வச்சலா சொல்ல, ‘சரி கல்யாண் கிட்ட பேசலாம்’ என்றபடி, ஆறுமுகம் கல்யாணிடம் போனில் உரையாடுவது.”

காட்சி : 38 காலை
காயத்ரி வீடு உள்ளே/வெளியே

கல்யாண் அப்பா சொன்னதை மனைவியிடம் சொல்வது. காயத்ரி மறுப்பது. இருவருக்கும் வாக்கு வாதம் வருவது. சிவதாசன், பரிமளம் என்னவென்று விசாரிப்பது. கல்யாண் சொல்வது, சிவதாசன் “அப்படியெல்லாம்

வேண்டாம் மாப்ள, வளைகாப்புக்கு ரெண்டு நாளைக்கு முன்னால வேணுமுன்னா உங்க வீட்டிற்கு கூப்பிட்டு போங்க.

அப்படியே மண்டபத்துல வெச்சு சடங்க முடிச்சிட்டு வீட்டுக்கு கூட்டிட்டு வரலாம்" என கூறுவது.
கல்யாண் கோபத்துடன், எதுவும் பேசாமல் வீட்டை விட்டு வெளியே செல்வது. "வீட்டு மாப்பிள்ளைக்கு கோபம் பாரு."

காட்சி : 39 பகல்
கல்யாண் வீடு   உள்ளே/வெளியே

கல்யாண் பைக்கை வீட்டின் முன் நிறுத்திவிட்டு, கோபமாக உள்ளே செல்வது. அப்பா அம்மாவிடம் அங்கு நடந்தவற்றை சொல்வது. பணத்துக்காக தன்னை அடிமையாகவிற்று விட்டதாக கத்துவது.
அம்மா அப்பா உரையாடல்.

காட்சி : 40   மாலை
காயத்ரி வீடு   உள்ளே/வெளியே

காயத்ரி வீட்டில் வளைகாப்பு பஞ்சாயத்து நடைபெறுவது. காயத்ரி அப்பா, அம்மா, அண்ணன்கள் கல்யாண் அப்பா அம்மா சில உறவினர்கள் கடைசி வரி காயத்ரி அவர்கள் வீட்டிற்கு செல்ல மறுப்பது. அண்ணன்கள் தங்கையிடம் பேசுவது. முடிவில் கடைசி ஒருவாரம் கல்யாண் வீட்டில் தங்குவதாக காயத்ரி ஒப்புக் கொள்வது. வேறு வழி இல்லாமல் கல்யாண் குடும்பம் ஒத்துக் கொள்வது.

காட்சி : 41 இரவு
ரகுவின் வீடு   உள்ளே

ரகு, சாந்தி உரையாடுவது. "இருந்தாலும் உங்க தங்கச்சி பேசுறது சரியில்ல. போற போக்க பாத்தா கடைசி வரைக்கும் உங்க தங்கச்சி வீட்ட காலி பண்ணமாட்டா மாதிரி தெரியுதே" என சாந்தி சொல்ல,

"எல்லாம் அப்பா அம்மா இருக்குற வரைக்கும் தான்" அப்புறம் அவ அவளுக்கு உண்டானத எடுத்துட்டு கிளம்ப வேண்டியது தான்" என ரகு கூறுவது.
இவர்கள் உரையாடல் தொடர்வது.

காட்சி : 42 காலை
மண்டபம்   உள்ளே/வெளியே

காயத்ரிக்கு வளைகாப்பு நடைபெறுவது. அனைவரும் வருது வாழ்த்துவது. கல்யாண் முகம் மகிழ்ச்சியை கஷ்டப்பட்டு வரவழைத்து கொண்டிருப்பது.
விழா முடிந்து அனைவரும் காரில் செல்வது. கல்யாண் தன் அப்பா அம்மாவுடன் வீட்டிற்கு செல்வது. ரகு, ரவி, மனைவி மார்கள் கலந்து பேசுவது சொத்து பிரிப்பதை பற்றி, அதை அப்பாவிடம் சொல்ல, எதுவும் எங்கள் காலத்துக்கு பிறகு என பட்டென பேச்சை கட் செய்வது.

காட்சி : 43 காலை
மருத்துவனை   உள்ளே/வெளியே

கல்யாண் மருத்துவமனையில் மருந்து ஆர்டர் எடுப்பது. மனைவி பிரசவம் முடியும் வரை கூட இருப்பதாக உரிமையாளரிடம் கல்யாண் கூறி இருந்ததால் அவன்

கோவை செல்லவில்லை.
ஆர்டர் எடுத்து விட்டு கம்பெனிக்கு வருவது. காயத்ரி போன் செய்வது. அவளுக்கு வயிற்றுவலி எடுப்பதாக.. கல்யாண் உடனே வருவதாக கூறி போனை கட் செய்வது.

காட்சி : 44 காலை
மருத்துவமனை உள்ளே/வெளியே

காயத்ரிக்கு ஆண் குழந்தை பிறப்பது. உறவினர்கள் வந்து பார்ப்பது. பரிமளம் சந்தோஷப்படுவது. கல்யாண் அப்பா, அம்மா உரையாடுவது. காயத்ரி கல்யாண் உரையாடுவது.

காட்சி : 45 காலை
காயத்ரி வீடு உள்ளே/வெளியே

காயத்ரி குழந்தையுடன் வீட்டிற்கு வருவது. சாந்தி ஆராத்தி எடுத்து வரவேற்பது.
கல்யாண் அப்பா, அம்மா உடன் இருப்பது.

காட்சி : 46 காலை
வீடு உள்ளே

குழந்தை அழுது கொண்டிருப்பது. அவள் சமையல் வேலையை செய்து கொண்டிருக்கிறாள். பெற்றோர் ஓய்வில் - பாட்டு சத்தம் அவ்வப்போது குழந்தைகளுடன்

காட்சி : 47 மாலை
வீடு வெளியே
வெளியூர் புறப்படும் கல்யாண் அவனின் பெட்டியை எடுத்து வைத்து தயார் செய்யவில்லை.

காயத்ரி எரிச்சலடைகிறாள் கல்யாண் "நீ எப்போ என் பொண்டாட்டியா நடந்துக்குவ"

"இப்போ இவனுக்கு அம்மாவா இருக்கவே சிரமப்பட வேண்டியிருக்கு."

காட்சி : 48 மாலை
பிரதான சாலை வெளியே

ஐந்து வாரங்களுக்கு பிறகு, ஒரு உறவினரின் திருமணத்திற்கு சென்றுவிட்டு, பரிமளமும், சிவதாசனும் காரில் வருவது. எதிரில் வரும் வாகனம் மோதி, கார் சுக்கு சுக்காக நொறுங்குவது.
கணவன், மனைவி இருவரும் சம்பவ இடத்திலேயே உயிர் இழந்துவிடுவது.

காட்சி : 49 காலை
காயத்ரி வீடு உள்ளே/வெளியே

சிவதாசன், பரிமளம் தம்பதிகளுக்கு பதினாறாம் நாள் காரியம் நடைபெறுவது. காயத்ரி பித்து பிடித்தது போல் அமர்ந்திருப்பது.

கல்யாண் அவளை ஆசுவாச படுத்துவது. மாலையாக ஆக.. உறைவினர்கள் செல்வது. கடைசியில் குடும்ப உறுப்பினர் மட்டும் இருப்பது.

ரவி, ரகு இருவரும் கல்யாணிடம் பேசுவது. காயத்ரியை அவன் வீட்டிற்கு அழைத்து செல்ல... கல்யாண் சம்மதம் சொல்வது. ஆனால் இதை அறியும் காயத்ரி கதறி அழுவது. "அப்பா என்ன அவங்க வீட்டுக்கு அனுப்பவா...

நீங்க ரெண்டு பேரும் என்ன வீட்டு போனீங்க" என கதறுவது. அனைவரும் அவளுக்கு ஆறுதல் சொல்வது. ஆனால், காயத்ரி மனம் ஆறுதல் அடையாமல் கதறுவது. கல்யாண், ரகு மற்றும் குடும்ப உறுப்பினர்கள் அனைவரும் கலந்து பேசுவது.

கல்யாண் குழந்தை அழுவது. வச்சலா எடுத்து அழுகையை நிறுத்துவது. இது எதையும் கண்டு கொள்ளாமல் அப்பா அம்மா புகைபடத்தை பார்த்து அழுதபடி காயத்ரி இருப்பது.

காட்சி : 50 பகல்
காயத்ரி வீடு   உள்ளே/வெளியே

காயத்ரி கடைசி வரை தாய் வீட்டிலே இருக்க வேண்டும் என்ற ஒரே ஆசையால் அவள் பெற்றோர்களிடம் சொல்லி வீட்டோட மாப்பிள்ளையை தேட சொல்லி, தேடியும் விடுகிறாள். ஆனால் யார் யாருடன் எப்போது இருக்க வேண்டும் என்பது இறைவனின் முடிவு.

இனி ஒரு நல்ல மனைவியாக வாழ காயத்ரி புறப்படுகிறாள். கணவனின் வீட்டை நோக்கி... கல்யாண் அவள் கையை பிடித்து வெளியே அழைத்து வருவது.

திரைக்கதை 10

தடுப்பு சுவர்

அவர்கள் இருவரும் காதலர்கள். ஐடியில் வேலை செய்கிறார்கள். ஆனால் அவர்களின் கிராமத்தில் தீண்டாமை தடுப்பு சுவர் உள்ளது. அவர்கள் ஒரே கிராமத்தை அடுத்தடுத்து உள்ளவர்கள் என்று தெரியாமல் காதலிக்கிறார்கள். ஆனால், தடுப்பு சுவர் இருப்பது அவருக்கு இடைஞ்சலாக இருக்கிறது. அவர்கள் கொரோனா காலத்தில் ஊருக்கு வருகிறார்கள். தடுப்பு சுவர் காதலை குறுக்கிடுகிறது.
தடுப்பு சுவர் மீறி அவர்களின் காதல் என்ன ஆனது சேர்ந்தார்களா? பிரிந்தார்களா?

காட்சி : 01 காலை
சென்னை சென்ட்ரல் ரயில் நிலையம்   உள்ளே/வெளியே

சென்னை சென்ட்ரல் ரயில் நிலையத்திலிருந்து வெளியே வருகிறாள் அஸ்விதா. ஆட்டோவை கைகாட்டி அழைப்பது. ஆட்டோ வருவது. அதில் ஏறி அமர்கிறாள். அலைன்ஸ் மார்கெட்டிங் கம்பெனி என சொல்ல., ஆட்டோ வேகமாக எடுப்பது. அஸ்விதா தான் சென்னை வந்து சேர்ந்த தகவலை அலைபேசி மூலமாக வீட்டுக்கு தெரிவிப்பது.

அவளிடம் ஆட்டோ ஓட்டுநர் உரையாடுவது.

காட்சி : 02 காலை
மௌண்ட் ரோடு சென்னை வெளியே

ஆட்டோ அழகு மிகு சென்னை மாநகரில் ஓடிக் கொண்டிருப்பது. அஸ்விதா சென்னை அழகை ரசித்தபடி செல்வது. ஆட்டோ கடைசியாக அலைன்ஸ் மார்கெட்டிங் கம்பெனியின் முன்பு நிற்கிறது. அஸ்விதா கீழே இறங்கி விட்டு ஆட்டோவிற்கான கட்டணத்தை தருகிறாள். ஆட்டோ கிளம்பி செல்கிறது.

அஸ்விதா தனது லக்கேஜ் பேக்கை இழுத்தப்படி பிரதான கேட்டில் இருக்கும் வாட்ச்மேனிடம் தனது அப்பாயின்மெண்ட் லெட்டரை, காண்பிக்க, அந்த இளம் வயது வாட்ச்மேன் அவளுக்கு அலுவலக வழி சொல்லி அனுப்புவது. அவள் அவனுக்கு ஒரு 'Thanks' சொல்லிவிட்டு, உள்ளே செல்வது.

காட்சி : 03 காலை
அலுவலகம் உள்ளே/வெளியே

அலைன்ஸ் கம்பெனி அலுவலகத்தில் மேலாளர் சேரில் அமர்ந்திருக்கிறான் ரிஷிவந்த். அஸ்விதா தனது லக்கேஜை வெளியில் வைத்துவிட்டு, அனுமதி பெற்று உள்ளே செல்கிறார். மேலாளருக்கு வணக்கம் சொல்வது. மேலாளர் அவளை அமர சொல்வது. அஸ்விதா அமர்ந்தவுடன் அவளது அப்பாயின்மெண்ட் கடிதத்தை வாங்கி பார்த்துவிட்டு இண்டர்காமில் ஒருவனை அழைக்கிறார். அவன் உள்ளே வருகிறான். மேலாளர் அவனிடம், “இவங்க அஸ்விதா உங்க டீமில் தான் ஒர்க் பண்ண போறாங்க.” என்றபடி அவளை

நோக்கி, "இவர் உங்க டீம் லீடர் விஷ்வா. இனி இவர்தான் உங்களுக்கான வேலையை சொல்வார். நீங்க இன்னைக்கு ரெஸ்ட் எடுத்துவிட்டு நாளை காலையிலே ஜாப்ல ஜாயிண்ட் பண்ணீருங்க." என்றபடி சொல்லி அனுப்புவது. இருவரும் வெளியே வருவது.

காட்சி : 04 காலை
அலுவலகம் உள்ளே

விஷ்வா அங்கு பணிபுரியும் அனைவரிடமும், இவங்க பேர் அஸ்விதா. இனி இவங்க நம்ம டீம் என சொல்வது. அனைவரும் கைதட்டுவது. ஒருவன் மட்டும் அமைதியாக அவன் வேலையை மட்டும் பார்த்துக் கொண்டிருப்பது. அஸ்விதா அதை கவனிப்பது.

அஸ்விதா அனைவரிடமும் நாளை வருவதாக சொல்லிவிட்டு, கம்பெனி தனக்கு ஒதுக்கிய அறையை நோக்கி செல்வது.

காட்சி : 05 காலை
அறை உள்ளே/வெளியே

அஸ்விதாவிற்கு ஒதுக்கப்பட்ட அறையில் மூன்று கட்டில்கள் இருந்தன. அறை காவலர் அவளுக்கு அறையை திறந்துவிட்டு விட்டு, ஒரு சாவியை அவளிடம் கொடுத்துவிட்டு செல்வது.
அஸ்விதா தனது பேக்கை காலியாக இருந்த கட்டிலின் மேல் வைத்துவிட்டு, பாத்ரூமிற்குள் செல்கிறாள், பாத்ரூம் கதவை சாத்துகிறாள்.

காட்சி : 06 மாலை
அறைஉள்ளே/வெளியே

அறை கதவு தட்டப்படும் சத்தம் கேட்டு கண் விழிக்கிறாள் அஸ்விதா போனில் மணி பார்க்கிறாள் 6.30 PM களைப்பின் காரணமாக அப்படி ஒரு தூக்கம் வந்துவிட்டது. எழுந்து முடியை சரி செய்துவிட்டு, அறை கதவை திறக்கிறாள். வெளியில் இரண்டு பெண்கள், இருவரும் காலையில் அவளது டீமில் பார்த்த ஞாபகம்.

"நீங்க..." என அஸ்விதா, கேட்க

"நான் கிரேஸ், இவ லட்சுமி பிரியா."

பிரியான்னு கூப்பிடுவோம். நீயும் அப்படியே கூப்பிடலாம். என்றபடி உள்ளே நுழைய, "நாம மூணு பேரும் ஒரே ரூம் ஒரே டீம்" என பிரியா அளித்தபடி சொல்வது. கிரேஸ் பாத்ரூம் செல்வது. பிரியா கட்டிலில் அமர்ந்து உரையாடுவது.

காட்சி : 07 இரவு
உணவு விடுதி உள்ளே/வெளியே

அலைன்ஸ் கம்பெனியின் காம்பௌண்டில் இருக்கும் அந்த உயர்தர ஹோட்டலில் அங்கு தங்கி பணி புரியும் அனைவரும் சாப்பிட தங்கள் நட்புகளுடன் அமர்ந்திருப்பது. பிரியா, ஆர்டர் சொல்ல மசால் ரோஸ்ட், பனியாரம், சிக்கன் குருமா வருவது.

அஸ்விதா, பிரியா, கிரேஸ் மூவரும் பகிர்ந்து உண்பது. மூவரும் உரையாடுவது. அவர்களின் அருகில் சிலர் தங்கள்

தோழிகளுடன் அமர்ந்து சாப்பிட்டுக் கொண்டிருப்பது.

காட்சி : 08 காலை
அலுவலகம் உள்ளே/வெளியே

அலைன்ஸ் I.T கம்பெனி ஊழியர்கள் ஒவ்வொருவராக உள்ளே நுழைவது. அவரவர் இருக்கையில் அமர்ந்து தங்கள் கணினிகளை ஆன் செய்வது. அஸ்விதா தனது முதல் நாள் பணியை தொடங்க அலுவலகம் வருவது. டீம் லீடர் விஷ்வா அவளது இருக்கையை காட்டுவது. அவள் நன்றிஅ சொல்லிவிட்டு அமர்வது. அவளது அருகே உள்ள இருக்கையில் அமர்ந்திருப்பது, பார்த்திபன்.

நேற்று அனைவரும் அவளை வரவேற்று கைதட்டிய போது எதுவும் கண்டு கொள்ளாமல் அமைதியாக இருந்தவன் அருகிலா தனது இருக்கை என அவள் யோசிப்பது. பாதிபேர் தங்கள் பணியில் முழுவீச்சுடன் இறங்கி விடுவது. சிலர் திரும்பி திரும்பி சந்தேகங்களையும், அரட்டைகளையும் தொடர்வது.

மேலாளர் அறை திறக்கப்படும் சத்தம் கேட்பது. அனைவரும் தங்கள் கணினியை கவனிக்க ஆரம்பித்து விடுகிறார்கள்.

மேலாளர் அனைவரையும் பார்த்து உரையாடுவது. பிறகு தனது அறைக்கு செல்வது. பிறகு டீம் லீடர் அனைவரிடமும் உரையாடுவது.

ஒவ்வொருவரும் சந்தேகம் கேட்பதும், சிலர் பதில் சொல்வதுமாக இருப்பது. ஆனால், பார்த்திபன் மட்டும் அதில் விதி விலக்காய் இருப்பது. அஸ்விதா அதை

கவனிப்பது.

காட்சி : 09 இரவு
அறைஉள்ளே/வெளியே

கிரேஸ் தனது துணிகளை துவைத்து காய போடுவது. பிரியா கணினியில் ஏதோ பார்த்துக்கொண்டிருப்பது. அஸ்விதா தனது அலைபேசியில் வீட்டுக்கு போன் செய்து உரையாடிக் கொண்டிருப்பது.

சிறிது நேரத்திற்கு பிறகு கிரேஸ் உள்ளே வருவது. கிரேஸ், பிரியா உரையாடுவது. அஸ்விதா அலைபேசியை அனைத்துவிட்டு அவர்களுடன் உரையாடுவது.
அஸ்விதா "ஆமா பார்த்திபன் மட்டும் ஏன் யாரிடமும் பேசாமல் இருக்கிறான்?"

"அவன் வந்து ஆறுமாதம ஆகுது. ஆரம்பத்துல எல்லோர்கிட்டயும் நல்ல பேசிட்டுதான் இருந்தான். அப்ப ஒரு நாள் சாரதான்னு ஒரு பொண்ணு நம்ம கேங்குல வேலைக்கு சேர்ந்த அவகூட இவன் கொஞ்சம் ப்ரியா பழக ஆரம்பிச்சான் ரெண்டு பேரும் ஒன்னா போனத அவ அண்ணன் பாத்துட்டு இவன நடு ரோட்ல வச்சு அடிச்சிட்டான்" என கிரேஸ் சொல்ல, "ஒன்னா போனது தப்பா?" என அஸ்விதா கேட்க, "ஒன்னா போனது தப்பா தெரிஞ்சதோ... இல்லையோ... அவன் ஜாதி அவங்களுக்கு தப்பா தெரிஞ்சிருக்கு போல, அதுதான்" என்று பிரியா சொல்ல, "அந்த நிகழ்ச்சிக்கு பிறகு அவன் யார்கிட்டையும் பேசுறது இல்ல."

"அந்த பொண்ணு?"

“அன்னையோட அவ வேலைக்கு வர்றதில்ல” என்று பிரியா கூறுவது.
இவர்களின் உரையாடல் தொடர்கிறது.

காட்சி : 10 காலை
அலுவலகம் உள்ளே

அஸ்விதா தனது கணினியை ஆன் செய்துவிட்டு, காத்திருப்பது. அப்போது பார்த்திபன் உள்ளே வந்து அவளது அருகே உள்ள தனது இருக்கையில் அமர்வது.
‘குட் மார்னிங்’ என அஸ்விதா சொல்ல, அவன் மௌத்தை பதிலாக தருவது. “பேசுங்க முத்து ஒன்னு கொட்டிறாது,” என அஸ்விதா சொல்ல அவன் மீண்டும் மௌனம். இவள் பேசுவதை காணும் மற்றவர்கள்.. சிரிப்பது.

அப்போது அங்கு வரும் டீம் லீடர் விஷ்வா, அஸ்விதாவை பார்த்து, “வளராத செடிக்கு ஏன் அஸ்விதா தண்ணி ஊத்துற” என்றபடி சிரிப்பது. அதை கேட்கும் அனைவரும் சிரிப்பது. அஸ்விதா அசடு வழிவது.

காட்சி : 11 மதியம்
அலுவலகம் உள்ளே

அனைவரும் மதிய உணவிற்காக எழுந்து செல்வது. பார்த்திபன் தனது கணினியில் தொடர்ந்து வேலை செய்துக் கொண்டிருப்பது. அஸ்விதாவும் தனது இருக்கையை விட்டு எழுந்து போகாமல் இருப்பது.

அஸ்விதா, ‘பார்த்திபன்.. நான் உங்ககிட்ட கொஞ்சம் பேசனும்.’

பார்த்திபன், "என்ன பேசனும்?" என்றபடி மௌனத்தை கலைப்பது.

உடனே அஸ்விதா தரையில் ஏதோ தேடுவது. மீண்டும் பார்த்திபன் என்ன தேடுறீங்க?" என கேட்க, "இல்ல, நீங்க பேசுனதும் முத்து ஏதாவது கீழே விழுந்திருக்குமா என தேடுறேன்" என்று அவள் சொல்ல, பார்த்திபன் சிரிப்பது. "இதுதாங்க... இதேதாங்க என அஸ்விதா சொல்ல, அவன் மேலும் சிரிக்க இவளும் சிரித்தபடி, இருவரும் எழுந்து மதிய உணவிற்காக வெளியே செல்வது.

காட்சி : 12 மதியம்
ஓட்டல்   உள்ளே/வெளியே

அலுவலக ஊழியர்கள் சிலர் உணவுக்காக காத்திருப்பது. பார்த்திபன் அஸ்விதா இருவரும் பேசியபடி உள்ளே நுழைவது. கிரேஸ், லட்சுமி பிரியா ஆச்சிரியமாக பார்ப்பது.

காட்சி : 13 மதியம்
ஓட்டல்   உள்ளே/வெளியே

ஹோட்டல் வாசலில் விஷ்வா மற்றும் மேனேஜர் ரிஷிவந்த இருவரும் பைக்கில் வந்து இறங்குவது. ஹோட்டல் உள்ளே நுழைவது.

தங்கள் ஊழியர்கள் அவரவர் ஜோடிகளுடன் அமர்ந்து சாப்பிட்டு கொண்டிருப்பது. பார்த்திபன் அஸ்விதா ஒரு டேபிலில் அமர்ந்து சாப்பிடுவது. இதை காணும் விஷ்வா தனது கண்களை கசக்கியபடி மீண்டும் அவர்களை பார்ப்பது. விஷ்வாவை பார்த்து அஸ்விதா சிரிப்பது. விஷ்வா தனது

வலது கட்டை விரலை உயர்த்தி காட்டுவது. அனைவரும் உணவு உண்பது கை கழுவி வெளியே வருவது.

காட்சி : 14 மாலை
அலுவலகம் உள்ளே/வெளியே

பார்த்திபன் அஸ்விதா இருவரும் உரையாடியபடி வேலை செய்வது. அலுவலகமே ஆச்சரியத்துடன் பார்ப்பது.

காட்சி : 15 இரவு
அறை உள்ளே

ஜோமோட்டாவில் ஆர்டர் செய்து வந்த உணவு வகைகளை அஸ்விதா, கிரேஸ் மற்றும் லட்சுமி பிரியாஅ சாப்பிட்டபடி உரையாடுவது.

காட்சி : 16 மாலை
தியேட்டர் உள்ளே/வெளியே

மூன்று மாதங்களுக்கு பிறகு...
பார்த்திபன் அஸ்விதா இருவரும் தியேட்டரில் படம் பார்த்துவிட்டு வெளியே வருவது. ஒரு காபி ஷாப்பில் காபி அருந்திவிட்டு, கால் டாக்சியில் அவர்கள் தங்கி இருக்கும் விடுதிக்கு வருவது. அஸ்விதா பெண்கள் விடுதிக்கும் பார்த்திபன் ஆண்கள் விடுதிக்கும் செல்வது.

காட்சி : 17 இரவு
அறை உள்ளே

அஸ்விதா, லட்சுமி பிரியா உரையாடுவது. கிரேஸ் அம்மாவை பார்க்க ஊருக்கு போய்விட்டு இன்னும்

திருபாததை பற்றி இருவரும் உரையாடுவது. பிரியா,

"அஸ்விதா என்ன பார்த்திபன் ஓகே சொல்லீட்டானா?"

"சொல்லல, ஆனா ஓகே மாதிரி தான்"

"அவன் ஊர் எதுன்னு கேட்டியா?"

"கேட்டேன் தெரிஞ்சாதான் எங்கூட பேசுவியான்னு கேட்டான்"

"நீ உன் ஊரை சொன்னியா?"

"அவன் கேட்கல, நான் சொல்லல" இவர்கள் உரையாடல் தொடர்கிறது.

காட்சி : 18 காலை
கிரேஸ் வீடு உள்ளே

கிரேஸ் தன் அம்மாவுடன் டிபன் சாப்பிட்டுக் கொண்டிருப்பது. அவளுக்கு போன் வருவது. கிரேஸ் போனை எடுத்து பேசுவது.

"நான் அஸ்விதா..."

"சொல்லு அஸ்..."

"நீ எப்ப இங்க வர்ற?"

"அடுத்த வாரம் ஏதாவது விசேஷமா?"

“ஒன்னும் இல்ல”

“பிரியா எங்க?”

“குளிக்கிறா? சும்மாதான் போன் பண்ணுனேன்” *‘Bye’* என்றபடி அஸ்விதா போனை கட் செய்வது. கிரேஸ் அம்மாவிடம் விபரத்தை சொல்வது. தொடர்ந்து டிபன் சாப்பிடுவது.

காட்சி : 19 மாலை
ஒரு தனிமையான இடம் வெளியே

அந்த நிழல் தரும் மரத்தடியின் கீழ் போடப்பட்டிருக்கும் பெஞ்சில் அமர்ந்தபடி, அஸ்விதா, பார்த்திபன் உரையாடுவது. அஸ்விதா ஒரு வழியாக பார்த்திபனிடம் காதலுக்கு சம்மதம் பெற்றுவிட்டாள்.

அதைபற்றி இருவரும் உரையாடுவது. அங்கிருந்து கிளம்புவது.

காட்சி : 20 காலை
அலிவலகம் உள்ளே/வெளியே

இரண்டு மாதங்களுக்கு பிறகு...
அனைவரும் பணி செய்துக் கொண்டிருப்பது. மேனேஜர் வருவது. அனைவரையும் பார்ப்பது. அது ‘கொரோனா’ காலம் என்பதால் அனைவரும் மாஸ்குடன் இருப்பது. மேனேஜர் அனைவரையும் பார்த்து உரையாடுவது.

கொரோனா அதிகமாக இருப்பதால், அனைவருக்கும் விடுமுறை அளிக்கப்பட்டுள்ளது. நீங்கள் எல்லாம் இன்றே

ஊருக்கு செல்லலாம். மறு அறிவிப்பு வரும்வரை நீங்கள் வர வேண்டாம் என சொல்வது.

அலுவலகம் சலசலப்பது. ஒருவர் முகத்தை ஒருவர் பார்ப்பது. அனைவரும் எழுந்து வெளியே வருவது. அவரவர் அறைக்கு செல்வது.

காட்சி : 21 காலை
அறை உள்ளே/வெளியே

பார்த்திபன் தந்து பொருட்களை எல்லாம் எடுத்து பேக் செய்வது. நண்பர்களும் பேக் செய்வது.

பார்த்திபன் காதலை பற்றி அவர்கள் உரையாடுவது. பிறகு அனைவரும் வெளியேறுவது.

காட்சி : 22 காலை
அலுவலக போர்டிகோ வெளியே

கால் டாக்சி வருவது. பிரியா, கிரேஸ், அஸ்விதா ஏறி அமர பார்த்திபன் போனில் பேசலாம் என்றபடி, சைகை காட்டியபடி டாட்டா காட்ட கார் புறப்படுகிறது.

காட்சி : 23 பகல்
சென்னை ரயில் நிலையம் உள்ளே/வெளியே

பிரியா, கிரேஸ் இருவரும் ரயில் நிலையம் அருகே இறங்கி உள்ளே செல்வது. அஸ்விதா டாட்டா காட்டியபடி, காரில் தொடர்ந்து கோயம்பேடு பஸ் நிலையம் நோக்கி செல்ல சொல்ல, கார் வேகம் எடுக்கிறது.

காட்சி : 24 பகல்
பஸ்நிலையம் கோயம்பேடு உள்ளே/வெளியே

அஸ்விதா கோயம்பேடு பஸ் நிலையத்தில் இறங்கி மதுரை பேருந்தை தேடி செல்வது. சிறிது தூரம் தள்ளி பேருந்து நிற்க, அதில் ஏறி அமர்வது. தனது கைபேசியை எடுத்து வீட்டிற்கு போன் செய்வது.

அவளது அப்பா ஆறுமுகம் எடுத்து பேசுவது. அவள் விசயத்தை சொல்வது.

காட்சி : 25 மாலை
பேருந்து உள்ளே

அந்த பேருந்து மதுரை மாட்டு தாவணி பஸ் நிலையத்தை நோக்கி சென்றுக் கொண்டிருப்பது. பேருந்தின் நடு இருக்கையில் அமர்ந்தபடி பார்த்திபன், அஸ்விதாவுடன் போனில் உரையாடிக் கொண்டு வருவடு. அஸ்விதா தந்து பேருந்து ஊரை நோக்கி சென்றுக் கொண்டிருப்பதாக சொல்வது. இருவரும் பேசுவது.

காட்சி : 26 அதிகாலை
மதுரை மாட்டுதாவணி பேருந்து நிலையம்
உள்ளே/வெளியே

அஸ்விதா பேருந்தில் இருந்து இறங்குவது. அதே சமயம் அவளது அண்ணன் சக்திவேல் பைக்குடன் காத்திருப்பது. தங்கையை கண்டவுடன் நலம் விசாரித்துவிட்டு, அமர சொல்லி வண்டி புறப்படுவது, அவர்களின் ஊரை நோக்கி... இருவரும் உரையாடுவது.

காட்சி : 27 அதிகாலை
பேருந்து உள்ளே/வெளியே

பேருந்தின் நடத்துநர் உறங்கி கொண்டிருக்கும் பயணிகளை பேருந்து நிலையம் அருகில் வந்துவிட்டதாக சொல்லி எழுப்புவது. ஒவ்வொருவரும் உடமைகளை சரி செய்வது. பார்த்திபன் கண்களை கசக்கியபடி வெளியில் எட்டி பார்க்க மாட்டு தாவணி பேருந்து நிலையம் அருகில் தெரிவது. உடனே அவன் தந்து லக்கேஜுகளை சரி செய்வது. பேருந்து நிலையத்தில் பேருந்து நிற்க. அனைவரும் இறங்குவது.

பார்த்திபன் வாட்சில் மணி பார்க்க மணி 4.15 என காட்ட தனது செல் போனை எடுத்து உதயா என்ற பெயருக்கு போன் செய்வது. எதிர்முனை போன் எடுக்க, “மாப்ள பஸ்டாண்டுல வெயிட் பண்ணுறேன்... வா” என சொல்லி கட் செய்வது.

காட்சி : 28 அதிகாலை
டீ கடை உள்ளே

பார்த்திபன் தண்ணீர் பாட்டில் வாங்கி முகம் கழுவி விட்டு, டீ ஆர்டர் செய்து வாங்கி குடிப்பது. உதயா பைக்கில் அங்கு வருவது. அவனும் டீ குடிப்பது. பிறகு இருவரும் பைக்கில் தங்களின் ஊரான “திரபெளதி புரம்” நோக்கி செல்வது.

காட்சி : 29 காலை
திரபெளதி புரம் வெளியே

அந்த ஊரில் இன்று ஊரை பிரிக்கும் தீண்டாமை

சுவர் இருப்பது... சுதந்திரம் அனைவருக்கு இல்லை என்பதை காட்டியது. திரபௌதிபுரம் தீண்டாமை சுவர் அருகே பிரியும் மண்பாதையில் இவர்களின் பைக் செல்வது சுவரின் அந்த பக்கம் தார் சாலை அது மேல் சாதிகளின் இருப்பிடம் என்பதை காட்டுகிறது.

காட்சி : 30 காலை
அஸ்விதா வீடு உள்ளே/வெளியே

அஸ்விதா குளித்துவிட்டு, உடை மாற்றி தன் அறையில் இருந்து வெளிவருவது. அம்மா அலமேலு டிபன் பரிமாறுவது. அஸ்விதா சாப்பிடுவது. அண்ணி சௌமியா வருவது. சாப்பிட அமர்வது. அஸ்விதா சௌமியா உரையாடுவது.

காட்சி : 31 காலை
பார்த்திபன் வீடு உள்ளே

பார்த்திபன் தன் கட்டிலில் படுத்திருப்பது. அவனது செல்போனை ஒலிப்பது. எடுத்து பேசுவது. போனில் அஸ்விதா “பார்த்தி ஊருக்கு போய்... சேர்ந்திட்டீங்களா” என கேட்பது. “வந்துட்டேன், ரொம்ப டயர்டா இருக்குன்னு அப்படியே படுத்தேன். உன் போன் வந்துவிட்டது...” என சொல்ல, உரையாடல் தொடர்கிறது. பிறகு போனை கட் செய்து விட்டு பார்த்திபன் குளிக்க செல்வது.

காட்சி : 32 பகல்
பிரியா வீடு உள்ளே

பிரியா தோழிகளுடன் பேசிக் கொண்டிருப்பது. அஸ்விதா போன் வருவது. உரையாடுவது. கிரேஸை

கான்ப்ரஸ் காலில் அழைத்து மூவரும் உரையாடுவது. போன் கட் செய்துவிட்டு பிரியா தனது கம்ப்யூட்டரில் அமர்ந்து தனது அன்றைய வேலையை செய்வது.

காட்சி : 33 மாலை
கோவில் உள்ளே/வெளியே

அஸ்விதா, சௌமியா இருவரும் கோவிலுக்கு வந்து சாமி கும்பிடுவது. ஆறுமுகம் அப்போது அங்கே வருவது. அப்பா மகள் உரையாடுவது. சௌமியா விபூதி தர அதை வாங்கி நெற்றியில் பூசிக் கொண்டு தனது வண்டியில் மார்கெட் செல்வது. அஸ்விதா, சௌமியா இருவரும் நடந்து வீட்டிற்கு செல்வது.

காட்சி : 34 இரவு
பார்த்திபன் வீடு உள்ளே/வெளியே

பார்த்திபன் தனது நண்பர்கள் சிலருடன் உரையாடி கொண்டிருப்பது. அம்மா அழைக்க உள்ளே வருவது.

அம்மா மகன் பேசுவது. அம்மா சமையல் அறைக்கு செல்வது. பார்த்திபன் டம்ளரில் தண்ணீர் ஊற்றி கொண்டிருக்க அவனது செல்போன் ஒலிப்பது. அவன் தங்கை செல்வி போனை எடுக்க அஸ்விதா போட்டோ டிஸ்ப்ளேயில் வருவது. அதை பார்த்து விட்டு போனை கொண்டு வந்து அண்ணனிடம் கொடுத்தபடி "அண்ணா இந்த அக்காவை உனக்கு எப்படி தெரியும்?" என கேட்க, பார்த்திபன், "இவங்கள நீ பார்த்து இருக்கிறீயா?"

"ஓ... இவங்க இந்த தீண்டாமை சுவருக்கு அந்த பக்கம் இருக்கும் மணியகாரர் ஆறுமுகம் அய்யா பொண்ணு..."

என சொல்ல, அவனையும் அறியாமல் அவன் கையில் இருக்கும், தண்ணீர் டம்ளர் டமால்'' என கீழே விழுகிறது. தங்கை செல்வி "ஏ... ண்ணா" என கேட்க, "ஒன்னுமில்லை, கை தவறிருச்சு" என சொல்ல போன் கட்டாகிறது. கரண்ட் போய் விடுகிறது. மெழுகுவர்த்தி அம்மா கொளுத்துவது. உடனே தனது அறைக்கு வரும் பார்த்திபன் அஸ்விதாவிற்கு போன் செய்வது. ஆனால், போன் "சுட்ச் ஆப்" என வருவது. பார்த்திபனின் முகம் வேர்க்கிறது.

காட்சி : 35 காலை
பார்த்திபன் வீடு உள்ளே/வெளியே

பார்த்திபன் போனை எடுத்து அஸ்விதாவிற்கு போன் செய்வது. அவள் எடுப்பது... "ஏன் நேற்று போன் எடுக்கவில்லை" என கேட்க, "போன் சுட்ச் ஆகிவிட்டது கரண்டும் கட் ஆயிவிட்டது. அப்புறம் காலையில் தான் சார்ஜ் செய்தேன். அதுக்கேன் இவ்ளோ பதட்டபடுறெ" என கேட்க, "அஸ்விதா உன் ஊர் எது?" "ஏன் திடீர்னு" "சொல்லு, ஊர் எது?" "திரபௌதிபுரம்" என சொல்ல "என் ஊர் எதுன்னு கேட்ட இல்ல... இப்ப சொல்றேன். அதே திரௌபதிபுரம் தான். ஆனா, நமக்கு இடையில ஒரு தீண்டாமை சுவர் தான் தடுக்குது" என பார்த்திபன் சொல்ல, அஸ்விதா, "நீ உடனே, புறப்பட்டு, மீனாட்சி அம்மன் கோவிலுக்கு வா... நாம அங்க சந்திச்சு பேசலாம்..." என்றபடி போனை கட் செய்வது.

காட்சி : 36 பகல்
மீனாட்சி அம்மன் கோவில் உள்ளே/வெளியே

பார்த்திபன், அஸ்விதா உரையாடுவது. "நம்ம காதல் கிணற்றில் விழுந்த கல்" என பார்த்திபன் சொல்ல, "நாம

இங்க இருந்தா தானே சுவர் நம்மள தடுக்கும். அதுக்கு முன்னாடி நாம சென்னைக்கு கிளம்பிருவோம்" என அஸ்விதா சொல்ல, "இருந்தாலும்..." என பார்த்திபன் இழுக்க, "பார்த்துக்கலாம் இப்ப சாமி கும்பிடலாம்" என கூறி எழுந்து இருவரும் மீனாட்சி அம்மன் கோவில் உள்ளே செல்வது.

காட்சி : 37   இரவு
கிரேஸ் வீடு   உள்ளே

கிரேஸின் போன் ஒலிப்பது. கிரேஸ் போனை எடுத்து பேசுவது. எதிர் முனையில் விஷ்வா கிரேஸ் நலம் விசாரிப்பது. விஷ்வா சொல்வது. "கொரோனா அதிகமான காரணத்தினால் இனி ஆறு மாசம் நாம வீட்ல இருந்துதான் வேலை பாக்கனுமாம். இப்பதான் மேனேஜர் சொன்னார்... நான் உங்கிட்ட சொல்லிட்டேன். மத்தவங்ககிட்டையும் சொல்லனும்" என்றபடி போனை கட் செய்வது. உடனே, கிரேஸ் பிரியாவிற்கு போன் செய்வது.

காட்சி : 38 இரவு
அஸ்விதா வீடு   உள்ளே

அனைவரும் ஹாலில் டிவி பார்ப்பது. கொரோனா உயிர் இழப்பு மற்றும் நோயாளிகளின் எண்ணிக்கை போன்ற செய்திகள் மற்று I.T ஊழியர்கள் இனி வீட்டில் இருந்து வேலை பார்க்க வேண்டும் என்பதை பற்றிய செய்தி.

திரை அரங்குகள் மூடல் செய்தி பிரதானமாக சொல்வது. சக்திவேல், அப்பா ஆறுமுகத்திடம் "அப்பா, அஸ்விதாவுக்கு... நம்ம மாட்டு தாவணி கதிரவனை பேசி முடிச்சிடலாமுன்னு நினைக்குறேன்... நீங்க என்ன

சொல்றீங்க" என கேட்க, அஸ்விதா, "எனக்கு இப்ப கல்யாணம் வேண்டாம்."

அப்பா, "இந்த கொரோனா இனி யாரை எல்லாம் கொல்ல போகுதோ... அதுக்குள்ள நடக்க வேண்டியதெல்லாம் நடத்திட வேண்டியது தான். நீ போய் கதிரவன் அப்பா முத்துசாமிகிட்ட பேசுடா" என சொல்ல, அஸ்விதா எழுந்து அவள் அறைக்கு செல்வது.

காட்சி : 39 காலை
பார்த்திபன் வீடு உள்ளே

பார்த்திபன் தனது கணினியில் அவனது அன்றைய வேலையை பார்த்துக் கொண்டிருப்பது. தங்கச்சி செல்வி, காபி கொண்டு வந்து தருவது. போன் ஒலிப்பது. அஸ்விதா என்ன வர, செல்வியை போக சொல்வது. செல்வி அறையை விட்டு செல்வது.

பார்த்திபன் போனை ஆன் செய்து பேசுவது. அஸ்விதா வீட்டில் நடந்த உரையாடலை சொல்வது கோவிலுக்கு வர சொல்வது.

காட்சி : 40 மாலை
கோவில் வெளியே

கோவிலுக்கு வெளியே ஒரு மறைவான இடத்தில் நின்று பேசுவது. அஸ்விதா "நான் எந்த நிலையிலும் உங்கள விட்டு தரமாட்டேன்" என சொல்ல, "இந்த சுவர் இருக்கும்வரை அது நடக்குமான்னு எனக்கு தெரியல" என பார்த்திபன் சொல்வது.

நேரம் இருட்ட இருவரும் அங்கிருந்து கிளம்பி நடந்து வருஅது. அதே நேரம் இவர்களுக்கு எதிரே ஆறுமுகம் பைக்கில் வருவது. இருவரையும் பார்க்கும் ஆறுமுகம் வண்டியை நிறுத்தி விசாரிப்பது. பார்த்திபன் இருவரும் ஒன்றாக வேலை செய்வதாக சொல்வது. தனது வீட்டையும் சொல்வது. ஆறுமுகம், "இதுதான் உங்க கடைசி சந்திப்பாக இருக்கனும்... இல்லாட்டி... ஏறும்மா வண்டில..." என மகளை வண்டியில் ஏற்றி 'U' டர்ன் அடித்து வீட்டுக்கு செல்வது.

காட்சி : 41 காலை
பார்த்திபன் வீடு வெளியே

பார்த்திபன் வீட்டு வாசலில் மாசாணம் நின்றுக் கொண்டு பார்த்திபன் அம்மாவை அழைப்பது.

"செல்லத்தாய்..." என கூப்பிட பார்த்திபன் அம்மா வெளியே வருவது. "என்ன மாசாணம்" என கேட்க "கொஞ்சம் அந்த பக்கம் வா" என அழைக்க செல்லதாய் வெளியேறி செல்வது. சொல்லு மாசாணம்.

"உம் பையன் மணியகாரரர் மக கூட சுத்துறதா சொல்றாங்க. உசிரு முக்கியம் தாயி, உசிரு முக்கியம் பாத்துக்கோ" என சொல்லி செல்வது.
செல்லதாய் பதட்டத்துடன் உள்ளே வந்து மகனிடம் பேசுவது.

அம்மா மகன் உரையாடல்.

காட்சி : 42 காலை
கதிரவன் வீடு உள்ளே

கதிரவனின் அப்பா கணேசன் மற்றும் ஆறுமுகம் பேசுவது. தன் வீட்டிற்கு மாப்பிள்ளையுடன் வர சொல்வது. அவர்களின் உரையாடல்.

காட்சி : 43 மாலை
அஸ்விதா வீடு உள்ளே

அஸ்விதா தன் தோழிகள் பிரியா, கிரேஸ் அவர்களிடம் கான்பிரசில் பேசுவது. தனது நிலையை சொல்வது. தோழிகள் பேசுவது. கதவு தட்டும் சத்தம் கேட்பது. கதவை திறப்பது. சௌமியா அழைப்பட்து. அஸ்விதா வெளியே வருவது உரையாடுவது. பிறகு கோவிலுக்கு செல்வதாக சொல்லி செல்வது. சௌமியா தானும் வருவதாக சொல்வது. அஸ்விதா வேண்டாம் என சொல்வது.

காட்சி : 44 மாலை
கோவில் வெளியே

அஸ்விதா சாமி கும்பிட்டு விட்டு வெளியே வருவது. பார்த்திபன் வருவது. இருவரும் தனிமையில் பேசுவது. சக்திவேல் வருவது. அஸ்விதா மிரட்டிவிட்டு, பார்த்திபனை

“சாதியை சொல்லி அடிப்பது... ஆட்கள் கூடுவது. சக்திவேல் அஸ்விதாவை அழைத்து செல்வது.

பார்த்திபன் சட்டை கிழிந்து வாயில் ரத்தம் ஒழுகுவது. அங்கு சில சலசலப்புகள் ஏற்படுவது.

காட்சி : 45 காலை
பார்த்திபன் வீட்டு வாசல் வெளியே

பார்த்திபன் வீட்டு வாசலில் ஒரு தெரு நாயின் பிணம்

கிடப்பது. அதன் ஆண் உறுப்பு அறுக்கப்பட்டிருப்பது. அந்த சாதி மக்கள் இது பார்த்திபனுக்கு மட்டும் அல்ல... நம்ம எல்லோருக்கும் எச்சரிக்கை என சொல்லி, இதற்கு பதில் சொல்லி ஆகனும், என்றபடி கலைந்து செல்வது. பார்த்திபன் அம்மா அழுவது. செல்வி ஆறுதல் சொல்வது. "அண்ணா அவங்க நமக்கு வேண்டாம்" என சொல்வது. பார்த்திபன் மௌனமாக இருப்பது.

காட்சி : 46 காலை
அஸ்விதா வீட்டு வாசல்   வெளியே

ஒரு பெண் நாயின் மார்பை அறுத்து அவள் வீட்டு வாசலில் போட்டிருப்பது. அதை காணும் சக்திவேல் கோபத்துடன் சுவர் தாண்டி அங்கே கலவரம் செய்வது. பார்த்திபனை கொன்று விடுவதாக சொல்வது.
ஊரை கொளுத்துவோம் என கத்துவது. அவனுடன் சில இளைஞர்கள் கூடுவது. பெண்களை கேவலமாக பேசுவது.

காட்சி : 47 மாலை
பார்த்திபன் வீடு உள்ளே

பிரியா பார்த்திபனுக்கு போன் செய்து பேசுவது. அஸ்விதா இரவு தனியாக வரும்படி சொல்வது. பார்த்திபன் அஸ்விதாவிடம் சொல்ல சொல்லி சில விசயங்களை பிரியாவிடம் சொல்வது. அம்மா வருவது. பார்த்திபன் போனை கட் செய்வது.

காட்சி : 48 நடுஇரவு
தெரு வெளியே

பார்த்திபன் யாருக்கும் தெரியாமல் வீட்டை விட்டு

வெளியே வந்து தெருவை நோக்கி நடப்பது.
அஸ்விதா அவள் வீட்டை விட்டு வெளியே வந்து தெருவை நோக்கி நடப்பது.

சுவருக்கு அந்த பக்கம் பார்த்திபன் நடந்து வர, இந்த பக்கம் அஸ்விதா நடந்து வருவது. சுவர் முடிவில் தெரு சந்திப்பில் இருவரும் சந்தித்து கட்டி தழுவுவது. அங்கே இருக்கும் ஒரு கடையோர பெஞ்சில் அமர்வது.

காட்சி : 49 காலை
தெரு வெளியே

தீண்டாமை சுவரின் இரு புறமும் ஒரே கயிற்றில் இருவரும் தூக்கில் தொங்கிக் கொண்டிருப்பது.

உயர் ஜாதி கிராமம் பக்கத்தில் பார்த்திபன் பிணமும்.. கீழ்ஜாதி கிராமம் பக்கத்தில் அஸ்விதா பிணமும்...

"உயர் ஜாதி பகுதியில் என் உடல் தொங்குவதால் இந்த ஊர் தீட்டுபட்டதா?" - பார்த்திபன்.

"கீழ்ஜாதி பகுதியில் என் உடல் தொங்குவதால் இந்த ஊர் உயர்வு பெற்றதா?" - அஸ்விதா என்ற இந்த வாசகம் அவர்கள் தொங்கி கொண்டிருக்கும் சுவர் மீது எழுதப்பட்டிருப்பது.

இங்கு தோற்றது சாதியா? காதலா?

திரைக்கதை 11

சாபமோ சாபம்

கடவுள் மற்றும் சாதி சடங்குகளில் திளைக்கிறது அந்த ஊர் பூசாரி சாமி ஆட்டத்தில் நாட்டுக் கோழிக்கு பதிலாக பிராயலர் கோழி தரப்படுகிறது. பூசாரி கோபம் கொள்கிறார். சாபம் விடுகிறார்.

அதனால் ஊரில் சில சாவுகள் சில நோய்கள் வருகின்றன என்று நம்புகிறார்கள். ஆங்கில வைத்தியம் பார்க்கிறார்கள் தோல் நோய் வரும் கதாநாயகன் சரியாகாமல் கொல்லிமலைக்கு இயற்கை வைத்தியத்திற்கு போகிறார் சரி செய்து கொண்டு வரும்போது நாட்டுக்கோழி கொண்டு வந்து பூசாரிக்கு கொடுத்து பலியாக்குகிறார். ஆனாலும் காலமாற்றம் சாமியை, பூசாரியை கோபம் கொள்ள வைக்கிறது. அந்த கோபத்தில் சிதைகிற மக்களின் மனதில் என்ன நடக்கிறது என்பது பற்றி இக்கதை சொன்னது கடவுள், பூசாரியின் கோபம் தீர்ந்ததா? மக்களின் மீது விதிக்கப்பட்ட சாபம் தீர்ந்ததா?

(சுப்ரபாரதிமணீயனின் இந்தியா டுடே பத்திரிக்கையில் வெளிவந்த கோபம் சிறுகதையை மையமாகக் கொண்ட திரைக்கதை)

காட்சி : 01 அதிகாலை
தெரு வெளியே

தெருக்களில் பெண்கள் வாசல் தெளித்து கோலம் போடுவது. காட்டுப் பகுதி முனியப்பன் கோவில் மைக்செட் பாடுவது. இன்று மாலை முனியப்பன் கோவில் திருவிழாவை முன்னிட்டு காப்பு கட்டும் நிகழ்ச்சி நடைபெற உள்ளது. அதிகாலையிலே அதற்கான ஏற்பாடுகளை விழா குழுவினர் ஏற்பாடு செய்துக் கொண்டிருப்பது.
தெருக்கள் முழுதும் வண்ணா கோலங்கள் அலங்கரிக்கப்பட்டிருந்தது. ஒவ்வொரு வீட்டு வாசலிலும்.

காட்சி : 02 காலை
முனியப்பன் கோவில் உள்ளே/வெளியே

முனியப்பன் கோவிலில் காப்பு கட்டுவதற்கான ஏற்பாடுகள் கோவில் பூசாரி தண்டபாணி தலைமையில் சிறப்பாக நடைபெறுவது.

ஆலமரமும், வில்வ மரமும், அரச மரமும் இணைந்துள்ளது. அந்த கோவிலின் தனி சிறப்பாகும். கோவிலில் இருந்து சில அடிகள் தூரத்தில் மிக பெரிய வேப்பமரம் அமைந்துள்ளது.

இந்த கோவில் தலம் பார்ப்பதற்கும் ரசிப்பதற்கும் ஏற்ற வகையில் உள்ளது. காற்று எந்நேரமும் சில்லென வீசும். இளைஞர்கள் சிலர் அங்கு காப்பு மரத்தை நடுவது. ஊர் தலைவர் உலக நாதன், பூசாரி தண்டபாணி, தலைவர் மகன் சின்ராசு இவர்கள் தலைமையில் விழா ஏற்பாடுகள் நடந்து கொண்டிருப்பது.

காட்சி : 03 காலை
வைதேகி வீடு   உள்ளே/வெளியே

வைதேகி புள்ளி மானை போல பட்டு தாவணியில் சிட்டு போல வருவதை காணும், அம்மா பங்கஜம் "ஏண்டி காலையிலே, புறப்பட்டுட்ட? வீட்டு வேலைய யாரு செய்யுறது" என கேட்பது. அம்மா மகள் உரையாடல். வைதேகி வெளியே கிளம்புவது.

காட்சி : 04 காலை
மாரியம்மன் கோவில்   உள்ளே/வெளியே

அம்மன் கோவிலில் வைதேகி கல்யாணி, சித்ரா, சுமதி ஆகியோர் சாமி கும்பிடுவது. பிரசாதம் பெற்றுக் கொண்டு வெளியே வருவது. கோவில் அருகே உள்ள மரத்தடியில் அமர்ந்து பிரசாதத்தை சாப்பிட்டபடி உரையாடுவது. வைதேகி, "ஏண்டி சித்ரா, கமலகண்ணன் உன்ன கரெட் பண்ணுறான் போல தெரியுது" என கேட்க, "எனக்கு அதுல அவ்ளோ இண்ட்ரஸ்ட் இல்ல" என சித்ரா பதில் சொல்வது. சுமதி, "அது போகட்டும். தலைவர் பையன் சின்ராசு உன் பின்னால தானே சுத்துறான்" என கேட்க,

"ஆமா அதுகென்ன?" என வைதேகி சொல்ல, "பாத்துடி சின்ராசு உன்ன சின்ன வீடு ஆக்கிற போறான். ஏன்னா ஏற்கனவே அவனுக்கு அந்த பொண்ணு சொர்ணம் இருக்கா தெரியுமா?" என கல்யாணி சொல்ல,

"அப்ப இவ கதையும் வைதேகி காத்திருந்தாள் வெள்ளசாமி, வைதேகி கதை தானா?" என கல்யாணி சிரிக்க, அனைவரும் சிரிப்பது.

வைதேகி, "உங்களுக்கு பொறாம அதுதான்" என சிணுங்குவது. அனைவரும் வீட்டை நோக்கி வருவது.

காட்சி : 05 பகல்
பிரதான சாலை   வெளியே

தலைவர் வீட்டுக்கு அவரது தங்கை மகன் சரவணன் கும்பகோணத்தில் இருந்து காரில் மேட்டு பாளையம் வருவது.

திருவிழாவில் கலந்து கொள்ள... கார் தார் சாலைகளை கடந்து, மண் சாலையில் போய் கொண்டிருக்கிறது. அந்த சாலை மரங்கள் சூழ்ந்த குளுமை பிரதேசம் போல் காட்சி தருகிறது. சரவணன் அதை ரசித்தபடி தந்து காரை ஓட்டி வருவது.

காட்சி : 06 பகல்
தலைவர் வீடு   உள்ளே/வெளியே

வீட்டு வாசலில் சரவணன் கார் வந்து நிற்பத். சின்ராசு போய் வா மாப்ள என அழைப்பது. சரவணன் வீட்டினுள் செல்வது. சின்ராசின் அம்மா அம்சவேணி சரவணனை வரவேற்பது. உலகநாதன் உள்ளிருந்து வருவது. நலம் விசரிப்பது. சரவணன் குளிக்க செல்வது. சமையல் தயாராகுவது.

காட்சி : 07 மாலை
முனியப்பன் கோவில்   உள்ளே/வெளியே

தாரை தப்பட்டை முழங்க, முனியப்பன் கோவில் காப்பு கட்டு நிகழ்ச்சி நடைபெறுவது. சொந்த பந்தங்கள்

ஒன்று கூடி சந்தோஷமாக இருப்பது. திடீரென பூசாரி தண்டபாணிக்கு முனியப்பன் பிடித்து கொள்கிறது. பூசாரி ருத்ரதாண்டவம் ஆட தொடங்கி விடுவது. உடனே சாராய பாட்டில் தரப்படுவது. பூசாரி அப்படியே குடித்து விடுகிறார். பிறகு ஒரு பாட்டில் தரப்படுகிறது. அதையும் குடித்து விடுகிறார். நாட்டு கோழி கேட்பது. உடனே தரமான நாட்டு கோழியை கொடுக்க பூசாரி அதன் கழுத்தை திருகி ரத்தம் குடிப்பது. குறி சொல்வது.

காட்சி : 08 இரவு
கோவில் அருகே உள்ள இடம் வெளியே

கோவில் அருகே உள்ள மரங்களின் ஓரங்களில் கள்ள காதல் முதல் நல்ல காதல் வரை ஒதுங்கி நின்று பேசுவதும், கட்டி அணைப்பதும், முத்தங்கள் பரிமாறுவதும் நடைபெறுகிறது.

ஆலமரத்தின் பின்புறத்தில் ஒரு மறைவான இடத்தில் சின்ராசும், வைதேகியும் பேசிக் கொண்டிருப்பது. அவர்களுக்கு சற்று தொலைவில், சித்ராவும் கமலகண்ணனும் உரையாடுவது.

மொத்தத்தில் அந்த இடம் ஒரு காதல் பூங்காவனம் போல் காட்சி தருகிறது.

காட்சி : 09 காலை
வைதேகி வீடு உள்ளே/வெளியே

பங்கஜம் மகளிடம் ”நீ நேத்து கோவிலிலேயே காணம் எங்க போயிருந்த” வைதேகி, “நாங்க என்ன சின்ன புள்ளைங்களா? உங்க பின்னாடியே கைபிடிச்சு சுத்த...

நாங்க ப்ரெண்ட்ஸ் எல்லாரும் சேர்ந்து ஜாலியா என்ஜாய் பண்ணீட்டு இருந்தோம்" என சொல்ல,

"ஜாலியா இருக்கேன்னு சொல்லி, எங்க சோலிய முடிச்சிறாதீங்க" என பங்கஜம் ரைமீங்கில் சொல்ல, வைதேகி கலகலவென சிரிப்பது.
அப்போது அப்பா மாசிலாமணி உள்ளே வருவது. "என்னம்மா உங்க அம்மா காலையிலேயே ஆரம்பிச்சிட்டாளா?" என கேட்க, "ஆமா... ஆமா... அப்பாவும் பொண்ணும்... சேர்ந்து என்ன குத்தம் சொல்லுங்க" என்றபடி சமையல் அறைக்கு செல்வது.

காட்சி : 10 பகல்
தலைவர் வீடு   உள்ளே/வெளியே

சரவணன் சின்ராசு இருவரும் உரையாடுவது. சின்ராசு அம்மா விதவிதமாக சமைத்து கொண்டிருப்பது. தோட்ட வேலையாள் வாசு இளநீர் கொண்டு வந்து தருவது.
சரவணன் : "மாப்ள இதுல நம்ம ஊர் பட்ட சாராயம் கலக்கி அடிச்சா.... எப்படி இருக்கும் தெரியுமா?"

"அவ்ளோ தானே புறப்படு தோட்டத்துக்கு..." இருவரும் வெளியே வருவது. அம்மா அங்க என்று கேட்பது. "மதியம் சாப்பிட வந்துருறேன் வெளியில ஒரு சின்ன வேலை" என்றபடி பைக்கில் புறப்படுவது.

காட்சி : 11 பகல்
தென்னந்தோப்பு உள்ளே/வெளியே

சின்ராசு தங்களுக்கு சொந்தமான தென்னந்தோப்பில் பைக்கை நிறுத்துவது. இருவரும் இறங்கி தோப்பில்

நடப்பது. தேங்காய் நிலவரம் பற்றி சரவணன் கேட்க, சின்ராசு சொல்லியபடி நடப்பது.

ஒரு மரத்தின் அருகில் போடப்பட்ட கட்டிலில் இருவரும் அமர்வது. வாசுவை கூப்பிடுவது. இளநீர் தர சொல்வது. வாசு இளநீர் சீவபோவது, உடனே சின்ராசு கோவில் மேட்டு புஷ்பராஜ்கிட்ட போய் இரண்டு பாட்டில் பட்டை சாராயம் வாங்கி வர சொல்வது. வாசு தனது சைக்கிளை எடுத்து செல்வது. சிறிது நேரத்தில் ஒரு மஞ்சள் பையில் இரண்டு பாட்டிலுடன் வருவது. இளநீர் சீவி. அதில் சாராயத்தை ஊற்றி இருவருக்கும் வாசு கொடுப்பது. சரவணன், சின்ராசு இருவரும் வாங்கி குடிப்பது.
சரவணன், சின்ராசுவிடம் "காதல் எல்லாம் எப்படி போகுது மாப்ள" சின்ராசு, "அது அப்படியே போகுது"

"ஆமா இன்னும் வைதேகி பின்னாலதான் போயிட்டு இருக்கிறியா?"

"என்ன கேள்வி இது... காதல்ன்னா அது ஒருத்தி மட்டும் தானே? மத்தவங்க எப்படியோ, என் வைதேகிய மட்டும் தான் நினைச்சேன், நினைக்குறேன், நினைப்பேன்." "சூப்பர் மாப்ள" என சரவணன் சொல்ல "வாசு" என சின்ராசு அழைக்க வாசு அடுத்த இரண்டு இளநீரை ரெடி பண்ணி சரக்கை ஊற்றி கொடுப்பது. இருவரும் வாங்கி மீண்டும் குடிப்பது.

சின்ராசு வாட்சை பார்ப்பது மணி 1.00 என காட்ட, "மாப்ள வா கிளம்பலாம், அம்மா சாப்பிட காத்திட்டு இருப்பாங்க," என சொல்லி புறப்படுவது. பைக்கை மிதமான வேகத்தில் சின்ராசு ஓட்டுவது. சரவணன் பின்னால் அமர்ந்திருப்பது. பைக் வீட்டை நோக்கி செல்வது.

சுப்ரபாரதிமணியன்

காட்சி : 12 காலை
முனியப்பன் கோவில் உள்ளே/வெளியே

கோவிலில் பலியிடுவதற்காக "கடா" கொண்டு வரபடுவது. பூஜைகள் நடைபெறுகிறது. ஊர் மக்கள் கூடி நிற்பது. மஞ்சள் நீர் தெளித்தும் "கடா" சம்மதம் தராமல் இருப்பது. பூசாரி மீண்டும் பூஜை செய்வது. "கடா" தலையை ஆட்டுவது. ஒரே போடு... கடா தலை துண்டாக விழுவது. பூசாரி தலையை தூக்கி கொண்டு கோவிலை சுற்றி ஓடுவது. ஆங்காங்கே ரத்தம் தெளிப்பது. அதற்குள் சமையல் வேலைகள் நடைபெறுவது.

காட்சி : 13 மதியம்
முனியப்பன் கோவில் வெளியே

கோவிலுக்கு வெளியே உள்ள மரங்களின் கீழ் ஊர் மக்கள் அனைவரும் வரிசையாக அமர, அனைவருக்கும் அன்னதானம் வழங்கப்படுகிறது.

ஊரில் உள்ள இளைஞர்கள் ஆங்காங்கே தங்கள் நண்பர்களுடன் சேர்ந்து சரக்கடிப்பது. சரவணனும், சின்ராசுவும், நண்பர்களும் சரவணனின் காரில் அமர்ந்து சரக்கடித்து விட்டு, வெளியே வருவதை கோவில் அருகே இருந்து வைதேகியும், தோழிகளும் பார்ப்பது.

"ஏய் உன் ஆளு புல்லா வர மாதிரி தெரியுது. இப்ப மாட்டுன நீ பஞ்சர் தாண்டி" என சுமதி, வைதேகியை பார்த்து சொல்ல... மற்றவர்கள் சிரிப்பது. அப்போது சின்ராசு கும்பல் அவர்கள் அருகே வருவது. சின்ராசு வைதேகியை பார்ப்பது. வைதேகி கண்ணால் மிரட்டுவது. சரவணன் அதை கவனிப்பது. சின்ராசு எதுவும் தெரியாதா அப்பாவி

போல செல்வது. சரவணன், "மாப்ள, என்ன கண்ணால தீயா எரியுறா. உன் ஆளு" என கேட்க "நாளைக்கு ஏதாவது சொல்லி சமாதானபடுத்துவோம்" என்றவாறு சாப்பிட அமர செல்வது.

காட்சி : 14 மதியம்
பஞ்சாயத்து அலுவலகம்   உள்ளே/வெளியே

பஞ்சாயத்து தலைவர் உலகநாதன் மற்றும் ஊரின் சில பெரிய தலைகள் அங்கு ஓர் அறையில் சரக்கு அடித்துக் கொண்டிருப்பது. தலைவர் மற்றவர்களை நோக்கி, "இந்த வருஷம் போல, ஒவ்வொரு வருஷமும் விழா சிறப்பாக நடக்கனும். அதுக்காக நம்ம ஊர் பசங்கள முதலில் இருந்தே எல்லா விசயத்தையும் கவனிக்க சொல்லனும்" என சொல்ல, பெரும் தலைகள் அனைவரும் ஆமா... போடுவது மப்பில்.

காட்சி : 15 மதியம்
முனியப்பன் கோவில்   வெளியே

அனைவரும் சாப்பிட்டுக் கொண்டிருப்பது. ஒரு காரில் தலைவர் மற்றும் சில தலைகள் வருவது. பூசாரி தண்டபாணியிடம் பேசுவது. பிறகு பந்தியில் தனியாக அமர்வது. உணவு பரிமாறப்படுவது. சில ஆண்கள் போதையில் வேட்டி அவிழ எழுந்து தடுமாறி செல்வது. அவர்களின் மனைவி, பிள்ளைகள் சத்தம் போடுவது. தலைவர் "ஒருநாள் தானே எல்லாம் சகஜம் தான்" என சொல்ல, பெண்கள் அனைவரும் கப்சிப்.

காட்சி : 16 மாலை
வைதேகி வீடு   உள்ளே
மாசிலாமணி புல் மப்பில் பாயில் புரண்டு புரண்டு

படுப்பது. பங்கஜம் சத்தம் போட்டுக் கொண்டிருப்பது. வைதேகி முகம் கழுவி, தன்னை அலங்காரப்படுத்திக் கொண்டு, கோவிலுக்கு போக தயாராக இருப்பது.

அதற்குள் சித்ரா வருவது. பங்கஜம் வரவேற்பது. வைதேகி அறைக்கு சித்ரா செல்வது. வைதேகியிடம் கமலகண்ணன் தன்னை மாலை ஆற்றங்கரைக்கு வர சொன்னதாக சொல்வது. வைதேகி சித்ரா உரையாடல்.

காட்சி : 17 மாலை
ஆற்றங்கரைவெளியே

கமல கண்ணன் ஆற்றங்கரை ஓரமாக அமர்ந்திருப்பது. வைதேகி சித்ரா வருவது. வைதேகி ரோட்டில் நின்று கொள்ள சித்ரா, கமல கண்ணன் இருக்கும் இடத்திற்கு செல்வது. கமல கண்ணன் சித்ராவை பார்ப்பது. வைதேகியை பார்த்து அழைப்பது. வைதேகி "நீங்க பேசுங்க நான் இங்க வெயிட் பண்ணுறேன்" என்றபடி ரோட்டில் நிற்பது.

கமல கண்ணன் சித்ராவிடம் "நான் நாளை ஊருக்கு சென்று விடுவேன். இந்த வாரம் முழுவதும் லீவு போட்டுவிட்டேன். அப்புறம் நம்ம விசயம் எங்க வீட்டுக்கு தெரிஞ்சிருச்சு. அண்ணி மட்டும் எதிர்க்குறாங்க. அவங்களுக்கு அவங்க சித்தி பொண்ணு மாதவிய கட்டி வைக்கனுமுன்னு ஆசை..." என சொல்லி முடிப்பதற்குள்... சித்ரா சீற ஆரம்பிக்கிறாள்... "மாதவியோ, மணிமேகலையோ யாரை வேண்உமின்னாலும் கட்டிக்கோங்க... என்னை விடுங்க..." என சித்ரா சொல்ல,

கமல கண்ணன் : "ஏன் அதுக்குள்ள கோபப்படுற.... நான் கட்டுனா உன்னதான்னு சொல்லீட்டேன். நீ என்ன

சொல்ற? அத கேட்கதான் உன்ன வர சொன்னேன்."

"அதுக்காக என்னால உங்ககூட ஓடி வர எல்லாம் முடியாது." உங்க வீட்ல இருந்து வந்து முறையா என்ன பொண்ணு கேட்கனும்" என சொல்ல இருவருக்கும் இடையே காரசார விவாதம் நடப்பது. சித்ரா வேகமாக அங்கிருந்து வருவது. கமல கண்ணன் அழைப்பது. சித்ரா திரும்பி பார்க்காமல் வருவது. வைதேகி கேட்பது. சித்ரா அழுவது. இருவரும் நடந்து செல்வது.

காட்சி : 18 இரவு
முனியப்பன் கோவில் உள்ளே/வெளியே

பெண்கள் கும்மி பாட்டு, கோலாட்டம் விளையாடுவது பூசாரி பூஜை செய்து அனைவருக்கும் பொங்கல் வழங்குவது. திருவிழா முடிவு பெறுவது.

காட்சி : 19 காலை
தலைவர் வீடு உள்ளே/வெளியே

சரவணன் ஊருக்கு செல்வதாக மாமா உலகநாதனிடம் சொல்வது. உலகநாதனும், சின்ராசுவும் இன்னும் ஒரு வாரம் இருந்துவிட்டு போக சொல்வது. சரவணனின் அம்மாவிடம் தான் பேசிக் கொள்வதாக உலகநாதன் சொல்வது. சரவணனும் சரி என்று சொல்வது. அம்சவேணி காபி கொண்டு வருவது. சின்ராசு, சரவணன் வாங்கி குடிப்பது. உலகநாதன் வெளியே கிளம்புவது.

காட்சி : 20 மாலை
முனியப்பன் கோவில் உள்ளே

சுப்ரபாரதிமணியன்

சில மாதங்களுக்கு பிறகு...
ஊர் மக்கள் அமாவாசையை முன்னிட்டு முனியப்பன் கோவிலில் கூடுவது. திடீரென பூசாரி தண்டபாணிக்கு முனியப்பன் வருவது.

அப்பொழுது நாட்டுக் கோழியை திடீரென கொண்டு வர முடியவில்லை. உடனே பூசாரிக்கு அளவுக்கு அதிகமாக சாராயம் கொடுப்பது... புசாரி புல் மப்பில் கத்தி ஆடுவது... எங்கடா... எனக்கு பலி... ரத்த பலி எங்கடா? என சத்தமாக கத்துவது ஊர் பெரியவர்கள் கொஞ்சம் பொறுங்க... இதோ வந்துரும்" என சொல்ல. எங்கு தேடியும், நாட்டுக்கோழி கிடைக்காததால், பிராய்லர் கோழிக்கு நாட்டு கோழி வண்ணம் பூசி, பூசாரிக்கு கொடுப்பது. பூசாரி கோழியின் கழுத்தை திருகி ரத்தத்தை வாயில் ஊற்றியவுடன்...

"த்தூ... என காரி துப்பியபடி," இது நாட்டுகோழி ரத்தம் இல்லடா... என்னைய ஏமாத்தீட்டீங்களா? நான் முனியப்பன்டா இன்னும் மூனு மாசத்துல இந்த ஊர்ல ஒரு எழவு விழுண்டா... விழும் இது இந்த முனியப்பன் சாபம்ண்டா" என்றபடி கத்த எல்லோரும் பயபடுவது. "இனி புது வியாதிவரும் ஊர் பெருசாயிடுவதாக மனசு சின்னதாயிடுவதாக நாட்டுக் கோழிக் கோழிக்கு லாயிக்கில்லாத நான் கேவலம் சாபம் வரும்" ஆட்டம் நின்று விடுவது.

காட்சி : 21 மாலை
ஆலமரம் வெளியே

வைதேகி சின்ராசு இருவரும் பேசுவது. சித்ரா, கமல கண்ணன் பிரச்சினையை பற்றி விவாதிப்பது. சின்ராசு. "கமல கண்ணன் சித்ரா இருவருக்கும் சாதி ஒருதடையாக நிச்சயமா

இருக்கும்" என சொல்ல "காதலிக்கும்போது அந்த அறிவு ஆம்பளைக்கு எங்க போச்சு" என வைதேகி சொல்ல, "நீ ஏன் இப்ப ஆத்திரபடுற நாளைக்கு நீங்களும் இப்படிதானே சொல்லுவீங்க" என வைதேகி டென்ஷன் ஆவது.

"நான் நாளைக்கு புதுசா ஒரு பனியன் கம்பெனி வைக்கிற திருப்பூர் போறேன்" அதை சொல்லதான் இங்கே வந்தேன் நீ என்னன்னா ஏதோதோ பேசி என்ன டென்ஷன் பண்ணுற" என சின்ராசு சாந்தமாக பேச... வைதேகி அமைதியாகிறாள்.

சிறிது நேரம் இருவரும் உரையாடுவது பிறகு கிளம்பி செல்வது. சின்ராசு பைக்கில் வைதேகியை ஏற்றிக் கொண்டு செல்வது. வீட்டருகே இறக்கி விடுவது. அது மாசிலாமணி பார்ப்பது. வைதேகி உள்ளே வருவது. மாசிலாமணி
"அம்மா தலைவர் பையன்... பஞ்சாயத்தை கூட்டிடாதே"
"அதெல்லாம் ஒன்னும் இல்லப்பா" என்றபடி வைதேகி தன் அறைக்கு செல்வது.

காட்சி : 22 காலை
பனியன் கம்பெனி   உள்ளே/வெளியே

தனது தந்தையின் நண்பர் தாமோதரனுடன்... பனியன் கம்பெனிக்கு செல்வது. மெஷின்களை பார்ப்பது. அதன் உரிமையாளிடம் அதை குறித்து பேசுவது. கம்பெனியை சுற்றி பார்ப்பது.

இன்றைய பனியன் கம்பெனி நிலவரம் பற்றி தாமோதரன் கம்பெனி உரிமையாளர், சின்ராசு மூவரும் உரையாடுவது. கம்பெனி உரிமையாளர் டீ கொண்டு வர

சொல்வது.
வேலையாள் கொண்டு வருவது. மூவரும் அருந்துவது. பின்பு அங்கிருந்து கிளம்புவது.

காட்சி : 23   மாலை
தாமோதரன் வீடு   உள்ளே/வெளியே

தாமோதரன் வீட்டில் சின்ராசு பேசிக் கொண்டிருப்பது. இன்று இங்கு தங்கி செல்லுமாறு சின்ராசுவை தாமோதரன் சொல்வது.

தானும் அவனது அப்பா உலகநாதனும் நொய்யல் ஆற்றங்கரையில் விளையாடியதை பற்றி தாமோதரன் சின்ராசுவிடம் சொல்வது.

சின்ராசுவும் சிறுவயதில் நொய்யல் கரையோரம் விளையாடி மகிழ்ந்ததை பற்றி உரையாடுவது. அப்போது தாமோதரன் மகள் மதுவதனி உள்ளே வருவது. தாமோதரன் "இது என் மகள்" என சொல்ல... "மது தானே எனக்கு தெரியும்" என சின்ராசு சொல்ல, மதுவதனி "ஹாய் சின்னு எப்ப வந்த?" என்றபடி அவனின் கைகளை பிடித்து குலுக்குவது. தாமோதரன் மனசு இவர்களை கல்யாண கோலத்தில் பார்க்கிறது.

காட்சி : 24 காலை
நொய்யல் ஆறு வெளியே

சின்ராசு நொய்யல் ஆற்றில் குளிக்க ஆசைப்பட்டு காலையில் தாமோதரனிடம் சொல்லாமல் ஆற்றில் குளிக்க வருவது. நொய்யலில் குளிப்பது. சிலர் சிரிப்பது. சின்ராசு முழிப்பது. ஏன் சிரிக்கிறீர்கள்? என கேட்பது. அவர்கள்

பதில் சொல்லாமல் போவது. சின்ராசு வீட்டிற்கு வருவது தாமோதரன் அவனுக்காக காத்திருப்பது.

காட்சி : 25 காலை
தாமோதரன் வீடு உள்ளே/வெளியே

நொய்யலில் குளித்து விட்டு, சின்ராசு வீட்டிற்கு வருவது. தாமோதரன் ஏன் தம்பி காலையில் வீட்டில் குளிக்காமல், ஆற்றில் குளித்துவிட்டு வரீங்க என கேட்க ரொம்ப நாள் ஆசை அதுதான் என சொல்ல இருவரும் டிபன் சாப்பிடுவது.

சின்ராசு ஊருக்கு புறப்படுவது. தாமோதரன்.. "அடுத்த வாரம் வர்றேன் தம்பி, அப்பாவிடம் சொல்" என சொல்ல சின்ராசு சரிங்க என்றபடி தன் பைக்கில் புறப்படுகிறான்.

காட்சி : 26 பகல்
கமல கண்ணன் வீடு உள்ளே/வெளியே

கமல கண்ணனுக்கும், மாதவிக்கும் நிச்சயதார்த்தம் நடைபெறுவது. ஊர் பஞ்சாயத்து தலைவர் உலகநாதன், சின்ராசு மற்றும் நண்பர்கள் கலந்து கொள்வது. வைதேகி அம்மா பங்கஜம், அப்பா மாசிலாமணி ஆகியோரும் ஊர் பெரிய மனிதர்களும் இருப்பது.

சித்ரா வீட்டில் இருந்து யாரும் நிச்சயதார்த்தத்திற்கு வரவில்லை. காரணம் சித்ரா விசயம் அவர்களுக்கு தெரிந்திருந்தது. நிச்சயதார்த்தம் இனிதே நடைபெறுவது.

காட்சி : 27 பகல்
ஆற்றோரம் உள்ளே/வெளியே

வைதேகி மற்றும் கல்யாணி, சுமதி மூவரும் கமல கண்ணன், சித்ரா காதலை பற்றி பேசுவது சித்ரா பாவம் என்று சொல்வது. கமல கண்ணனை அனைவரும் திட்டுவது. மூவரும் சித்ரா வீட்டிற்கு போகலாம் என சொல்லி சித்ரா வீட்டிற்கு புறப்படுவது.

காட்சி : 28 பகல்
சித்ரா வீடு உள்ளே/வெளியே

வைதேகி மற்றும் தோழிகள் சித்ரா வீட்டிற்கு வருவது. சித்ராவின் அம்மா வரவேற்பது. சித்ரா எங்க என கேட்பது. அவளது அறையில் இருப்பதாக கூறுவது. வைதேகி. வைதேகி அறை கதவை தட்ட கதவு தானாக திறந்துக் கொள்வது. உள்ளே நுழையும் வைதேகி 'சித்ரா' என அலறுவது... தோழிகள், அம்மா ஓடி வருவது. அறையில் பார்ப்பது. சித்ரா பேனில் தனது சுடிதார் துப்பட்டாவில் தூக்கில் தொங்குவது. அம்மா அலறுவது. ஊர் முழுவதும் செய்தி பரவுவது.

காட்சி : 29 பகல்
ஊர் தெரு உள்ளே/வெளியே

போலீஸ் வாகனம் வருவது. சித்ராவின் பிணத்தை இறக்குவது. அவளது கையில் ஒரு கடிதம் இருப்பது. அதில்.. "காதல் போனால் சாதல்" என்ற ஒரே வரு வாசகம் மட்டும் இருப்பது. ஆம்புலன்சில் பிணம் ஏற்றப்படுகிறது. ஆம்புலன்ஸ் புறப்படுகிறது. தோழிகள் கதறுவது.

காட்சி : 30 பகல்
கமல கண்ணன் வீடு உள்ளே

கமல கண்ணன் தன் அண்ணி மற்றும் குடும்பத்தாரிடம் சண்டை போடுவது. "போதுமா... போதுமா... இனி நான் எப்படி (மாதவியை கட்டிய படி) இவகூட வாழ முடியும் நிம்மதியா? என கூச்சல் இடுவது. இவன் நிச்சயதார்த்த நாள் சித்ராவின் மரண நாளாக மாறியது. ஊர் முழுவதும் செய்திகள் பறந்தன, இறக்கைகள் முளைத்து.

காட்சி : 31 காலை
முனியப்பன் கோவில் உள்ளே

பூசாரி மற்றும் சிலர் உரையாடுவது. முனியப்பன் அன்று சொன்னது. இன்று நடந்து விட்டது. பார்த்தீங்களா? பாவம் அந்த பொண்ணு... காதல் அவ உயிரை காவு வாங்கிருச்சு.. இனி என்னன்ன நடக்குமோ என்னன்ன நோய் வருமோ எல்லாம் முனியப்பன் சாபம் என பூசாரி சொல்வது. சாமியை ஏமாற்றிய சாபம்.. ஒரு இளம் பெண்ணின் மரணம் என பேசிக் கொள்வது.

காட்சி : 32 காலை
சின்ராசு வீடு உள்ளே/வெளியே

சின்ராசுவிற்கு உடம்பில் தடிப்பும், அரிப்பும் ஏற்படுவது. அவன் சொரிய... உடம்பு புண்ணாவது. அம்மா அவனிடம் "என்னடா இது" என கேட்பது. "அதுதான் தெரியல" என சின்ராசு சொல்வது. உலகநாதன் "டாக்டரை போய் பாரு" என சொல்ல, சரிப்பா என்று சின்ராசு சொல்வது. அப்பா வெளியில் புறப்படுவது. அம்மா சமையல் அறைக்கு செல்வது. சின்ராசு குளிப்பதற்காக பாத்ரூம் செல்வது.

காட்சி : 33 காலை
வைதேகி வீடு   உள்ளே/வெளியே

வைதேகி ஏதோ கவலையுடன் அமர்ந்திருப்பது. அம்மா பங்கஜம் காரணம் கேட்பது. "முடியலம்மா சித்ராவ மறக்க முடியலம்மா..." என வைதேகி சொல்வது. "முட்டாள் பொண்ணு..." அவனுக்கு ஒரு மாதவி கிடைக்கும்போது இவளுக்கு ஒரு கோவலன் கிடைக்காமலா போயிருவான்... காதலாம் காதல்... கத்தரிக்கா காதல்..." என பங்கஜம் எரிச்சலுடன் அனுதாபப்படுவது. "நீ அதையே நினைச்சிட்டு இருக்காம போய் குளி. டிபன் கொண்டு வரேன்" என்றபடி சமையல் அறைக்கு செல்வது.

காட்சி : 34 மாலை
மருத்துவமனை   உள்ளே/வெளியே

தோல் டாக்டர் சுகுமாரிடம் சின்ராசு தனது உடம்பை காட்டுவது. டாக்டர் அவனை பரிசோதித்துவிட்டு சில மருந்துகளையும், உடலில் பூச களிம்புகளையும் கொடுத்துவிட்டு "ப்ளட் டெஸ்ட்" அனுப்புறேன்... நாளைக்கு வாங்க ரிசல்ட் என்னான்னு சொல்றேன் என சொல்ல "ஓகே டாக்டர்" என்றபடி சின்ராசு வெளியே வருவது. தனது பைக்கில் அமர்ந்து வீட்டிற்கு வருவது.

காட்சி : 35 மாலை
சாலை   வெளியே

சின்ராசு பைக்கில் வந்துக் கொண்டிருப்பது. எதிரே கமல கண்ணன், மாதவி வண்டியில் வருவது. வண்டியை நிறுத்திவிட்டு கமல கண்ணன் சின்ராசுவிடம் பேசுவது. கல்யாணம் வரும் இருபதாம் தேதி என சொல்வது.

அழைப்பிதழ் தர வீட்டிற்கு வருவதாக சொல்வது. பிறகு இருவரும் அவரவர் பாதையில் செல்வது.

காட்சி : 36 மாலை
மாரியம்மன் கோவில் உள்ளே/வெளியே

வைதேகி சாமி கும்பிட்டு விட்டு வெளியே வருவது. சின்ராசு அவளின் வர்விற்காக காத்திருப்பது. வைதேகியை பார்க்கும் சின்ராசு "வைதேகி" என அழைப்பது. அவள் கோபத்துடன் செல்வது. சின்ராசு பின் தொடர்ந்து அழைப்பது.. வைதேகி நிற்பது. சின்ராசு என்ன கோபமா? என கேட்க வைதேகி மௌனமாக இருப்பது.

"ஏதாவது பேசு" என சொல்ல, வைதேகி, "என்ன பேசுறது... பேசி பேசி ஒருத்தி தொங்கிட்டா இனி நானும் தொங்கனுமா?" என கேட்பது. இப்படி இவர்களின் உரையாடல் தொடர்வது. கடைசியில் வைதேகி அங்கிருந்து செல்வது. சின்ராசு பைக்கில் ஏறி செல்வது.

காட்சி : 37 மாலை
மருத்துவமனை உள்ளே/வெளியே

சின்ராசு தனது வண்டியை மருத்துவமனை போர்டிகோவில் நிறுத்திவிட்டு, உள்ளே சென்று மருத்துவரை பார்ப்பது. டாக்டர் இவன் ரத்த பரிசோதனை முடிவை சொல்வது. "சாய கழிவு கலந்த நொய்யல் நீரில் குளித்ததல் தான் உடம்பில் இந்த அலர்ஜி" என்ற சில மருந்துகளை எழுதி கொடுப்பது. சின்ராசு விடைபெற்று வருவது.

காட்சி : 38 காலை
சின்ராசு வீடு   உள்ளே/வெளியே

சில வாரங்களுக்கு பிறகு எந்த மருந்தும் களிம்பும் அவனது புண்ணை ஆற்றவில்லை. புண் உடம்பில் அதிகமாகி கொண்டே இருந்தது. பூசாரி, தலைவரிடம் இது மூலிகை வைத்தியம் செய்தால் சரியாகும்.. என சொன்னதால்... சின்ராசு மூலிகை வைத்தியம் செய்துக் கொள்ள கொல்லிமலை காட்டிற்கு புறப்படுவது.

காட்சி : 39 காலை
ஆதிவாசிகள் வாழும் காடு   உள்ளே/வெளியே

ஆதிவாசி வைத்தியர் வீட்டில் சின்ராசுக்கு மூலிகை வைத்தியம் நடை பெறுவது. அங்குள்ள பெண்கள் இவனிடம் மிக சாதாரணமாக பழகுவது. வைத்தியரின் மகள் இவனுக்கு கசாயம் தருவது.

காட்சி : 40 இரவு
காடு உள்ளே/வெளியே

இரவில் நடமாடும் விலங்குகளை பற்றி அவர்கள் கவலைபடுவதில்லை. இரவில் அனைவரும் வெளியில் தீமூட்டி நடனமாடி, பாட்டுபாடி மகிழ்வதை சின்ராசு ரசிக்கிறான்.

காட்சி : 41 காலை
காடு உள்ளே

அவனுக்கு சிறுதானிய உணவு வகைகள் தரப்படுகிறது. அதை அவன் ஆசையாக உண்பது. காட்டில் ஓடும் ஆற்றில் அவன் குளிப்பது.

மூலிகை கலந்து ஆற்று நீரின் உதவியால் அவனது புண் விரைவில் குணமடைந்து வருகிறது.

காட்சி : 42 காலை
முனியப்பன் கோவில் உள்ளே/வெளியே

ஆறு மாதங்களுக்கு பிறகு

முனியப்பன் கோவிலுக்கு குடும்பத்துடன் சின்ராசு சாமி கும்பிட வருவது. முனியப்பனுக்காக காட்டில் வளர்த்த கொழுத்த நாட்டு கோழியை சின்ராசு கொண்டு வந்திருந்தான். முனியப்பனை வணங்கி விட்டு, வைதேகியை காண வேண்டும் என்ற முடிவுடன் கோவிலுக்கு வருவது. பூசாரி தண்டபாணிக்கு முனியப்பன் வருவது. சாராய பாட்டில்கள் தருவது. முனியப்பன் மடமடவென வாங்கி குடிப்பது. முனியப்பனுக்கு சின்ராசு கோழியைக் கொடுக்கும் முன் வைதேகி தான் கொண்டு வந்த நாட்டு கோழியை முனியப்பனுக்கு கொடுக்க. அதை காணும் சின்ராசு அதிர்ச்சி அடைகிறான்... காரணம் வைதேகி இப்பொழுது கர்ப்பமாக இருக்கிறாள். சின்ராசுவின் மனம் பதறுகிறது. அதே வேளையில்... வைதேகி தனது கணவர் சிவகுமாருடன் பைக்கில் ஏறி அமர்ந்து செல்கிறாள்...

உடலில் ஏற்பட்ட காயங்கள் மறைந்தது சின்ராசுவிற்கு.. ஆனால் உள்ளத்தில் புதிய காயத்தை வைதேகி ஏற்படுத்தி விட்டாள்!

"சாமியை சாந்தப்படுத்த வந்திருக்கிங்க சாமிக்கு கோபம் வந்திறாம பாத்துக்க அப்பத்தான் எல்லாம் நல்லா நடக்கும்" பூசாரி சாமியாட்டம் போடுவது.

திரைக்கதை 12

மூன்று பெண்கள்

ஒருவன் இளைஞன் அவனின் வாழ்க்கையில் மூன்று பெண்கள் பாதிக்கிறார்கள். பாட்டி, அம்மா, மனைவி மற்றும் பழைய காதலிகள். இவர்கள் வாழ்க்கை ஓரத்திற்கு அவனை தள்ளி விடுகிறார்கள் அவன் வாழ்க்கையின் ஓரத்தில் இருந்து வாழ்க்கையில் மையத்திற்கு வந்தானா மற்றவருடன் சேர்ந்து வாழ வாய்ப்பு ஏற்பட்டதா

காட்சி : 01 காலை
வீடு உள்ளே/வெளியே

வீரய்யா கட்டு சேவல்களுக்கு பயிற்சி அளித்துக் கொண்டிருப்பது. அப்பாவுடன் சேர்ந்து தினேஷ் கோழிகளுக்கு உணவு தண்ணீர் வைப்பது. அம்மா சமையல் அறையில் சமைத்துக் கொண்டிருப்பது. பாட்டி அந்த கால சிறிய உரலில் தன்னுடைய வெற்றிலை பாக்கை மொக்கு... மொக்கு... என்று இடித்துக் கொண்டிருப்பது. "தினேஷ்... இந்த தடவ சேவல் எடையை கூட்டணும்... அப்ப தான் நல்ல விலை கிடைக்கும் என சொல்வது. இருவரும் உரையாடுவது.

காட்சி : 02 காலை
மார்க்கெட் உள்ளே/வெளியே

வீரய்யா மார்க்கெட்டியில் கோழி தீவனம் மற்றும்

காய்கறிகள் வாங்கிக் கொண்டிருப்பது. தாமோதரன் வீரய்யாவை பார்த்து பேசுவது. "அண்ணே... இந்த முறை நல்ல சண்டெ கோழியா ஒன்னு தாண்ணே" "அதனால என்ன நாளைக்கே வந்து வாங்கிக்கோ. அப்புறம் ஒரு நாலு மாசம் நீ அந்த சேவலுக்கு பயிற்சி கொடு. அப்ப அது ஜெயிக்கும்" என வீரய்யா சொல்ல, "நாளைக்கு ஞாயிற்றுக்கிழமை லீவு. அதனால நாளை காலையிலேயே வீட்டுக்கு வரேன். சேவல வாங்குறேன்" என தாமோதரன் சொல்ல, "ரொம்ப சந்தோஷம் தாமு" என்றபடி மார்க்கெட் விட்டு வெளியே வருகிறான் வீரய்யா,

காட்சி : 03 இரவு
வீடு உள்ளே/வெளியே

வீரய்யா, மனைவி மருதாயி உரையாடுவது. "நீங்க இந்த கட்டு சேவல்... வளர்த்து விற்கிறதை விட்டுட்டு வேற ஏதாவதும் வேலைக்கு போங்க. இதை வளர்க்க ஆகிற செலவு கூட விற்றும் கிடைக்கிறதில்லெ..." என மறுதாய் சொல்ல, கடும் கோபம் அடையும் வீரய்யா, "நீ மூடிட்டு உன்னோட வேலைய பாரு... எல்லாம் எனக்கு தெரியும்" என்றபடி காப்பி டம்ளரை தூக்கி மருதாயி மேலே வீசுவது. "இந்த நாசமா போன மனுஷன் செத்தா தான் எனக்கு நிம்மதி" என்றபடி சமையல் அறைக்குள் செல்கிறாள் மருதாணி.

காட்சி : 04 பகல்
வீடு உள்ளே/வெளியே

அந்த செந்நிற பட்டு சேவலை விலை பேசி எடுத்துக்கொண்டு செல்கிறான் தாமோதரன். "தாமு இதை சேவல்ன்னு நெனக்காதே... செங்காளைன்னு நெனச்சுக்கோ... சும்மா சீறிப்பாய்ஞ்சு எதிரியை காலி பண்ணிரும்" என

வீரய்யா சொல்ல, "சரிண்ணே... நல்ல பயிற்சி கொடுக்கிறேன்" என்றபடி தாமோதரன் செல்கிறான். வீரய்யா பணத்தை எண்ணிக்கொண்டு வீட்டினுள் செல்கிறான். தினேஷிடம்... "இந்த சேவலும் நாம நெனச்ச எடை வரல. பாத்துக்கோ" 'சரிப்பா' என்றபடி வெளியே வருகிறான் தினேஷ்.

காட்சி : 05 காலை
வீடு   உள்ளே/வெளியே

கல்யாணி தூக்கம் கலக்கத்துடன் எழுந்து வருவது. அவளது அம்மா சுந்தரி, "மணி எட்டாவது... கொமரி எந்திரிக்கிற நேரமா? நாளைக்கு கல்யாணம் ஆனா... மாமியார் கிழிச்சிருவா, உன்னெ..." என கத்த "அப்ப தெரியும் மாமியாருக்கு... இந்த கல்யாணி யாருன்னு... இப்ப நீ நிறுத்துறியா..." என்றபடி கல்யாணி பாத்ரூம் செல்கிறாள்.

காட்சி : 06 பகல்
வீரய்யா வீடு   உள்ளே/வெளியே

மருதாயி தன் அம்மா, சாந்தம்மாளிடம்,"போயும்... போயும்... இந்த போக்கத்தெ மனுஷனை கட்டி வச்சிட்டு. என் வாழ்க்கையே நீ சீரழிச்சிட்டெ..." என்றபடி மூக்கை சிந்தி வேலை முந்தானையில் துடைப்பது. "வீரய்யாவுக்கு என்னடி குறைச்சல்... சிங்கம் மாதிரி இருக்கான்" என அம்மா சொல்ல..." இத சொல்ல உனக்கு அசிங்கமா இல்ல... வேலைக்குப் போகாம... ஊர் சுத்துற ஊதாரி மாப்பிள்ளையை புகழ்றெ..." என கோபம் கொப்பளிக்க கத்துகிறாள் மருதாயி.

காட்சி : 07 காலை
தாமோதரன் வீடு வெளியே

தாமோதரன் தனது கட்டு சேவலுக்கு போர்க்கள பயிற்சியை போல் பயிற்சி அளிப்பது. ஒரே மாதத்தில் சேவலின் எடையை நன்றாக கூட்டி இருந்தான் தாமோதரன். "என்னங்க... வந்து குளிச்சிட்டு சாப்பிடுங்க. அப்பதான் நான் அடுத்த வேலை செய்ய முடியும்" என மனைவி அழைக்க, இதோ வந்துட்டேன்..." என்றபடி தனது கட்டு சேவலை பார்த்து "கதிரேசா... இந்த சமத்தா சாப்பிட்டுட்டு... இரு... இப்ப வந்தர்றேன்" என்றபடி தீவன தட்டை சேவலுக்கு முன்னால் வைத்து விட்டு, உள்ளே செல்கிறான்.

காட்சி : 08 காலை
வீரய்யா வீடு உள்ளே/வெளியே

தினேஷ்... சேவல்களுக்கு தீவனம் போட்டுக் கொண்டிருப்பது. வீரய்யா காபி குடித்தபடி, காபி டம்ளருடன் வெளியே வருவது.

"தினேஷ்... போன மாசம் நம்ம கிட்ட இருந்து தாமோதரன் வாங்கிட்டு போன... செவுள் நிற கட்டு சேவல்... இந்த மாசம் இரண்டு கிலோ எடை கூடியிருச்சுன்னு... என்னெ மார்க்கெட்டில் பார்த்த தாமோதரன் சொன்னான். அடுத்த வாரம் கோவில் மேட்டுல நடக்கிற சேவல் சண்டையில... அந்த சேவல் தான் ஜெயிச்சிருமுன்னே... என்கிட்டயே பந்தயம் கட்டுறான்னா பாரே..." என சொல்ல,

"அப்பா... அந்தப் போட்டியில நம்ம கருப்பன களம் இறக்கிறலாம்... கருப்பா. சிவப்பான்னு மோதி முடிவு பண்ணிடலாம்... என்ன சொல்றீங்க?" என கேட்க, மருதாயி...

"நல்ல விளங்கிரும் குடும்பம்..." கத்த ஆரம்பிக்கிறாள்.

காட்சி : 09 பகல்
வயல்வெளியே

சின்னசாமி வயலில் வேலை செய்து கொண்டிருக்கிறான் கல்யாணி. சாமியின் தம்பி மகன் சண்முகம் அடிக்கடி வயலுக்கு வருவது வழக்கம். அவனுக்கு கல்யாணி மீது ஒரு கண். காரணம் கல்யாணி பார்ப்பதற்கு நல்ல அழகுசிலை போல் இருப்பாள். இப்பொழுதும் அவன் வயலுக்கு வந்திருக்கிறான். கல்யாணி குனிந்து வேலை செய்யும்போது அவளை கண் கொட்டாமல் பார்ப்பதே அவனது பிரதான வேலை. கல்யாணிக்கு அது தெரியும்.

“கல்யாணி... சண்முகம் உன்னெ கண்ணாலேயே கெடுத்துருவான் போல தெரியுதே” என அவள் அருகில் வேலை செய்யும் பார்வதி அக்கா சொல்ல, “பாத்துட்டு தானே போறான். கொண்டுட்டா போக போறான்... பார்க்கட்டும் என்றபடி கல்யாணி மெதுவாக சிரிக்க, “இந்த ஞாயம் நல்லா இருக்கே...” என்றபடி தன் வேலையை கவனிப்பது.

காட்சி : 10 மாலை
கல்யாணி வீடு உள்ளே/வெளியே

கல்யாணி குளித்துவிட்டு, உள்ளே வருவது. அம்மா சுந்தரி இட்லி மாவை கலந்து கொண்டிருப்பது. கல்யாணியை பார்த்தவுடன்,

“காலையில்ல மாமா வந்துட்டு போனாரு. உனக்கு ஒரு நல்ல வரன் பாக்கணும்னு சொல்லி அனுப்பி இருக்கேன். எப்படியும் இந்த வருஷம் உன் கல்யாணத்தெ முடிச்சா தான் எனக்கு நிம்மதி...”என சுந்தரி சொல்ல.

..'' அது நடக்க வேண்டிய நேரத்துல நடக்கும்''என்றபடி உடைமாற்ற உள் அறைக்கு செல்வது.

காட்சி : 11 காலை
பிரதான சாலை வெளியே

வீரய்யா நடந்து சென்று கொண்டிருப்பது. எதிரே மூக்கன் வருவது. இருவரும் ஒரே வயது உடையவர்கள். "என்ன வீரய்யா... நடந்து போறே..." என மூக்கன் கேட்க, "மார்க்கெட்டு வர போறேன். வண்டி சர்வீஸ் கொடுத்துட்டு அப்படியே நடந்து வந்துட்டேன்." என சொல்ல,
"வீரய்யா அடுத்த வாரம் கோவில் மேட்டுல நடக்குற 'சேவல் சண்டையில நம்ம சேவலும் கலந்துக்கப் போகுது. அதனால நீ... என்ன கலர் சேவலெ கலந்துக்க விடலாமுன்னு. கொஞ்சம் பட்சி ஜோசியம் பாத்து சொல்லே," என சொல்ல, "அதனால என்ன நாளைக்கு உனக்கு போன் பண்ணி சொல்றேன்" என கூறிவிட்டு மார்க்கெட் நோக்கி செல்வது.

காட்சி : 12 காலை
சின்னசாமி வீடு உள்ளே/வெளியே

கல்யாணி சின்னசாமி வீட்டிற்கு செல்வது. சண்முகம் வெளியே வருவது. "என்ன கல்யாணி இந்த பக்கம்?"

"ஐயா சொன்னா உடனே வந்துருவாரு... ஆனா..." என இழுக்க "யாருடா?" என கேட்டபடி சின்னசாமி வருவது. கல்யாணியை பார்த்து.

"இன்னைக்கு நீ நம்ம வீட்டு தோட்டத்துல வேலை செய்" என்ன சொல்ல, 'சரிங்க' என்றபடி வீட்டிற்கு சற்று தள்ளி பின்புறத்தில் இருக்கும் தோட்டத்தில் வேலை செய்ய

செல்கிறாள் கல்யாணி.

காட்சி : 13 காலை
வீரய்யா வீடு   உள்ளே/வெளியே

வீரய்யா... பஞ்சாகத்தை எடுத்து புரட்டுவது. பட்சி ஜோசியம் பார்த்து குறிப்பெழுதுவது. வெளியில் வண்டி வந்து நிற்கும் சத்தம் கேட்க, வீரய்யா எழுந்து பார்ப்பது. மூக்கன் வருவது. "உள்ளே வா மூக்கா..." என வீரய்யா அழைக்க மூக்கன் உள்ளே வருவது. தான் எழுதிய ஜோசியம் குறிப்பை மூக்கனிடம் சொல்வது.

காட்சி : 14 மதியம்
சின்னசாமி வீட்டு தோட்டம் வெளியே

கல்யாணி வேலை செய்து கொண்டிருப்பது. சண்முகம் வருவது. "கல்யாணி மதியம் என்ன சாப்பாடு?" என கேட்க, "கீரை கொழம்பு, சாதம்" என சொல்ல "பெரியப்பா வீட்டுல இன்னைக்கு புறா கறி... இந்த உனக்காக நான் எடுத்துட்டு வந்து இருக்கிறேன்" என சொல்லி கொடுக்க,

"யாராவது பார்த்தா தப்பா போயிடும் எனக்கு வேண்டாம்." என சொல்ல, 'யாரும் இல்ல, இங்கே நாம ரெண்டு பேரும் மட்டும் தான் இருக்கோம்." என்றபடி அவள் தோள் மீது கை வைக்க, கல்யாணி "வேண்டாம்... வேண்டாம்..."

என்றபடி விலக சண்முகம் அவளை அப்படியே இருக்க அணைத்துக் கொள்கிறான். அவளும் எதிர்ப்பு இன்றி விட, அவளை அருகில் உள்ள சிறிய தோட்டத்து அறைக்குள் அணைத்தபடி அழைத்துச் சென்று, கதவை தாழிட்டு விட்டு

இருவரும் உடலுறவு கொள்கிறார்கள். அனைத்தும் முடிந்த பிறகு, சண்முகம் முதலில் எழுந்து செல்கிறான். பிறகு ஆடைகளை சரி செய்து விட்டு கல்யாணி எழுந்து சென்று முகம் கை, கால்கள் கழுவி விட்டு, சண்முகம் கொண்டு வந்து கொடுத்த புறா கறியுடன் மதிய உணவை உண்கிறாள். புறா கறி அவளுக்கு மிகவும் பிடித்த உணவு என்பது ஏற்கனவே சண்முகத்துக்கு தெரியும்.

காட்சி : 15 காலை
கோவில் மேடு வெளியே

சேவல் சண்டை காண கூட்டம் கூடி இருப்பது. தாமோதரனின் வேவல்கள் சேவல் களத்தில் சீரியபடி நிற்க... எதிரே ஒரு சேவல் நிறுத்த மோதல் தொடங்குகிறது. செவளயின் ஒரே பாய்ச்சலில் அதன் காலில் கட்டப்பட்ட கத்திப்பட்டு எதிரே நிற்கும் சேவலின் கழுத்து அறுபட்டு மண்ணில் சாய்கிறது செவள மீது பந்தயம் கட்ட கூட்டம் தயாராகிறது. அடுத்து மூக்கனின் சேவல் களத்தில் இறங்குகிறது. பட்சி ஜோசியத்தின் படி வீரய்யா சொன்ன கருப்பு, வெள்ளை நிற சேவல் மோதுகிறது. தாமோதரனின் செவளையுடன். நீண்ட போராட்டத்திற்கு பிறகு, செவளை ஜெயிக்கிறது. முக்கனின் சேவலும் மூர்ச்சை ஆகி தரையில் சாய்கிறது. தாமோதரன் வீரய்யாவிடம்

“அண்ணே, நீங்க சொன்ன மாதிரி செவளே சேவல் இல்லண்ணெ, காளெ பாத்தீங்களா பாய்ச்சல்” என சொல்ல வீரய்யா, “தாமு நாளை மதியம்... நம்ம கருப்பன களத்துல இறக்குறேன். அப்ப தெரியும்... ஜெயிக்கிறது... கருப்பா, செகப்பான்னு” என சொல்லி விட்டு, தனது வாகனத்தை எடுத்துக்கொண்டு, வீட்டுக்கு செல்வது.

காட்சி : 16 இரவு
கல்யாண வீடு உள்ளே

சுந்தரி, கல்யாணி உரையாடல் "இந்த வாரம் நாம ரெண்டு பேரும்... மேல்மருவத்தூருக்கு போயிட்டு வருவோம் வந்த கையோட உனக்கு நல்ல மாப்பிள்ளையே பார்த்து கல்யாணம் செய்து வைக்க ஏற்பாடு பண்ணுறேன்," என சொல்லிக் கொண்டிருக்கும் போதே... அதை பொருட்படுத்தாமல் உறங்கி விடுகிறாள், கல்யாணி.

காட்சி : 17 இரவு
வீரய்யா வீடு உள்ளே/வெளியே

வரண்டாவில் அமர்ந்தபடி வீரய்யா பட்சி ஜோசிய ஏட்டை பிரித்துப் பார்த்துக் கொண்டு, கணக்கு போடுவது, தினேஷிடம் அவனது அம்மா மருதாயி சத்தம் போடுவது.

" அப்பனுக்கு தான் பொழப்பில்லைன்னு பார்த்தா, நீயும் அந்தாளு கூட சேர்ந்துட்டு வேல வெட்டிக்கு போகாம, சேவல் சண்டை, கோழி வளர்க்கிறேன்னு திரியுற. இப்படியே போனா... உனக்கு வர்ற பொண்டாட்டி என்ன மாதிரி பொறுமையா இருக்க மாட்டா. உன்னெ விட்டுட்டு ஓடிப் போயிருவா. அத மட்டும் நீ தெரிஞ்சுக்கோ" எனக் கூற, "அதெல்லாம் அப்ப பார்க்கலாம், இப்போ சோத்த போடு," என தினேஷ் சொல்ல, பாட்டி சிரிப்பது.

காட்சி : 18 காலை
தாமோதரன் வீடு உள்ளே/வெளியே

தாமோதரன் தனது சேவல் செவலைக்கு தீவனம் போடுவது. பயிற்சி அளிப்பது. "டேய் செவளெ கண்ணு.

இன்னைக்கு நீ ஜெயிக்கிற... கருப்பன காலி பண்ணுற, அம்புட்டுதான்,” என சிரிப்பது.

காட்சி : 19 காலை
சின்னசாமி வயல் வெளியே

கல்யாணி மற்றும் சில பெண்கள் வயலில் வேலை செய்து கொண்டிருப்பது. சின்னசாமி வருவது. அனைவரையும் விரைவாக வேலை செய்ய சொல்வது. சிறிது நேரத்தில் சண்முகம் வருவது. சண்முகத்திடம் சில விஷயங்களை சொல்லி விட்டு, சின்னசாமி செல்வது. சண்முகம் செல்ல தாயை அழைப்பது. “மதியத்துக்கு மேலே நீ ஐயா வீட்டுக்கு வேலைக்கு போயிடு,” என சொல்ல’சரி தம்பி’என்றபடி செல்லத்தாய் வேலையை தொடர்வது.

காட்சி : 20 பகல்
கோவில் மேடு வெளியே

தாமோதரன் சேவலுக்கும், வீரய்யாவின் சேவலுக்கும் கடுமையான போட்டி நடைபெறுவது. தினேஷ் சேவலை உற்சாகப்படுத்துவது. கூட்டம் அதிகமாக தாமோதரனின் சேவலுக்கு ஆதரவாக கோஷம் போடுவது. முடிவில் செவளையின் காலில் கட்டப்பட்ட கத்திக்கு வீரய்யாவின் கருப்பன் பலி ஆகி விடுகிறான். தாமோதரனின் செவலை சீறிப்பாய்ந்து கருப்பனின் கழுத்தை அறுத்து விடுகிறது. கருப்பன் ரத்தம் ஒழுக... மண்ணில் சாய்கிறான்.

காட்சி : 21 மாலை
சின்னசாமி வீடு உள்ளே

சின்னசாமியின் படுக்கை அறையில் இருந்து

செல்லதாயி தனது புடவையை சரி செய்தபடி வெளியே வருவது. அவளுக்கு பின்னால் சின்னசாமி வருவது. "நீங்க என்ன மதியம் வீட்டுக்கு வர சொல்லும்போதே... எனக்கு தெரியும். உங்க சம்சாரம் இல்ல, என்ன இதுக்கு தான் கூப்பிட்டீங்கன்னு" என செல்ல தாயி சொல்ல, "அனுபவக்காரி உனக்கு தெரியாதா... என்ன...?" என்று சிரித்தபடி பணத்தை எடுத்து கொடுக்க, அதை வாங்கி தனது ஜாக்கெட்டினுள் வைத்தபடி வீட்டை விட்டு வெளியேறுகிறாள் செல்ல தாயி.

காட்சி : 22 மாலை
வீரய்யா வீடு   உள்ளே/வெளியே

கந்து வட்டிக்காரன் வசூலுக்கு இன்று வசூல் இல்லையென சொல்ல அவன் சத்தம் போடுவது. வீரய்யா வீட்டில் பட்சி ஜோசியம் பார்த்துக் கொண்டிருப்பது. மருதாயி கோபத்தில் அவனது கையில் இருக்கும் பஞ்சாங்கத்தை பிடுங்கி கிழித்து போட ஆத்திரத்தில் மருதாயின் முடியை பிடித்து இழுத்துப் போட்டு, மிதித்து அடிப்பது. அவள் சாபம் விட்டு, கதறுவது, அடுத்த அறையில் இருந்து தினேஷ் ஓடி வருவது. வீரையாவை தடுப்பது. சாந்தம்மாள் மகளை அழைத்து செல்வது. மருதாயி அழுதபடி சாபம் இடுவது.

காட்சி : 23 காலை
பிரதான சாலை   வெளியே

தினேஷ் சைக்கிளில் வந்து கொண்டிருப்பது. சிறுவர்கள் பட்டம் விடுவது. மாஞ்சா நூல் குறுக்கே வர தினேஷ் சைக்கிளை சாய்த்து கீழே விழுவது. சிறுவர்களை சத்தம் போடுவது. "இப்படியே குறுக்கும் நெடுக்குமாக பட்டம் விட்டு, யாரை பழிவாங்க போறீங்களோ," என கத்துவது. சிறுவர்கள் மன்னிப்பு கேட்பது. தினேஷ் திரும்பவும் எழுந்து

சைக்கிளை எடுத்துக்கொண்டு கடைவீதிக்கு செல்வது.

காட்சி : 24 மாலை
மார்க்கெட் உள்ளே/வெளியே

கல்யாணி, சுந்தரி இருவரும் மார்க்கெட்டில் காய்கறி, மற்றும் மளிகை பொருட்களை வாங்கிக் கொண்டிருப்பது. பிரியாணியின் மாமா மச்ச காளை வருவது. அக்கா சுந்தரியிடம் உரையாடுவது. “அக்கா... மாயப்புரத்துல ஒரு நல்ல வரன் இருக்கா, நீ சரின்னு சொன்னா கல்யாணிக்கு கல்யாணத்தை முடிச்சிடலாம்” என சொல்ல, “தம்பி நல்லது... கெட்டது... உனக்கு தெரியும் நீயே பார்த்து சொன்னா சரி” எனக் கூற... “கல்யாணி நீ என்ன சொல்ற?” மச்ச காளை கேட்க “உங்க இஷ்டம் மாமா” என சொல்ல, மூவரும் பேசியபடி நடந்து செல்வது.

காட்சி : 25 காலை
வீரய்யா வீடு வெளியே

பெரிய அளவில் புறா கூண்டை தயார் செய்து கொண்டிருப்பது. தினேஷ் புதிதாக புறா வியாபாரம் செய்ய திட்டமிட்டு இருப்பது. மருதாயிக்கு கொஞ்சமும் பிடிக்கவில்லை. அவள் மகனிடம்,

‘உன் அப்பன் சேவல் வளர்த்து ஒன்றும் உருப்படவில்லை. நீ புறா வளர்க்குற... இது என்ன லாபம் தர போகுதோ... இதைவிட நீயாவது வேலைக்கு போகலாம்” என சொல்ல,

“அவ கிடக்குறா பைத்தியக்காரி. நீ உன் வேலையை பாருடா” என மகனிடம் வீரய்யா சொல்ல, கோபத்துடன் உள்ளே செல்கிறாள், மருதாயி.

காட்சி : 26 மாலை
சின்னசாமி தோட்டம் உள்ளே/வெளியே

சின்னசாமி தென்னந்தோப்பில் சண்முகமும், கல்யாணியும் பேசிக்கொண்டு இருப்பது. “என்ன கல்யாணி... மாப்பிள்ளை எல்லாம் பாக்குறதா கேள்விப்பட்டேன்?” என சண்முகம் கேட்க,

“பின்ன உங்கள நம்பி இருக்க முடியுமா?” என கல்யாணி சொல்ல, “புத்திசாலி பொண்ணு, எங்கே போனாலும் பொழச்சிக்குவ. ஆனா என்ன மறந்துறாதே “சிரிப்பது.” குழந்தையே நீ கொடுப்ப. இன்சிலை இன்னொருத்தன் கிட்ட வாங்க சொல்றே? அப்படித்தானே”என கல்யாணி சிரிக்க, அவளை அப்படியே மரங்களுக்கு இடையில் கிடத்துகிறான்.

காட்சி : 27 காலை
கல்யாணி வீடு உள்ளே/வெளியே

இரண்டு மாதங்களுக்கு பிறகு, கல்யாணியை பெண் பார்க்க, மாப்பிள்ளை வீட்டார் வருவதால், கல்யாணி வீட்டில் சொந்தங்கள் கூடியிருப்பது. வெளியில் வண்டி சத்தம் கேட்க, மாமா மச்ச காளை முதலில் வெளியே செல்ல, மாப்பிள்ளை வீட்டார் வந்த கார் வந்து வாசலில் நிற்பது. காரில் இருந்து மாப்பிள்ளை தினேஷ் இறங்குவது. அவனை தொடர்ந்து வீரய்யா, மருதாயி மற்றும் சில உறவினர்கள் இறங்க, மச்சக்காளை அனைவரையும் வரவேற்பது.

காட்சி : 28 காலை
கல்யாணி வீடு உள்ளே/வெளியே

கல்யாணி தனது அறையில் உடைமாற்றிக் கொண்டிருப்பது. அவளது தோழி வசந்தா மாப்பிள்ளை வந்த விஷயத்தை அவளுக்கு சொல்ல, கல்யாணி அலங்காரம் முடித்து தயாராவது. தினேஷ் மற்றும் குடும்பம் அமர்ந்திருக்க, சுந்தரி அனைவரையும் வரவேற்று ஒதுங்கி நிற்பது. மச்ச காளை அவனது மனைவி மலர்க்கொடி இருவரும் முன்னின்று நடத்துவது. "அக்கா... பொண்ண வர சொல்லு"

காட்சி : 29 காலை
வீடு உள்ளே

சுந்தரி உள்ளே சென்று கல்யாணியிடம் காப்பி தட்டை கொடுத்து அனுப்புவது. அவள் அனைவருக்கும் வணக்கம் சொல்லிவிட்டு காபி தருவது. பார்ப்பதற்கு கல்யாணி மிகவும் அழகாக இருக்க, மாப்பிள்ளை தினேஷ் உட்பட அனைவருக்கும் சம்மதம் என சொல்வது. திருமண தேதி குறிப்பது. கல்யாணி, தினேஷ் இருவரும் தனிமையில் பேசுவது. பிறகு மாப்பிள்ளை வீட்டார் விடை பெற்று செல்வது.

காட்சி : 30 மாலை
பிரஸ் உள்ளே/வெளியே

தினேஷ் பிரஸில் பத்திரிக்கை அச்சிட எழுதிக் கொடுப்பது. தினேஷ், கல்யாணியின் மாமா மச்சக்காளையிடம் போனில் பேசி சில தகவல்களை பெறுவது. பிறகு பத்திரிக்கையில் திருத்தங்கரை செய்து, அதை அச்சிட சொல்வது. பத்திரிக்கை நாளை மாலை தருவதாக சொல்ல, தினேஷ் அட்வான்ஸ் கொடுத்துவிட்டு அங்கிருந்து கிளம்புவது.

காட்சி : 31 இரவு
கல்யாணி வீடு உள்ளே

கல்யாணி தனது அறையில் இருந்து தினேஷிடம் போனில் பேசுவது. தினேஷ் பத்திரிக்கை அடிக்க சொன்ன விஷயங்களை அவளிடம் சொல்வது. தான் புறா, சண்டைக்கோழி ஆகியவற்றை வளர்ப்பதை பற்றி சொல்வது. இப்படியே அவர்களின் உரையாடல் தொடர்கிறது.

காட்சி : 32 மாலை
வீதி உள்ளே/வெளியே

ஞாயிற்றுக்கிழமை... இரு விட்டாரும் கல்யாண பத்திரிக்கையை உறவினர், நண்பர்களுக்கு வழங்குவது. தினேஷ் தன் நண்பர்களுடன்... மதுக்கடைக்கு செல்வது. வீரய்யா மற்றவர்களுடன் சேர்ந்து மார்க்கெட் செல்வது.

காட்சி : 33 காலை
தாமோதரன் வீடு உள்ளே/வெளியே

தாமோதரன் உள்ளே குளித்துக் கொண்டிருப்பது. வீரய்யா பத்திரிக்கை தர வருவது. "தாமோதரன்" என்ற சத்தம் கேட்க, அவனது மனைவி லட்சுமி வருவது.வீரய்யாவை கண்டவுடன்"வாங்க அண்ணே உள்ளே. அவரு குளிக்கிறாரு" என சொல்ல வீரய்யா உள்ளே சென்று அமர்வது. தாமோதரன் குளித்துவிட்டு உடைமாற்றி வருவது. வீரய்யா,

"என்ன'தாமு'சண்டை சேவல் அதிகம வளர்க்க ஆரம்பிச்சிட்ட போல"என சொல்ல, தாமு சிரித்தபடி 'எல்லாம் உங்க ஆசி தாண்னே'என சொல்ல, லட்சுமி காபி உடன் வருவது. வீரய்யா வாங்கி அருந்திவிட்டு, தினேஷின்

திருமண பத்திரிக்கையை கொடுத்துவிட்டு, தாமுவையும் லட்சுமியையும் கண்டிப்பாக வரும்படி கூறிவிட்டு, அங்கிருந்து வெளியேறுவது.

காட்சி : 34 காலை
திருமண மண்டபம்   உள்ளே/வெளியே

சரியான முகூர்த்த வேளையில் கல்யாணி கழுத்தில் தாலி கட்டுகிறான் தினேஷ். அனைவரும் வாழ்த்திவிட்டு, காலை உணவை உண்டு விட்டு, செல்வது, மணமக்கள் இருவரும் தங்களின் வாழ்க்கையை பற்றி பேசி சிரித்து கொள்வது. சண்முகம் ஒரு பெரிய பார்சல் உடன் வர கல்யாணி" இவ எங்க முதலாளி தம்பி மகன்"என அறிமுகம் செய்வது. தினேஷ் கை கொடுத்து சிரிப்பது.

காட்சி : 35 இரவு
வீடு   உள்ளே

கல்யாணி தினேஷ் இருவருக்கும் முதலிரவு நடப்பது. கல்யாணியிடம் புடவையை விலக்கி தினேஷ் முத்தம் தர, கல்யாணி வெட்கப்படுவது. "இதுக்கே இப்படியே வெட்கப்பட்ட மத்ததுக்கெல்லாம் எப்படி?" என தினேஷ் சொல்ல, "ச்சீ போங்க" அப்படி கண்களை அவள் மூட, தினேஷ் அவளது உதடுகளை கவ்வுகிறான், அவள் மேல் படுக்கிறான்.

காட்சி : 36 இரவு, பகல்
சில இடங்கள்   உள்ளே/வெளியே

தினேஷ், கல்யாணி இருவரும் உடல் உறவு கொள்ளும் காட்சி

காட்சி : 37 பகல்
கோவில் உள்ளே/வெளியே

தினேஷ், கல்யாணி, மற்றும் குடும்பத்தினர் குலதெய்வ கோவிலுக்கு சாமி கும்பிட வருவது. கூடவே கல்யாணி அம்மா சுந்தரி மற்றும் மாமா மச்ச காளை அவனது மனைவி மலர்கொடி. அனைவரும் சாமி தரிசனம் முடித்து செல்வது. கல்யாணி அம்மா, மாமா அத்தை அவர்கள் தனி காரில் தங்கள் ஊருக்கு செல்வது. தினேஷ் குடும்பம் அவர்கள் வீட்டிற்கு வருவது.

காட்சி : 38 காலை
வீடு உள்ளே/வெளியே

ஒரு மாதத்திற்கு பிறகு... கல்யாணியின் வீட்டில் தினேஷும், கல்யாணியும் சென்றிருப்பது. கல்யாணிக்கு புறாக்கறி பிடிக்கும் என்பதால், நான்கு, ஐந்து புறாக்களை உயிருடன் கொண்டு வந்து... வீட்டிலே தினேஷ் கிளீன் செய்து கொடுக்க, கல்யாணி சமைப்பது. தினேஷ் ஹாலில் அமர்ந்து செய்தித்தாளை படிப்பது. அப்போது அவளது செல்போன் ஒலிக்க, தினேஷ் எடுத்து பார்ப்பது. அதில் 'மு-2' என ஹ, "கல்யாணி உனக்கு போன்" என தினேஷ் சொல்ல... "யாருன்னு பாருங்க..."என அவள் கூற... 'மு-2' ன்னு வருது" என தினேஷ் சொல்ல, கல்யாணி பரபரப்புடன் வந்து போனை எடுத்துக்கொண்டு வெளியே செல்வது.

காட்சி : 39 காலை
வீடு வெளியே

கல்யாணி போனை ஆன் செய்து பேசுவது. எதிர்

முனையில் சண்முகம் "என்ன கல்யாணி... ஊருக்கு வந்துட்ட போல... நம்மள பாக்க தோணலையா?" என கேட்க, "நைட்டு தான் வந்தேன், அவரு கூடவே இருக்கிறாரு; இப்ப கூட போனை அவர்தான் பார்த்து சொன்னார். நான் அப்புறம் பேசுறேன்" என்றபடி போனை கட் செய்து உள்ளே வருவது.

காட்சி : 40 மாலை
தியேட்டர் உள்ளே/வெளியே

தியேட்டரில் இருவரும் படம் பார்ப்பது. காதல் ஜோடிகளைப் போல, இருவரும் முத்தம் கொடுப்பது. சீண்டி விளையாடுவதுமாக இருப்பது அடுத்து அமர்ந்திருப்பவரை நெளிய செய்கிறது. படம் முடிந்து இருவரும் வெளியே வருவது. ஆட்டோ பிடித்து வீட்டிற்கு வருவது.

காட்சி : 41 மாலை
மோட்டார் ரூம் உள்ளே/வெளியே

மோட்டார் ரூமில் சண்முகத்துடன் கல்யாணி உடலுறவு ஈடுபட்டு இருப்பது. முடிந்தவுடன் சண்முகம் முதலில் வெளியே வந்து ஆள் பார்ப்பது. யாரும் இல்லை என்று தெரிந்ததும் கல்யாணியை அழைக்க, அவள் வெளியே வந்து, எதுவும் நடக்காதது போல் வரப்பு வழியே நடந்து வீட்டை அடைவது.

காட்சி : 42 இரவு
வீடு உள்ளே/வெளியே

கல்யாணி முகம், கை, கால்களை கழுவி உள்ளே வருவது. தினேஷ் "இவ்ளோ நேரம் எங்கே போயிருந்த"

என கேட்க,

"என் ப்ரெண்ட் வீட்டுக்கு போனேன், பேசிட்டு இருந்ததுல நேரம் போனதே தெரியல" என சொல்வது. சுந்தரி மகளை திட்டுவது,

"பிள்ளைக்கு தெரியாம இனி வெளியே போகக்கூடாது" என சொல்ல, "பரவாயில்ல அத்தை" என தினேஷ் கூற, கல்யாணி அவனை அனைத்து முத்தம் கொடுப்பது.

காட்சி : 43 பகல்
கோவில் மேடு வெளியே

காலங்கள் கடந்து வருடம் ஒன்று முடிகிறது. கோவில் மேட்டில் தினேஷ், சேவல் சண்டையில் ஈடுபடுவது. அவனது சேவல் தோற்று காயம் படுவது. காயம் பட்ட சேவலுடன் வீட்டிற்கு வருவது.

காட்சி : 44 பகல்
வீடு உள்ளே/வெளியே

வீட்டில் பாட்டி, "டொங்கு," "டொங்கு" என வெற்றிலையை இடிப்பது. கல்யாணிக்கு எரிச்சலை வரவழைப்பது. தினேஷ் காயம் பட்ட சேவலுடன் உள்ளே வருவது. மனைவியிடம் "இன்று இந்த சேவலை சமைத்து விட வேண்டியதுதான்" என்று சொல்ல, "யாருக்கு வேணும் உன்னோட சாகப் போற கோழி. அம்மாவெ சமைக்கச் சொல்லி, நீயும் உன் குடும்பமும் உக்காந்து தின்னு" என்றபடி தன் அறையில் சென்று கதவை சாத்துவது.

காட்சி : 45 இரவு

வீடு உள்ளே

அம்மா மருதாயி, மகனிடம் பேசுவது... வர வர உன் பொண்டாட்டி பேச்சும், நடவடிக்கையும் சரியில்ல... நீ ஆச்சு அவளாச்சு... நானும், அப்பாவும் கொஞ்ச நாளைக்கு மதுரைக்கு போயி... உங்க சித்தப்பா வீட்ல தங்குறோம். என்றபடி சமையல் அறைக்கு செல்ல, அப்பா வீரய்யா மௌனமாக உட்கார்ந்து இருப்பது.

காட்சி : 46 பகல்

வீதி வெளியே

தினேஷ் சைக்கிளில் புறாக்களை கொண்டு போய் வீதி வீதியாக வியாபாரம் செய்வது. வர வர வியாபாரம் மிகவும் மந்தமாக போகிறது. இதனால் வருமானம் குறைய... குறைய... மனைவியிடம் தினேஷுக்கு மரியாதை குறைகிறது. தினேஷ் புறாக்கறியை விரும்புவதில்லை. ஆனால், கல்யாணி புறாக்களை சமைத்து தின்பதில் தான் குறியாக இருக்கிறாள். இதனால், கணவன் மனைவியிடம் சண்டை அடிக்கடி ஏற்படுகிறது. பாட்டியோ... பொண்டாட்டியை அடக்க வக்கில்லாத பய" என அவனை ஏசுவது... இவற்றை எல்லாம் நினைத்தபடி சைக்கிளை வீட்டை நோக்கி ஓட்டி வருகிறான் தினேஷ்.

காட்சி : 47 மாலை

வீடு உள்ளே/வெளியே

தினேஷ் சைக்கிளில் கட்டி இருக்கும் புறா கூட்டில் இருந்து புறாக்களை எடுத்து வீட்டில் உள்ள கூட்டுக்குள் இடுவது. வழக்கமாக அவன் மிகவும் கொஞ்சி... கொஞ்சி... வளர்க்கும் மணிப்புறா கூட்டை பார்க்க... அது காலியாக இருப்பது, உடனே... “கல்யாணி...” என அவன் கத்த...

சவகாயமாக வரும்... அவள் "ஏன் கத்துறீங்க" என கேட்க, "எங்கே கூட்டுல இருந்த மணிப்புறா?" என கேட்க,

"அடுப்புல வேகுது..." என அவள் பதில் சொல்ல... கோபம் தலைக்கு ஏற... ஓங்கி ஒரு அறை விடுகிறான் அவள் கன்னத்தில் 'பளார்' என... அதை சற்றும் எதிர்பார்க்காத அவள் சற்று தடுமாறி போகிறாள்.

"நான் ஆசையா கொஞ்சுற புறாவை கொன்னுட்டியே" என அவன் கத்த... "கொஞ்சுறதுக்கு ஒரு புள்ளையை கொடுக்க வக்கில்லாதவன்.. புறாவ கொஞ்சுரானாம்.. புறாவை..." என்றபடி கோபமாக உள்ளே செல்லும் அவள் புறாக்கறி வெந்து கொண்டிருக்கும் சட்டியை அப்படியே தூக்கி வந்து புறா கூட்டின் மேல் வீசுகிறாள். குழம்பு கொதித்து கொண்டிருப்பதால்... கூட்டில் உள்ள புறாக்கள் மீது அது விழ சூட்டால் புறாக்கள் கத்தி, சிலது வெந்து சாகிறது. இதனால் ஆத்திரம் அடையும் தினேஷ் அவளை அடிக்க... பாய... "என் மேல் கையே வெச்ச... சுடு தண்ணிய உன் மேல ஊத்தி கொன்னுடுவேன்" என்றபடி தாலியை அறுத்து அவன் மீது வீசிவிட்டு தனது பெட்டியுடன் வெளியேறுகிறாள் கல்யாணி.

காட்சி : 48 பகல்
வீதி வெளியே

இரண்டு வாரங்களுக்கு பிறகு...

தினேஷ் நிம்மதி இழந்தவனாக மது போதையில் வீதியில் சைக்கிளில் வருவது. கல்யாணி பேசிய வார்த்தைகள் கல்லாக அவன் மனதை கலக்க வைக்க. வழி தவறிய ஆட்டைப்போல... அலைந்தான் மது போதையில் தினேஷ்... அப்பொழுது சிறுவர்கள் பட்டம் விட்டு கொண்டிருக்க...

மாஞ்சா கயிறு அவன் சைக்கிளுக்கு குறுக்கே வர... அதை அறிந்தவனாக தானே போய் அதில் சிக்கிக் கொள்ள... கழுத்து அறுபட்டவனாக சைக்கிளுடன் கீழே சாய்கிறான் தினேஷ்.

காட்சி : 49 மாலை
ரோடுவெளியே

அதே வேளையில்... சண்முகத்தை அணைத்தபடி தலை நிறைய மல்லிகை பூவுடன் புது பெண்ணை போல அலங்கரித்து கொண்டு... பைக்கில் வந்து கொண்டிருக்கிறாள்... கல்யாணி சண்முகம் அவளை திரும்பி... திரும்பி பார்த்து சிரித்தபடி வண்டியை ஓட்ட எதிரே வரும் லாரி எதிர்ப்பாராத விதமாக பைக் மீது மோத... இருவரும் தூக்கி வீசப்பட்டு... காற்றில் பறந்து... ரோட்டில் விழ.. வாய் வழியே ரத்த சிதறாக இருவரும்... துடித்தபடி உயிர் விடுவது. அங்கே தினேஷ்... இங்கே இவர்கள். தினேஷ் தான் முடிவை தானே தேடிக் கொண்டாலும்... கல்யாணி, சண்முகத்தின் முடிவை யாரோ எழுதுகிறான். யாரோ, எவன் தீர்ப்பு இது... எவர் இதை மாற்றுவது..." என்ற பாடல், அருண் மொழியின் குரலில் எங்கோ ஒழிப்பதை கேட்க முடிகிறது... இங்கே கூடியுள்ள கூட்டத்திற்கு...

திரைக்கதை 13

காதலின் பொன் வீதியில்

காதலிக்கு காதலனின் பைக் ஓட்டும் விதம் பைக் வித்தைகள் ரொம்ப பிடிக்கும். அவர்கள் ஒரு சூழலில் வீட்டை விட்டு வெளியேறுகிற நிர்பந்தம் ஏற்படுகிறது..

பணம் இல்லாத சூழலில் அவனின் பிரியமான பைக்கை விற்று குடும்பச் செலவு செய்கிறார்கள். அவனின் பைக் இழப்பு அவளுக்கு அதிர்ச்சி தருகிறது. அவள் வேலைக்கு போக முயற்சி செய்கிறாள் காதலனும் வேலைக்கு போக முயற்சி செய்கிறான். அவள் வேலைக்கு போன முதல் மாதம் அவர்கள் முதல் சம்பளத்தில் ஒரு பைக்கையாவது அவனுக்கு வாங்கி தர விரும்புகிறாள் வேறு வழி இல்லை ஒரு சைக்கிள் தான் வாங்கி தருகிறாள். ஆனால் பைக் பயணம் போல் சைக்கிள் பயணம் தொடந்ததா நீடித்ததா? காதல் வாழ்க்கை என்ன ஆனது.

காட்சி : 01 காலை
வீடு உள்ளே/வெளியே

இளமுருகு ஒரு மஞ்சள் பையில் சில பொருட்களை எடுத்துக் கொண்டு... புறப்பட போகும் வேளையில் அவனது

இரண்டரை வயது மகன், அவன் காலை பிடித்துக் கொண்டு அழ "அம்மா புகழை வந்து தூக்குங்க அழுறான் பாருங்க" இளமுருகு சொல்ல, அவனது அம்மா கிருஷ்ணவேணி வந்து பேரனை தூக்கி கொஞ்சுவது.

"அப்பா போயிட்டு வரட்டும்பா உனக்கு நிறைய விளையாட்டு சாமான் வாங்கி வருவார் அழாதே" என சொல்ல, குழந்தை இளமுருகுவை பார்த்து குழந்தை மொழியில் கொஞ்சிக் கொஞ்சி பேச அவனும் குழந்தைக்கு முத்தம் தந்துவிட்டு புறப்பட சுகந்தி குளித்துவிட்டு உள்ளே வருவது. "ஏன் அத்த அழுதானா?" என கேட்க சமாதானம் பண்ணீட்டேன் என்று கிருஷ்ணவேணி சொல்ல இளமுருகு

"சரி நான் கிளம்புறேன்."

"பத்திரமா போயிட்டு வாங்க" என சுகந்தி சொல்ல இளமுருகு தனது வண்டியை எடுத்து கிளம்புவது. வண்டி பேருந்து நிலையத்தை நோக்கி செல்வது.

காட்சி : 02 அதிகாலை
கோயம்பேடு பேருந்து நிலையம், சென்னை
உள்ளே/வெளியே

அதிகாலை 4.00 மணி பேருந்து கோயம்பேடு பஸ் நிலையத்தில் வந்து நிற்க, பயணிகள் தங்கள் உடமைகளை சரி பார்த்து, எடுத்துக் கொண்டு இறங்குவது. இளமுருகுவும், தனது மஞ்ச பையையும் இரண்டு செட் துணிகள் வைக்கும் அளவில் இருந்த ஒரு பேக்கையும் எடுத்துக் கொண்டு பேருந்தை விட்டு இறங்குவது.

ஆட்டோ பிடித்து அவன் சென்னை வரும்போது

வழக்கமாக தங்கும் அந்த நடுத்தர ஹோட்டலுக்கு செல்வது.

காட்சி : 03 காலை
ஹோட்டல் அறை   உள்ளே/வெளியே

இளமுருகு குளித்துவிட்டு, வெளியே வருவது. லுங்கியை கட்டிக் கொண்டு, வாட்சில் அலாரத்தை காலை 11.00க்கு செட் செய்து விட்டு கட்டிலில் படுத்து சிறிது நேரம் உறங்க கிடப்பது. உறங்கி விடுவது திடீரென கண்விழிக்க, மணி 11.00 என வாட்ச் காட்டுவது. பிறகு, எழுந்து முகம் கழுவிவிட்டு. உடை உடுத்திக் கொண்டு மஞ்சப்பையை கையில் எடுத்துக் கொண்டு அறையை விட்டு வெளியே வருவது.

காட்சி : 04 காலை
ஹோட்டல் உள்ளே/வெளியே

ஹோட்டலில் இளமுருகு டிப்பன் சாப்பிடுவது. டீ குடிப்பது பில் கொடுத்து விட்டு, வெளியே வருவது. நகர பேருந்து நிற்கும் இடத்திற்கு சென்று நிற்பது. பல பேருந்துகள் அவனை கடந்து செல்கிறது. இப்பொழுது அவன் எதிர் பார்த்து காத்திருந்த... அந்த பேருந்து வர அவன் அதில் ஏறி அமர்கிறான்.

தான் செல்ல வேண்டிய இடத்திற்கு டிக்கெட் எடுக்கிறான் இளமுருகு. ஜன்னல் ஓர இருக்கையில் அமர்ந்து காற்றின் குளுமை சற்று வெப்பத்தை தனிக்க... மெதுவாக கண்களை மூடுகிறான்... இளமுருகு அவனது நினைவுகள் ஈராண்டு பின் செல்கிறது...
இரண்டு ஆண்டுகளுக்கு முன்... (நினைவுகள் மலர்வது...)

காட்சி : 05 காலை
சமத்துவபுரம் காலனி   உள்ளே/வெளியே

சோனையப்பன், மதுரை வீராசாமி படத்தின் முன்னால் நின்று சாமி கும்பிடுவது. அன்னக்கிளி கம்பங்கூழ் தயார் செய்துக் கொண்டிருப்பது.

விக்னேஷ் ஆற்றங்கரைக்கு சென்று குளித்துவிட்டு, வீட்டிற்குள் வருவது. 'டேய் போய் துணி மாத்தீட்டு, சாப்பிட வா' என அம்மா அன்னக்கிளி அழைக்க "என்னம்மா இன்னைக்கு?"

"எப்பவும் போல கம்மங்கூழ் தான்" என அம்மா சொல்ல "ஏம்மா வேற ஒன்னும் செய்ய மாட்டியா?" என விக்னேஷ் கேட்க,

"உங்க அப்பன் வருமானத்துல பாதியை நீ உன் வண்டிக்கு எண்ணெய் வாங்கிக்குற (பெட்ரோல்) மீதிய வெச்சு... என்னால கூழ்தான் செய்யமுடியும்."

"இட்லி, தோசன்னு வேணுமுன்னா நீயும் ஏதாவது வேலைக்கு போ "" என அம்மா சொல்ல "நான் வேலைக்கு போகுற வரைக்கும் கூழ் தான்" என விக்னேஷ் சற்று எரிச்சலுடன் சொல்ல" என்ன காலையிலேயே சத்தம்" என சாமி கும்பிட்டுவிட்டு வெளியில் வரும் சோனையப்பன் கேட்க,

"உங்க புள்ளைக்கு 'கூழ்' பிடிக்கலையாம். இட்லி, தோச வேணுமாம் நான் எங்க போவேன். சட்டியில இருந்தா தானே அகப்பையில வரும்" என அன்னக்கிளி சொல்ல, சோனையப்பன் ஐம்பது ரூபாயை எடுத்து, விக்னேஷ் இடம்

கொடுத்து “நீ வெளியில் போய் சாப்பிடுப்பா..” என சொல்ல விக்னேஷ் வாங்கி பாக்கெட்டில் வைத்துக் கொண்டு வண்டி சாவியை எடுத்து வெளியே செல்வது.

“கூழ ஊத்து...” என்றபடி தரையில் இடப்பட்டிருந்த பாயில் அமர்கிறார் சோனையப்பன்.

காட்சி : 06 காலை
மிதிலா வீடு உள்ளே/வெளியே

மிதிலா குளியல் அறையில் இருந்து வெளியே வருவது. அவளது அறைக்கு செல்வது. சித்தி (அப்பாவின் இரண்டாவது மனைவி) சுசிலா. “ஏய் மிதிலா இன்னும் பாத்ரூம்ல என்னடி பண்ணீட்டு இருக்க?” என கத்த நான் ரூம்ல துணி மாத்திட்டு இருக்கேன் என்று மிதிலா பதில் சொல்ல,

“நீ சீவி முடிச்சு சிங்காரிச்சு வர்றதுக்குள்ள... பொழப்பு கிழிஞ்சிரும். காலையில ஏந்திரிச்சு ஏதாவது ஒத்தாச செய்தா தானே.. நானும் சீக்கிரம் வேலையை முடிப்பேன்...” என சித்தி சுசிலா கத்த மிதிலா அதை கண்டுக் கொள்ளாமல் உடை மாற்றிக் கொண்டிருப்பது.

காட்சி : 07 காலை
மிதிலா வீடு உள்ளே/வெளியே

தனது வண்டியில் வந்து இறங்குகிறார் மிதிலாவின் அப்பா மாதவன். ஆள் பார்ப்பதற்கு கம்பீரமாக அரிவாள் மீசையுடன் இருந்தார். கையில் இருந்த கேரி பேக்கில் பெரிய சைசில் மீன்கள். சுசி... என்றபடி வீட்டினுள் நுழைவது.

என்ன காலையிலயே மீன் வாங்கிட்டு வந்துட்டீங்க" என சுசிலா கேட்க "போனேன், மீன் புதுசு இப்பதான் வந்தது உயிரோடு இருக்கு" என்று சொல்லி மீன்காரி ரங்கநாயகி கொடுத்தா வாங்கிட்டு வந்துட்டேன். பாதி வறுத்திடு, மீதிய கொழம்பு வெச்சிரு என்றபடி சொல்ல, சுசிலா 'உங்களுக்கும் உங்க பொண்ணுக்கும் வடிச்சு கொட்ட தான.. என்ன ரெண்டாம் தாரமா கட்டிக்கிட்டீங்க. அப்பவே எங்க அப்பென் சொன்னான். பணக்கார பயலுக்கு ரெண்டாதாரமா வேண்டாம்னு... கேட்டாளா ஏன் ஆத்தா... இப்ப இங்க மீனும், கறியும் சமைக்கிற சமையக்காரியா திரியுறேன்" என சுசிலா பொலம்ப, "என்னம்மா சத்தம் காலையிலயே" என்றபடி பிரபு எழுந்து வருகிறான். (இவன் சுசிலா, மாதவனுக்கு பிறந்தவன்) "வாடா.. நீயும் உன் அப்பன் கூட சேந்துட்டு ஏதாவது வேலை இருந்தா சொல்லு" என சொல்ல "சரி போய் ஸ்டாங்கா டீ போட்டுட்டு வா" என்று பிரபு சொல்ல, மிதிலா சிரிப்பது. சுசிலா எள்ளாய் வெடிப்பது.

காட்சி : 08 காலை
சாலை வெளியே

விக்னேஷ் தனது பைக்கில் சென்றுக் கொண்டிருப்பது. குறுக்கு சாலையில் இருந்து இளமுருகு வருவது. இருவரும் பேசிக் கொண்டே பைக்கை மெதுவாக ஓட்டி செல்வது.

"என்ன இளா... இன்னைக்கு என்ன வேல?"

"சும்மா டவுன் வர போகனும். அப்படியே சுகந்தியையும் பார்க்கனும்" என இளமுருகு சொல்ல "ஆமா சுகந்திக்கு இது எத்தனாவது மாசம்?" என்று விக்னேஷ் கேட்க, "எட்டாவது மாசம்" என இளமுருகு சொல்ல "எப்படியோ பல பிரச்சினைக்கு நடுவுல நீ காதலிச்ச சுகந்திய ஒரு வழியா

போராடி கட்டிக்கிட்ட என்று விக்னேஷ் சொல்ல, "விக்கி எனக்கு பணம் தான் பிரச்சனையா இருந்தது. அவளுக்கு வசதி நாம சமத்துவபுர வீட்ல இருந்தோம். மத்தபடி எந்த பிரச்சனையும் இல்ல. ஆனா உன்னோட காதல நெனச்சா தான்.." என சொல்லி இளமுருகு நிறுத்த

"எதா இருந்தாலும் பாத்துக்கலாம்" என்று விக்னேஷ் கூற "பணம் இன்னைக்கு இருந்து நாளைக்கு போகும்... ஆனா உன் பிரச்சனை 'சாதி' அந்த 'தீ' சில சமயத்துல ஊரயே கொளுத்தீடும்... அத நெனச்சாதான்..." என்று இளமுருகு சொல்ல, "விக்னேஷ்... முதல்ல சாதிய கண்டு பிடிச்சவன கொல்லனும் அப்புறம் சாதிய கொல்லனும்" என சொல்லி சிரிக்க....

"சாதி மட்டும் இல்லன்னா, நம் நாட்டுல அரசியலே இல்லாம போயிருமே...! நம் நாட்டு அரசியல்வாதிங்களுக்கு சாதியும், மதமும் இரண்டு கண் மாதிரி. அத வெச்சுதான் நம்மல பிரிக்குறாங்க" என சொல்ல டவுன் வந்து விடுகிறது. இருவரும் டீ சாப்பிட ஒரு காபி ஷாப் முன்னால் வண்டியை நிறுத்துவது. விக்னேசின் செல்போன் ஒலிப்பது.

காட்சி : 09 பகல்
மால் உள்ளே/வெளியே

ஆதிரா மாலில் காபி பார் பகுதியில் மிதிலா அமர்ந்திருக்க... விக்னேஷ் உள்ளே வருவது. மிதிலாவிற்கு எதிரே அமர்வது. "போன் அடிச்சாலும், வர இவ்ளோ நேரமா?" என மிதிலா கேட்க, "நான் இளமுருகு ரெண்டு பேரும் பேசிட்டு இருந்தோம். அதுதான்... சரி... என்ன அவசரமா.. கூப்பிட்ட?"

“எத்தன நாளைக்கு தான் இப்படியே திரியுறது. நம்ம காதல சமுதாயமும் ஏத்துக்காது. எங்க வீடும் ஏத்துக்காது. நாம எங்கேயாவது.. போய் வாழ்ந்திடலாம். சித்தி “டார்ச்சர் தாங்க முடியல...” என மிதிலா சொல்ல, “சிக்கல்ல வர்றதுதான் காதல். அதுக்காக சீக்கிரமா கட்டிக்க முடியுமா?” என விக்னேஷ் கேட்க,

“என்ன நக்கலா? ரைமீங்கில பதில் சொல்ற?” என்று மிதிலா கோபப்பட... “மிதிலா சும்மா தமாசுக்கு சொன்ன... இவ்ளோ கோபப்படுற... எல்லோரும் நம்மல தான் பாக்குறாங்க...” என விக்னேஷ் சொல்ல, மிதிலா அப்படியே திரும்பி பார்ப்பது.

சிலர் அவர்களை கூர்ந்து கவனிப்பது. அதற்குள் பர்கர், காபி வர இருவரும் சாப்பிடுவது. பிறகு பில் கொடுத்து விட்டு வெளியே வருவது.

மிதிலா ஸ்கூட்டியை அங்கெயே நிறுத்திவிட்டு விக்னேஷ் உடன் பைக்கில் போவது.

விக்னேஷ் பைக்கில் வித்தைகள் பல செய்து மிதிலாவை அமைதிப்படுத்துவது. சாலையில் செல்லும் சில பேர்... எங்க தொறந்தடிச்சிட்டு உளுந்து சாக போகுதுங்களோ?” என திட்டியபடி செல்வது.

காட்சி : 10 பகல்
ஒதுக்குபுறமான பகுதி வெளியே

விக்னேஷ், வழக்கமாக மிதிலாவை இந்த பகுதிக்கு அழைத்து வந்துதான் பேசுவான். இது ஆட்கள் அதிகமாக நடமாட்டம் இல்லாத இடம். இவர்களை போன்ற காதல்

ஜோடிகள் தான்... தனிமையை விரும்பி இங்கே வருவார்கள். விக்னேஷ் மிதிலாவை இறக்கி விட்டுவிட்டு பைக்கில் ‘வீலிங்’ செய்வது. பைக் மீது படுத்துக்கொண்டு பைக்கை ஓட்டுவது. பைக்கின் இருக்கையில் ஏறி நின்றுக்கொண்டு, வண்டியை ஓட்டுவது. இப்படி சாகசங்கள் செய்து காட்டுவது... மிதிலாவுக்கு மிகவும் பிடிக்கும். அதனால மிதிலா கவலையாகவோ, கோபமாகவோ இருந்தால்... இந்த இடத்திற்கு அழைத்து வந்து ‘கூல்’ செய்து விடுவான். விக்னேஷ் வண்டியை நிறுத்திவிட்டு வந்து மிதிலாவிடம் உரையாடுவது. இருவரும் சிரித்து மகிழ்வது. அவர்களை போன்ற சில ஜோடிகள் சில்மிஷத்தில் ஈடுபட்டிருப்பதை காணும் விக்னேஷ் “மூடு ஏறுதே” என்றபடி மிதிலாவை அணைத்து ‘லிப் கிஸ்’ தருவது.

காட்சி : 11 மாலை
வீடு உள்ளே

சோனையப்பன் களைத்து போய் வீட்டிற்கு வருவது. அன்னக்கிளி காபி கொண்டு தருவது. “என்னங்க இன்னைக்கு ரொம்ப களைப்பா இருக்குறீங்க” என கேட்க, “ஆமா கிளி கவுண்டர் மில்லுல இன்னைக்கு வேல ரொம்ப ஜாஸ்தி முனியனும் வேலைக்கு வர்ல அதுதான்.”

“முனியன் ரெண்டு நாள் வேல கிடச்சா... மூணு நாள் தண்ணி போட்டுட்டு.. கிடப்பான். அவ பொண்டாட்டி பாவம் கெடக்கிற வேலைக்கு போறா...”

“என்ன பண்ணுறது... அவன தலயெழுத்து அப்படி இருக்கு” என்றபடி சோனையப்பன் கட்டாந்தரையில் படுப்பது. அன்னக்கிளி சமைக்க அடுப்படிக்கு செல்வது.

காட்சி : 12 அதிகாலை
மருத்துவமனை உள்ளே/வெளியே

இளமுருகு தனது மனைவி சுகந்தியை பிரசவத்திற்காக அனுமதிக்கப்பட்டதை அறிந்து. மருத்துவமனைக்கு வருவது. உள்ளே நுழைவது. வரவேற்பறையில் இருக்கும் பெண்ணிடம் விசாரிப்பது. பெண் அறை எண்ணை சொல்ல, இளமுருகு விரைந்து அறையை நோக்கி செல்வது.

அறைக்குள் அவனது மாமியார் புஷ்பா, மனைவியின் தங்கை நிஷா இருப்பது. "அத்த சுகந்தி?" என இளமுருகு கேட்க அவள ஆப்ரேஷன் தியேட்டருக்கு கொண்டு போய் இருக்குறாங்க அரைமணி நேரமாச்சு ஒன்னும் தெரியல." டாக்டரிடம் கேட்டீங்களா? "கேட்டோம் பிரசவம் முடிஞ்சதும் வந்து சொல்லுவாங்க அதுவரை வெயிட் பண்ணுங்க" என சொல்வது.

இளமுருகு இருப்பு கொள்ளாமல் டாக்டர் அறையை நோக்கி செல்வது.

காட்சி : 13 காலை
வீடு உள்ளே/வெளியே

மிதிலாவின் சித்தி, சுசிலா "மிதில இன்னைக்கு நீ எங்கேயும் வெளிய போக வேண்டாம். என்னோட சித்தப்பா சிவலிங்கம் மகன் சிவகுரு சிங்கப்பூர்ல இருந்து வந்திருக்கான். அவன் இன்னைக்கு உன்ன பாக்கா வரான்" என சொல்ல,

"உங்க சித்தப்பா மகன் உங்கள பார்க்க வரட்டும் என்ன ஏன் பார்க்கனும்?" என மிதிலா கேட்க, "உங்க

அப்பா எதுவும் உங்கிட்ட சொல்லலையா?” என சுசிலா கேட்க,

“எங்கம்மா இறந்த பிறகு எங்கப்பா எல்லாத்தையும் உங்ககிட்ட மட்டும் தானே சொல்லுறார்” என எரிச்சலுடன் மிதிலா சொல்ல, “என்னங்க...” என சுசிலா கூப்பிட...

“என்ன சுசி?” என்றபடி உள் அறையில் இருந்து மாதவன் வருவது.

“உங்க பொண்ணுக்கிட்ட சிவகுரு வர்ற விசயத்த சொல்லலையா?” என கேட்க, “மறந்துட்டேன்”

“எங்கப்பா மறக்காதது உங்கள மட்டும்தான்” என மிதிலா சொல்ல... சுசிலா... “வாய் ரொம்ப அதிகமாயிருச்சு” என்றபடி நிற்க, மாதவன் மிதிலா “சிவகுரு உன்ன பார்க்க வரான். அப்படியே உன் கல்யாணத்த...” என முடிக்கும் முன் “சிங்கபூரு சிவகுருவுக்கு ஏத்த சீத்தாதேவி வேற யாரையாவது பார்க்க சொல்லுங்க. இந்த மிதிலா அதுக்கு தயாரா இல்ல...” என்றபடி குளியல் அறையில் புகுந்து கதவை படாரென அடைப்பது. வெளியில் சுசிலா மாதவனிடம் வரிந்துக்கட்டிக் கொண்டு சண்டை இழுப்பது.

பிரபு எதுவும் தெரியாத அப்பாவியாக சோப்பாவில் அமர்ந்து டீ குடிப்பது.

காட்சி : 14 பகல்
மருத்துவமனை உள்ளே/வெளியே

சுகந்திக்கு அழகான ஆண் குழந்தை சுகபிரசவத்தில் பிறந்து அவளை ரூமிற்கு கொண்டு வந்து படுக்க

வைத்திருப்பது. இளமுருகு சந்தோஷத்தில் அனைவருக்கும் போன் செய்வது.

காட்சி : 15 பகல்
காலனி விற்பனை நிலையம் உள்ளே/வெளியே

விக்னேஷ் காலனி விற்பனை நிலையத்தில் வேலை செய்து கொண்டிருப்பது. அவனது செல்போன் ஒலிப்பது. போனை எடுக்க எதிர் முனையில் இளமுருகு. தனக்கு ஆண் குழந்தை பிறந்த விபரத்தை ஆனந்தமாக சொல்வது.

காட்சி : 16 மதியம்
மிதிலா வீடு உள்ளே/வெளியெ

பொபீரோ வாகனம் வெளியில் நிற்க... சிங்கப்பூர் சிவகுரு பேமிலி உள்ளே இருப்பது. சித்தப்பா சிவலிங்கம் சுசிலாவின் வீட்டை சுற்றி பார்த்துக் கொண்டிருப்பது.

"சித்தப்பா வாங்க சாப்பிடலாம்" என சுசிலா குரல் கொடுக்க "இதோ வரேம்மா" என்றபடி சிவலிங்கம் மொட்டை மாடியிலிருந்து இறங்கி வருவது.

அனைவரும் டைனிங் ஹாலில் மதிய உணவு உண்பது. சிவகுரு "மிதிலா இருந்திருந்தா நல்லா இருந்திருக்கும்" என சொல்ல, மாதவன் முக்கியமான பரிட்சைன்னு சொல்லி காலேஜிக்கு போயிட்டா, என சொல்ல,

சுசிலா "அவள பாத்ததே ஆகனுமுன்னா இன்னைக்கு இங்க நைட் தங்கிருங்க. தம்பி என சொல்ல சுசிலாவின் சித்தி கௌரியம்மா நாளைக்கு காலையில நாங்க திருப்பதி போறோம் அதனால என்ன நம்ம வீட்டு பொண்ணு தானே இன்னொரு நாள் வந்து பாத்துக்கலாம்" என்றபடி அனைவரும்

உணவு உண்டுவிட்டு கை கழுவுவது. பிறகு விடைபெற்று கொண்டு அனைவரும் செல்வது. கார் புறப்பட்டு வீதியை கடக்கும் வரை காத்திருந்து விட்டு சுசிலா மாதவனை கண்டபடி கத்துவது.

காட்சி : 17 மாலை
வீடு உள்ளே/வெளியே

மாதவன் பூச்செடிகளுக்கு தண்ணீர் ஊற்றிக் கொண்டிருக்க.. மிதிலா ஸ்கூட்டியில் வந்து ஸ்கூட்டியை பார்க் செய்துவிட்டு, வீட்டில் நுழைவது..

"என்னம்மா இன்னைக்கு பார்த்து இப்படி பண்ணீட்ட, நீ வருவ என ரொம்ப நேரம் காத்திருந்தாங்க.... கடைசில பார்க்காமலே போயிட்டாங்க..." என்று மாதவன் சொல்ல,

"உங்க பொண்ண மடியில தூக்கி வெச்சு கொஞ்சுங்க.. எங்க மேஞ்சிட்டு வர்றாளோ?" என சுசிலா கத்த,

"நான் மேஞ்சா பரவாயில்ல.. உங்க பையன் மேயாம பாத்துக்கோங்க..." என்றபடி தனது அறைக்குள் சென்று கதவை தாளிடுவது.

"உங்க பொண்ணு... எனக்கு பாடம் சொல்றா.. மாடு மாதிரி நிற்குறீங்க..." என சுசிலா கத்த உன்ன கட்டுன நாள் முதலா... நான் மாடு மாதிரி தான்... நிற்குறேன்... என்னத்த சொல்ல" என்றபடி மாதவன் செடிக்கு தண்ணீர் ஊற்றும் வேலையை தொடர்கிறார்.

வைத்திருப்பது. இளமுருகு சந்தோஷத்தில் அனைவருக்கும் போன் செய்வது.

காட்சி : 15 பகல்
காலனி விற்பனை நிலையம் உள்ளே/வெளியே

விக்னேஷ் காலனி விற்பனை நிலையத்தில் வேலை செய்து கொண்டிருப்பது. அவனது செல்போன் ஒலிப்பது. போனை எடுக்க எதிர் முனையில் இளமுருகு. தனக்கு ஆண் குழந்தை பிறந்த விபரத்தை ஆனந்தமாக சொல்வது.

காட்சி : 16 மதியம்
மிதிலா வீடு உள்ளே/வெளியெ

பொபீரோ வாகனம் வெளியில் நிற்க... சிங்கப்பூர் சிவகுரு பேமிலி உள்ளே இருப்பது. சித்தப்பா சிவலிங்கம் சுசிலாவின் வீட்டை சுற்றி பார்த்துக் கொண்டிருப்பது.

"சித்தப்பா வாங்க சாப்பிடலாம்" என சுசிலா குரல் கொடுக்க "இதோ வரேம்மா" என்றபடி சிவலிங்கம் மொட்டை மாடியிலிருந்து இறங்கி வருவது.

அனைவரும் டைனிங் ஹாலில் மதிய உணவு உண்பது. சிவகுரு "மிதிலா இருந்திருந்தா நல்லா இருந்திருக்கும்" என சொல்ல, மாதவன் முக்கியமான பரிட்சைன்னு சொல்லி காலேஜிக்கு போயிட்டா, என சொல்ல,

சுசிலா "அவள பாத்ததே ஆகனுமுன்னா இன்னைக்கு இங்க நைட் தங்கிருங்க. தம்பி என சொல்ல சுசிலாவின் சித்தி கௌரியம்மா நாளைக்கு காலையில நாங்க திருப்பதி போறோம் அதனால என்ன நம்ம வீட்டு பொண்ணு தானே இன்னொரு நாள் வந்து பாத்துக்கலாம்" என்றபடி அனைவரும்

உணவு உண்டுவிட்டு கை கழுவுவது. பிறகு விடைபெற்று கொண்டு அனைவரும் செல்வது. கார் புறப்பட்டு வீதியை கடக்கும் வரை காத்திருந்து விட்டு சுசிலா மாதவனை கண்டபடி கத்துவது.

காட்சி : 17 மாலை
வீடு உள்ளே/வெளியே

மாதவன் பூச்செடிகளுக்கு தண்ணீர் ஊற்றிக் கொண்டிருக்க.. மிதிலா ஸ்கூட்டியில் வந்து ஸ்கூட்டியை பார்க் செய்துவிட்டு, வீட்டில் நுழைவது..

"என்னம்மா இன்னைக்கு பார்த்து இப்படி பண்ணீட்ட, நீ வருவ என ரொம்ப நேரம் காத்திருந்தாங்க.... கடைசில பார்க்காமலே போயிட்டாங்க..." என்று மாதவன் சொல்ல,

"உங்க பொண்ண மடியில தூக்கி வெச்சு கொஞ்சுங்க.. எங்க மேஞ்சிட்டு வர்றாளோ?" என சுசிலா கத்த,

"நான் மேஞ்சா பரவாயில்ல.. உங்க பையன் மேயாம பாத்துக்கோங்க..." என்றபடி தனது அறைக்குள் சென்று கதவை தாளிடுவது.

"உங்க பொண்ணு... எனக்கு பாடம் சொல்றா.. மாடு மாதிரி நிற்குறீங்க..." என சுசிலா கத்த உன்ன கட்டுன நாள் முதலா... நான் மாடு மாதிரி தான்... நிற்குறேன்... என்னத்த சொல்ல" என்றபடி மாதவன் செடிக்கு தண்ணீர் ஊற்றும் வேலையை தொடர்கிறார்.

காட்சி : 18 காலை

இளமுருகு வீடு உள்ளே/வெளியே

இளமுருகுவின் குழந்தைக்கு பெயர் சூட்டுவிழா, சிறப்பாக நடந்துக் கொண்டிருப்பது. உறவினர்கள் எல்லாம் கூடி இருப்பது. நண்பர்கள் இருப்பது.

இளமுருகு.. "எங்க இன்னும் விக்னேஷை காணும்?" என சொல்லிக் கொண்டிருக்க விக்னேஷ் மிதிலா இருவரும் ஒரே வண்டியில் வருவது. இளமுருகு... "ஏண்டா எவ்ளோ நேரம்?" என கேட்க, மிதிலாவுக்காக வெயிட் பண்ணீட்டு இருந்தேன். "அவ வந்ததும் அவ வண்டிய காபி ஷாப்பில் நிறுத்திட்டு ஏன் வண்டியில கூட்டிட்டு வந்தேன்" என சொல்ல, வாங்க... வாங்க... என இருவரையும் இளமுருகு உள்ளே அழைத்து செல்ல, சுகந்தி வரவேற்பது. எங்கே வராம போயிடுவீங்களோன்னு நெனச்சேன்" என சுகந்தி சொல்ல, "நானும் இளமுருகுவும் நண்பர்கள் மாதிரி பழகுல அண்ணன் தம்பி மாதிரி வாழ்றோம். குழந்தைக்கு பேரு வைக்க சித்தப்பா நான் வராம போயிடுவேனா?" என்றபடி தொட்டிலில் கிடக்கும் குழந்தையை பார்ப்பது.

ஐயர் நல்ல நேரம் பார்த்து சொல்ல, இளமுருகுவின்... அம்மா கிருஷ்ணவேணி... குழந்தையின் காதில் "புகழ் அரசன்... புகழ் அரசன்.. புகழ் அரசன்..." என மூன்று முறை கூப்பிட அனைவரும் அதை போல் சொல்ல, விக்னேஷ் "புகழ் அரசன் சூப்பர் தமிழ் பெயர் யாரோட செலக்ஷன்" என கேட்க "எல்லாம் சுகந்தி தான்" என்று இளமுருகு சொல்ல மிதிலா "அக்கா எப்படி இப்படி எல்லாம்?" என கேட்க, சுகந்தி சிரிப்பது. பிறகு மிதிலாவும், விக்னேசும் சேர்ந்து குழந்தை கழுத்தில் தங்க சங்கிலி இடுவது. "இது எப்பவும் எங்கள் நினைவாக புகழ் கழுத்தில் கிடக்கட்டும்"

என சொல்ல இளமுருகு சுகந்தி கண்கள் லேசாக கலங்குவது. பிறகு அனைவரும் விருந்து உண்பது. இளமுருகு வந்த விருந்தினர்களை கவனிப்பது. விக்னேசும் அவன் பங்குக்கு சில வேலைகளை செய்வது. விருந்து சிறப்பாக நடைபெறுவது.

காட்சி : 19 மாலை
சாலை வெளியே

சுசிலா பைக்கின் பின்புறம் அமர்ந்திருக்க பிரபு பைக்கை ஓட்டி வருவது. மளிகை காய்கறி என பொருட்களை சுசிலா பையில் வைத்து பிடித்துக் கொண்டு வருவது.
காபி ஷாப்பை கடக்கும்போது காபி ஷாப்பில் மிதிலாவின் ஸ்கூட்டி இருப்பதை கவனிக்கும் பிரபு. “அம்மா அக்கா வண்டி நிற்குது” என சொல்ல, “வண்டிய காபி ஷாப்பிற்கு விடுடா அவ என்ன பண்ணுறான்னு பார்க்கலாம்” என சொல்ல வண்டி காபி ஷாப்பில் மிதிலா வண்டி அருகே நிற்பது. சுசில இறங்குவது.

காட்சி : 20 மாலை
காபி ஷாப் உள்ளே/வெளியே

சுசிலா பிரபு இருவரும் காபி ஷாப் உள்ளே போய் மிதிலாவை தேடுவது. அவளை காணாமல் போக, கேசியரிடம் வண்டியை காண்பித்து விசாரிப்பது.
“அந்த பொண்ணு நம்ம ரெகுலர் கஸ்டமர். அடிக்கடி வண்டிய இங்க நிறுத்தீட்டு அவங்க லவ்வர் பைக்கில போயிருவாங்க. வரும்போது இங்க வந்து வண்டிய எடுத்துட்டு போயிடுவாங்க” என கேஷியர் சொல்ல, “லவ்வரா?” பேரு தெரியுமா? என சுசிலா கேட்க, “ஆள தெரியும் மத்த விபரம் தெரியாது. “சரி வண்டிய நாங்க

எடுத்துட்டு போறோம்" என பிரபு சொல்ல "அது முடியாது யாரு வண்டிய நிறுத்தினாங்களோ அவங்க வந்துதான் எடுக்கனும்" என கேஷியர் சொல்ல சுசிலா கோபத்துடன் வெளியேறுவது.

காட்சி : 21 மாலை
வீடு உள்ளே/வெளியே

சோனையப்பன் கோழிகறி வாங்கி வந்திருப்பதால் அன்னக்கிளி அம்மி கல்லில் மசால் அரைத்துக் கொண்டிருப்பது.

சோனையப்பன் ஒரு குவார்ட்டர் பாட்டிலை எடுத்து ஓரமாக வைப்பது "இன்னைக்கு தண்ணி போட்டுட்டு கறி சாப்பிட்டுட்டு திருப்தியா படுக்கனும்" என சோனையப்பன் சொல்ல "பையனுக்கு தெரியாம தண்ணி அடிங்க. அவன் பார்த்த உங்கள திட்டுவான்... அம்புட்டுதான்" என அன்னக்கிளி சொல்ல, "நீ சொல்லாம இருந்தா சரி..." என சோனையப்பன் சிரிப்பது. அன்னக்கிளி மசாலை அரைத்து விட்டு எழுந்து சமையல் அறைக்கு செல்வது.

காட்சி : 22 மாலை
காபி ஷாப் உள்ளே/வெளியே

விக்னேஷ் மிதிலாவிடம் சற்று முன் நடந்தவற்றை கேசியர் சொல்வது.. "அப்ப வீட்டுக்கு விஷயம் போயாச்சு சித்திக்காரி இன்னைக்கு பேயாட்டம் ஆடுவா" என மிதிலா சொல்ல, என்ன பண்ணுவ என விக்னேஷ் கேட்க, ரொம்ப கத்துனா... வீட்ட விட்டு வந்துருவேன் அவ்ளோதான்... "திடீர்னு வந்தா நா... என்ன பண்ணுவேன்..." என விக்னேஷ் சொல்ல

“இத லவ் பண்ணுறதுக்கு முன்னாடி யோசிச்சிருக்கனும்” என மிதிலா சொல்ல, “பொம்பள புள்ளையே தைரியமா... இருக்கு நீ ஏம்பா பயப்படுற?” என சொல்லி கேசியர் சிரிக்க இருவரும் வெளியே வந்து தங்களது வண்டிகளை எடுத்துக் கொண்டு வீட்டை நோக்கி செல்வது.

”இருவரது மனமும் இன்று என்ன நடக்குமோ...” நினைப்புடன் வண்டியை ஓட்டுவது.

காட்சி : 23 மாலை
மிதிலா வீடு உள்ளே/வெளியே

மாதவன் மனைவி சுசிலாவுடன் பேசிக் கொண்டிருப்பது. அதே வேளையில் வெளியில் வண்டி சத்தம் கேட்பது. “வந்துட்டா இன்னைக்கு எனக்கு பதில் தெரியனும்” என சுசிலா சொல்ல, உள்ளே நுழைகிறாள் மிதிலா.

“என்னம்மா இவ்ளோ நேரம், எங்க போயிருந்த?” என அப்பா மாதவன் கேட்க, “சுகந்தி அக்கா குழந்தைக்கு பேர் சூட்டு விழா, அதுக்கு போயிருந்தேன்.”

“அப்ப உன் வண்டி காபி ஷாப்பில நிறுத்திட்டு எவன்கூட போயிருந்த...” என சுசிலா கேட்க, எவன்கூட வேணுமின்னாலும் போவேன் நீ நெனைக்குற மாதிரி, சிங்கப்பூர் சித்தப்பா மகன் சிவகுருகூட போக மாட்டேன் போதுமா?” என சொல்ல, சுசிலாவிற்கு ஆத்திரம் தலைக்கு ஏற “என்னடி சொன்ன?” என்றபடி மிதிலா கன்னத்தில் ஓங்கி அறைய, மிதிலா, சுசிலாவின் தலை முடியை பிடித்து, இழுத்து “பளார், பளார்” என இரண்டு அரை விட சுசிலா சுவரோடு போய் சாய.. மிதிலா ஆத்திரத்தில் “யாரடி

அடிக்கிற சனியனே எப்ப எங்க வீட்ல காலடி வெச்சயோ.... அன்னைக்கே எங்கப்பன் என் அம்மா போட்டோவுக்கு பூ போடுறதையும், தீபம் ஏத்துறதையும் மறந்துட்டார். அந்த அளவு மடிக்கி வெச்சிருக்குற இப்பஎன்ன அடிக்கிறிய? உன்ன கொன்னுருவேன்" என சொல்ல மாதவன் மிதிலாவை

"என்ன பேச்சு பேசிட்ட?" என்றபடி மிதிலாவை அடிப்பது.

"இனி நீ வீட்ட விட்டு வெளியே போக கூடாது. டேய் பிரபு இவக்கூட சுத்துறவன் யாருன்னு பாரு" என சொல்ல "அப்பா சமத்துவ புரத்துல இருக்குற சோனையப்பன் பையன் விக்னேஷ்" என சொல்ல என் பங்காளி கருணாகிட்ட வேலை செய்யுற சோனையப்பனா?

"ஆமாப்பா" என பிரபு சொல்ல....
"போயும்... போயும்... அந்த... பய தானா கிடச்சான். அதுதான் என்ன அடிக்கிற அளவு பொறுக்கிய மாறிட்டா" என சுசிலா எகிற...

"நீ பேசாத... நான் பாத்துக்குறேன் மத்தத" என மாதவன் சொல்லி விட்டு மிதிலாவை பார்த்து "அடுத்த மாசம் உனக்கும் சிவகுருவிற்கும் கல்யாணம். இல்லாட்டி உனக்கு கருமாதி, இதுதான் என்னோட முடிவு. உள்ள போ" என மாதவன் சீற... மிதிலா அழுதபடி தன் அறைக்கு செல்வது.

காட்சி : 24 காலை
மில் உள்ளே/வெளியே

கருணாகரனும் மாதவனும் பேசிக் கொண்டிருப்பது. கருணாகரன், ஒரு ஆளை அழைத்து "சோனையப்பனை வர

சொல்லு" என சொல்ல, "சரிங்க" என்றபடி செல்லும் அவன் மில்லில் வேலையில் இருக்கும், "சோனையப்பனை பார்த்து சோனை உனன் முதலாளி ஆபிசுக்கு வர சொன்னார்" என சொல்ல, "சரி மூக்கா" என்றபடி சோனையப்பன் ஆபீஸை நோக்கி நடப்பது.

காட்சி : 25 காலை
ஆபீஸ் உள்ளே/வெளியே

சோனையப்பன் ஆபிஸ் வெளியே நின்றபடி வர்றாங்களா? என கேட்க "வா சோன" என கருணாகரன் சொல்ல சோனை உள்ளே போவது.

"ஐயா வர சொன்னீங்கன்னு மூக்கன் சொன்னான்" என்றபடி துண்டை கக்கத்தில் வைத்தபடி முதுகு வளைத்து கேட்கிறான் சோனை."

"ஆமா... சோனை.. முதல்ல ரெண்டு டீ வாங்கிட்டு அப்படியே என்னோட பிராண்ட் சிகரெட்டையும் வாங்கிட்டு வா" என சொல்ல, சோனை பவ்யமாக வெளியே செல்வது.

காட்சி : 26 காலை
டீ கடை உள்ளே/வெளியே

சோனை முதலில் தனக்கு ஒரு டீ போடு என சொல்லி குடித்துக் கொண்டே முதலாளிக்கு இரண்டு டீ போட சொல்வது. பிறகு அவர் சொன்ன சிகரெட்டை வாங்குவது. பிறகு தான் குடித்த டீக்கு மட்டும் பணம் கொடுத்து விட்டு, மற்றவற்றை கணக்கில் எழுதிக் கொள்ளச் சொல்லிட்டு டீயுடன் ஆபிஸ் நோக்கி, நடந்து வருவது.
காட்சி : 27 காலை

ஆபிஸ்   உள்ளே/வெளியே

சோனையப்பன் டீ யை கொண்டு டேபிள் மீது வைப்பது. சிகரெட்டை கொடுப்பது. கருணாகரன் சிகரெட்டை வாங்கி கொண்டு சோனையை பார்த்து “இவர தெரியுமா?” என மாதவனை காட்டி கேட்க, “நம்ம பெரியய்யா நாச்சிமுத்து ஐயா மகன் தானே... நான் அய்யா உசுரோட இருக்கும்போது தோட்டத்துல வேல பாத்துருக்குறேன். ஆத்தாவையும் தெரியும்” என சொல்ல “இவர் பேரு மாதவன் எனக்கு தம்பி முறை பங்காளி” என சொல்ல “வணக்கம்” என சோனை சொல்வது.

”ஆமா உம் பையன் பேரு என்ன?” என கருணாகரன் கேட்க, “விக்னேஷ்” என்று சோனை சொல்ல, “என்ன வேலை செய்யுறான்” “ஏதோ ஒரு கட வேலைன்னு சொன்னான் இடம் சரியா தெரியலைங்க. நல்லா வேல தேடி தான் அலையுறான்” என சோனை சொல்ல, மாதவன் சடாரென, “அவன் வேலை தேடி அலையல எம் பொண்ணு பின்னாடி அலையுறான் சாவடிச்சிருவேன்” என கோபமாக சொல்ல, சோனை எதுவும் புரியாமல் திகைப்பது.

கருணாகரன் எல்லா விசயத்தையும், சோனை இடம் சுருக்கமாக சொல்வது. “ஐயா இதெல்லாம் எனக்கு தெரியாதுங்க” “அன்னம் போட்ட வீட்டுல கண்ணம் போட கூடாது” எங்கிட்ட வேல செய்யுற அதனால பங்காளி நேர இங்க வந்து எங்கிட்ட சொன்னான். நான் உங்கிட்ட சொல்லீட்டேன். பாத்து நடந்துக்கோ அவ்ளோதான். போய் வேலைய பாரு” என கருணாகரன் சொல்ல, நடை தளர்ந்தவனாக... ஆபிஸை விட்டு வெளியே வருகிறான் சோனையப்பன்.

காட்சி : 28 மாலை

காபி ஷாப் உள்ளே/வெளியே

மிதிலாவை காலை முதல் காணததால், மிதிலாவிற்கு போன் செய்கிறான் விக்னேஷ். மிதிலா போனை எடுத்து பேசுவது. நேற்றைய விஷயங்களை சொல்வது. இன்று தனக்கு உடல்நிலை சரியில்லை என சொல்வது. பிறகு நாளை நாம் வழக்கமாக சந்திக்கும் இடத்தில் சந்திக்கலாம் என சொல்லி போனை கட் செய்வது.
உடனே விக்னேஷ் இளமுருகுவிற்கு போன் செய்வது. நடந்தவற்றை சொல்வது. இளமுருகு.. "நீ முதல்ல வீட்டுக்கு போ மற்றதை நாம ராத்திரி சந்திச்சு பேசலாம்" என சொல்ல விக்னேஷ் வீட்டிற்கு செல்வது.

காட்சி : 29 மாலை
வீடு உள்ளே/வெளியே

விக்னேஷ் வீட்டிற்குள் நுழைவது. வீட்டில் அமைதி அம்மா அன்னக்கிளி ஒரு மூலையில் மௌனமாக அமர்ந்திருப்பது.

"என்னம்மா ஏதோ மாதிரி இருக்க?" என விக்னேஷ் கேட்க, சோனையப்பன் "நீ என்ன வேல செஞ்சு வெச்சிருக்க" என்றபடி காலையில் நடந்த நிகழ்ச்சிகளை எல்லாம் சொல்வது.

"அப்பா அவளும் விரும்பி தான்... நாங்க காதலிச்சோம். இப்பகூட அவ எங்கூட வர தயாரா இருக்குறா" என விக்னேஷ் சொல்ல, "அவங்க என்ன ஆளுங்க நாம?" என அன்னக்கிளி கேட்க, "நாம எல்லாம் உசுரோட வாழணுமுன்னா... அந்த பொண்ண விட்டுடு இல்ல எங்கள கொன்னுரு" என சோனையப்பன் சொல்லி விட்டு வெளியே செல்வது.

அன்னக்கிளி "அந்த பொண்ணு நமக்கு வேண்டாம் தம்பி" என்றபடி காபி போடச் செல்வது.

காட்சி : 30 இரவு
காபி ஷாப் உள்ளே

இளமுருகு விக்னேஷ் உரையாடுவது. "விக்னேஷ் மிதிலாவோட சித்தி சொல்றத பாத்தா சிங்கப்பூர் மாப்பிள்ளைக்கு அவள கட்டி வெச்சிருவாங்க மாதிரி தெரியுது.

" நான் சொல்றத கேளு. நீங்க ரெண்டு பேரும் ஒரு வருஷத்துக்கு எங்கேயாவது போயிருங்க. அப்புறம் நிலம சரியானதும்.. நான் சொல்றேன். இங்க வந்துடலாம்" என இளமுருகு சொல்ல, "அப்பா அம்மாவ விட்டுட்டு எப்படி?" "நீ இங்க இருந்தா தான் அவங்களுக்கு பிரச்சன... புரிஞ்சிக்கோ!" என இளமுருகு.

விக்னேஷ் யோசிப்பது. பிறகு இருவரும் காபி ஷாப்பில் இருந்து வெளியே வருவது. அவரவர் வண்டியில் ஏறி செல்வது.

காட்சி : 31 காலை
வீடு உள்ளே/வெளியே

மிதிலா.. தனது அறையில் இருந்து போனில் பேசுவது. "சரி.. சரி... என்று சொல்லி விட்டு போனை கட் செய்வது." சிறிது நேரத்திற்கு பிறகு, மிதிலா வெளியே வருவது. சித்தி "எங்கடி போற?" என கேட்க, பதில் கூறாமல் வீட்டை விட்டு வெளியே செல்வது. ஸ்கூட்டி எடுக்காமல் நடந்து தெரு முனையை கடக்கிறாள்.

காட்சி : 32 காலை

வீதி வெளியே

தெருமுனையை கடந்து சாலைக்கு வரும் மிதிலா. வழியில் வரும் ஆட்டோவிற்கு கை காட்ட ஒரு கோவில் முன் இறங்குகிறாள். சிறிது நேரத்தில் விக்னேஷ் தன் வண்டியில் வர இருவரும் இணைந்து கோவில் உள் நுழைகிறார்கள். பிறகு சிறிது நேரத்தில் இளமுருகு சுகந்தி இருவரும் அந்த கோவிலுக்கு வர ஏற்கெனவே ஏற்பாடு செய்தபடி சாமிக்கு பூஜை செய்துவிட்டு ஐயர் கையில் மாலை வாங்கி மாற்றி தாலி கட்டி மிதிலாவை மனைவியாக்கி கொள்கிறான் விக்னேஷ். இளமுருகு சுகந்தி வாழ்த்துவது. பிறகு இளமுருகு தனது தூரத்து நண்பனின் முகவரி மற்றும் போன் எண்ணை கொடுத்து அனுப்புவது.

"விக்னேஷ் மிதிலா இரண்டு பேரும் இப்ப போங்க இங்க எல்லாம் சரியானதும் நான் வந்து உங்களுக்கு சொல்றேன். அதுவரை நீங்க இருக்குற இடம் யாருகும் தெரிய கூடாது. ஏன்னா, இது சாதி பிரச்சனைய மாத்திருவாங்க, அதுக்குதான்" என இளமுருகு சொல்ல, மிதிலா விக்னேஷ் இருவரும் அவர்களிடம் ஆசி பெற்றுவிட்டு, விக்னேசின் பைக்கில் ஏறி செல்வது.

காட்சி : 33 பகல்
தெரு உள்ளே/வெளியே

சமத்துவபுர தெருவில்... மாதவனின் ஆட்களின் வண்டிகள் வருவது. அங்கிருப்பவர்கள் எதுவும் புரியாமல் விழிப்பது.
சோனையப்பன் வீட்டிற்கு ஆட்களுடன் மாதவன் செல்வது. வீடு பூட்டி இருக்க கருணாகரனுக்கு மாதவன் போன் செய்து பேசுவது.

பிறகு வண்டியை மில்லுக்கு எடுக்க சொல்வது.

காட்சி : 34 பகல்
மில் உள்ளே/வெளியே

சோனையப்பனை கருணாகரன் விசாரித்துக் கொண்டிருப்பது. அதே வேலையில் ஆபிஸில் நுழையும் மாதவன் சோனையப்பனை கோபத்தில் அறைய சோனையப்பன் தடுமாறி கீழே விழுவது. சோனையப்பனை அடிப்பதை காணும் அலுவலக ஊழியர்கள் ஆபிஸ் உள்ளே செல்வது.
விசயம் மில் முழுவதும் பரவ, சோனையப்பனை அடித்தது தவறு என்று அனைவரும் வேலையை நிறுத்துவது.

காட்சி : 35 பகல்
மில் வெளியே

சமத்துவபுரம் முழுவதும் செய்தி பரவ, இளைஞர்கள் கூடுவது. அன்னக்கிளி அழுதபடி வருவது.

"சோனையப்பனை மாதவன் எப்படி அடிக்கலாம்?" என்பதே இப்ப பிரச்சனை ஆகி மில்லில் வேலை நின்று விடுவது.

கருணாகரன் அனைவரிடமும் பேசுவது, "பையன் தப்புச் செஞ்சா அவன பிடிச்சிட்டு வந்து அடிங்க" என சிலர் சொல்ல "பொண்ணு ஒன்னும் சின்ன பொண்ணு இல்லையே அவளுக்கும் புத்தி இருக்கு தானே?" என சிலர் பேச... மற்றும் சிலர், "வயசு பொண்ணு.. இருக்க இவர் கல்யாணம் பன்னீட்டு கும்மாளம் போட்டா... பொண்ணு

ஓடிதா போவா..." என சிலர் மாதவனை பேச... கடைசியாக விசயம் போலீஸ் வரை போக... போலீஸ் ஜீப் வருகிறது. இருதரப்பையும் விசாரிக்கிறது. "இருவரும் மேஜர் என்பதால் அவங்க முடிவு எடுக்கலாம்." ஒருவேளை பொண்ணு அவன் என்னை ஏமாத்தி கூட்டிட்டு போயிட்டான்னு சொன்னாதான் பையன் மேல கேஸ் போட முடியும். இல்லாட்டி அவங்கள ஏதாவது நீங்க செஞ்சா கேஸ் உங்க மேலதான் போடுவோம். முதல்ல அவங்க கிடைக்கட்டும், மத்தத அப்புறம் பார்க்கலாம். அதுவரை யாரையும், யாரும் எதுவும் செய்யக்கூடாது. நீங்க எல்லாம் வேலைக்கு போங்க. பொண்ண பெத்தவங்க.. ஆத்திரத்தில் அடிச்சிட்டாரு. பெருசுபடுத்த வேண்டாம். கலைஞ்சு போங்க" என இன்ஸ்பெக்டர் சொல்ல, அனைவரும் கலைந்து போவது. சோனையப்பன், வீட்டிற்கு அழைத்து செல்வது.

காட்சி : 36 மாலை
வீடு   உள்ளே/வெளியே

சோனையப்பனை பார்க்க இளமுருகு சுகந்தி வருவது. அன்னக்கிளி அவர்களிடம் விசாரிப்பது. அவர்கள் இருவரும் எதுவும் தெரியாதது போல காட்டிக் கொள்வது. சோனையப்பன், "போன் பண்ணுனா... சுட்ச் ஆப்ன்னு வருது அவனுக்கு ஏதாவது..."

"ஒன்னும் ஆகாது, பயப்படாதீங்க உங்களுக்கு நான் இருக்கிறேன். என்ன உதவி வேணுமின்னாலும் கேளுங்க..." என்றபடி சிறிது நேரம் இருந்துவிட்டு செல்வது.

காட்சி : 37 இரவு
மிதிலா வீடு   உள்ளே/வெளியே

சுசிலா, மிதிலாவை பற்றி தரகுறைவாக பேச... ஆத்திரம் அடையும் மாதவன் அவளை பளார் பளார் என அறைவது. ”உன்னால தாண்டி எம்பொண்ணு இப்படி பண்ணீட்டா,” என்றபடி எட்டி உதைக்க.. அப்படியே சோப்பா மீது போய் சுசிலா விழுவது. பிரபு ஓடி வந்து தடுப்பது. “இனி அவளை பற்றி யாரும் இங்க பேசக்கூடாது. அப்படி பேசுனா கொல விழும்” என்றபடி அறைக்குள் சென்று கதவை மூடுகிறார் மாதவன்.

காட்சி : 38
அடகு கடை வீதி உள்ளே/வெளியே

அவள் காதில் இருக்கும் தங்கக் கம்மலைக் கழற்றி அடமானம் வைத்தல் “விற்று விடு” அவள் அதை விற்றால் ”செலவுக்கு ஆகும்” “ஒரு வாரத்துக்கு ஆகும்”

காட்சி : 39
வீதி வெளியே

வாடகை வீடு மாற்றல் சாமான்களை லாரியில் ஏற்றுவது. “ஒரு அறை உள்ள வீடு போதும். சமைக்க தூங்க ஒரே அறை போது. பொது பாத்ரூம் போதும்” அவள் சொல்வது.

காட்சி : 40
வீதி வெளியே

அவன் சர்டிபிகேட் பைலுடன் வீதியில் அலைகிறான். அவள் மிகுந்த சோர்வுடன் அலைகிறாள் வேலை தேடி.

காட்சி : 41 பகல்

ஒர்க் ஷாப் உள்ளே/வெளியே
இரண்டு மாதங்களுக்கு பிறகு...

விக்னேஷ், மிதிலா கைகளில் உள்ள பணம் தீர, வேறு வழியின்றி, தனது பைக்கை ஒரு ஒர்க் ஷாப்பில் விற்கிறான் விக்னேஷ்.

காட்சி : 42 பகல்
வீடு உள்ளே/வெளியே

விக்னேஷ் ஆட்டோவில் வந்து இறங்குவதை காணும் மிதிலா, "எங்க பைக்?" என கேட்க, விக்னேஷ் பதில், சொல்லாமல் பணத்தை எடுத்துக் காட்டுவது. "வித்துட்டீங்களா?" 'ம்' என ஒற்றை வரியில் பதில் சொல்வது.

காட்சி : 43 மாலை
மளிகை கடை உள்ளே/வெளியே

இருவரும் மளிகை கடைக்கு சென்று பொருட்கள் வாங்கி வருவது. வீட்டிற்கு வாடகை கொடுப்பது. இரவு இருவரும் உறங்க செல்வது. மிதிலா, "ஏங்க எத்தனை சாகசம் அந்த வண்டில வெச்சு செஞ்சிங்க, அத பார்த்து தானே, உங்கள 'லவ்' பண்ணுனேன் இப்ப அந்த வண்டியையே..." என மிதிலா சொல்ல, "உன்ன விட எனக்கு எதுவும் பெருசில்ல" என்று விக்னேஸ் கூற மிதிலா கண் கலங்க அவன் மார்பின் மீது சாய்வது.

காட்சி : 44 மாலை
ஆபிஸ் உள்ளே/வெளியே

மூன்று மாதங்களுக்கு பிறகு..

. மிதிலா ஒரு அலுவலகத்தில், வேலைக்கு சேர்ந்து முதல் மாத சம்பளத்துடன் ஆபிஸில் இருந்து வெளியே வருவது.. விக்னேஷ் காத்துக் கொண்டிருப்பது. இருவரும் நடை பயணமாக வீட்டிற்கு வருவது.

காட்சி : 45 பகல்
சைக்கிள் கடை   உள்ளே/வெளியே

முதல் மாத சம்பளத்தில் விக்னேசுக்கு சைக்கிள் வாங்க இருவரும் கடைக்கு செல்வது. புது சைக்கிள் வாங்குவது. விக்னேஷை ட்ரெயல் பார்க்க சொல்ல, விக்னேஷ் 'நீயே முதல்ல ஓட்டு' என சொல்ல மிதிலா சைக்கிளை ட்ரெயல் பார்க்க ஓட்டுவது. சிறிது தூரம் சென்றுவிடு சைக்கிளை வேகமாக திருப்பி விக்னேஷை நோக்கி வர, திடீரென எதிரே வரும் அந்த உயர்தர காரை பார்த்து வண்டியை திருப்ப முற்பட, அதற்குள் கார் அவள் மீது மோத தூக்கி வீசப்படுகிறாள்...

மிதிலா காற்றில் பறக்கும் பலூன் போல மேலே எழும்பி விக்னேசின் காலடியில் பொத்தென்று விழுகிறாள். மிதிலா ரத்தம் சிதற, கண்களை மெதுமெதுவாக மூடி உயிரை விடுகிறாள்.

'மிதிலா' என விக்னேஷ் உரக்க கத்த, திடீரென நினைவுகள் திரும்ப கண்களை திறக்கிறான் இளமுருகு...

காட்சி : 46 பகல்
கீழ்பாக்கம் உள்ளே/வெளியே

சுப்ரபாரதிமணியன்

"கீழ்பாக்கம் ஆஸ்பத்திரி கேட்டவங்க.. இறங்கு" என நடத்துநர் சொல்ல, இளமுருகு பேருந்தில் இருந்து இறங்கி மருத்துவமனையை நோக்கி நடக்கிறான்.

மனநிலை பாதித்தவர்கள் சுற்றித் திரிய... வார்டனிடம் கேட்கிறான்... "அதோ அந்த மரத்துல கிறுக்கிட்டு இருக்குறான் பாருங்க..." என வார்டன் சொல்ல, அந்த மரத்தை நோக்கி நடக்கிறான்... இளமுருகு.

காட்சி : 47 பகல்
மருத்துவமனை   உள்ளே/வெளியே

மரத்தை பார்க்க மரம் எல்லாம் மிதிலா... மிதிலா... மிதிலா... என்று பெயர் எழுதி இருக்க, சைக்கிள் படமும் வரையப்பட்டு மரத்தடியில், கண்களை மூடியபடி முகம் தெரியாத அளவு தாடியுடனும், வெள்ளை உடையில் அமர்ந்திருக்கும் விக்னேஷை, "விக்னேஷ்" என்றபடி அவன் தோளில் கை வைக்க அப்படியே மரத்தடியில் சாய்கிறான்... விக்னேஷ் உயிரற்ற உடலாக...

மிதிலா விக்னேஷ் நினைவுகள் இளமுருகு மனதில் "ஈட்டி"யாக பாய்ந்தது. அவனின் பார்வையில் அவள் சைக்கிள் ஓட்டும் காட்சி தொடர்கிறது.

திரைக்கதை நூல் வரிசை 6

24 திரைக்கதைகள். 870 பக்கங்கள். ரூ750
இந்நூலைப் பெற ரூ 500 (தபால் செலவுடன்)
ஜீ பே மூலம் அனுப்பலாம்.
9486101003

திரைக்கதை நூல்கள் இதுவரை 6 நூல்கள் வந்துள்ளன.
55 திரைக்கதைகள் அதில் பதிவாகியுள்ளன.

பிரதிகள் பெற:
நிவேதா பதிப்பகம்,
சென்னை.
89393 87276 / 89393 87295

சுப்ரபாரதிமணியன்

25 நாவல்கள் உட்பட 100 நூல்களை வெளியிட்டிருக்கும் சுப்ரபாரதிமணியன்.

சிறந்த சிறுகதையாளருக்கான இந்திய ஜனாதிபதி வழங்கிய "கதா விருது ", தமிழக அரசின் சிறந்த நாவலாசிரியர் விருது உட்பட பலமுக்கிய விருதுகளை பெற்றுள்ளார்.

இவ்வாண்டில் இவர் பெற்ற இரு முக்கிய விருதுகள்: 2020 ஆண்டிற்கான சிறந்த நாவல் ஒரு லட்சம் பரிசுத் தொகையுடன் "அந்நியர்கள்" எழுத்து அறக்கட்டளை மற்றும் 2021 சார்ஜா புத்தகக் கண்காட்சியின் புக்கிஷ் விருது. இவரின் 1000 பக்க நாவல் " சிலுவை " சமீபத்தில் வெளிவந்துள்ளது.

இவரின் 6 சிறுகதைகள் குறும்படங்களாகியுள்ளன (அயலான் இயக்குனர் ரவிக்குமார், பேரெழில் குமரன் உட்பட பலரின் இயக்கத்தில் அந்தக்குறும்படங்கள் வந்துள்ளன).

இவரின் இயக்கத்தில் வந்த குறும்படம் " நாணல் ". 5 திரைப்பட நூல்கள் வெளியிட்டுள்ளார், இதைத் தவிர 4 திரைக்கதைகள் நூல்கள் வெளியிட்டுள்ளார்.

கனவு இலக்கிய இதழை 37 ஆண்டுகளாக நடத்தி வருகிறார். கனவு திரைப்பட சங்கத்தையும் நடத்தி வருகிறார். திரைப்பட சங்க கூட்டமைப்பின் ரீஜினல் கவுன்சில் உறுப்பினர். பல திரைப்பட விழாக்களில் தொடர்ந்து பங்கு பெறுகிறார்.